# இராவணன் மாட்சியும் வீழ்ச்சியும்

பேராசிரியர் அ.ச.ஞானசம்பந்தன்

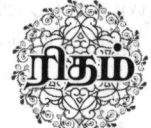

ரிதம்

ரிதம் வெளியீடு

இராவணன் மாட்சியும் வீழ்ச்சியும்
அ.ச.ஞானசம்பந்தன் ©

**Ravanan Maatchiyum Veezhchiyum**
**A.S. Gnanasambandhan** ©

1st Edition: Dec 2022
Pages: 176   Price: Rs. 200
ISBN: 978-93-93724-00-7

Publishing Editor
T. Senthil Kumar

Published by:
Rhythm Veliyeedu
New No.58, Old No.26/1, 1st Floor,
Alandur Road, Saidapet,
Chennai - 600 015, Tamil Nadu, INDIA
Ph : (044) 2381 0888, 2381 1808, 4208 9258
E-mail : senthil@rhythmbooks.in
Web : www.rhythmbooksonline.com

Book Layout & Cover Design
Visual Vinodh - 9500149822

## சிறப்புரை

எல்லாவற்றிற்கும் அடிப்படையாய் ஒரு சத்தி நிற்கிறது, அச் சத்தி வற்றாதது, எல்லையற்றது. அதன் முதல் எங்கேயோ, முடிவு எங்கேயோ அதற்கு உலகம் வழங்கிய பெயர்கள் பலப்பல.

அப்பெரும் சத்தி, காலத் தேவைக்கு ஏற்றவாறு, தன் மாட்டு அமைந்துள்ள வற்றாக் கருவினின்றும் சிற்சில கூறுகளை வெளியிடுதல் மரபு. அக் கூறுகள் முதல் முதல் கவிஞர் உள்ளத்தில் கனவாய்க் கருக் கொள்ளும் பின்னே விஞ்ஞானியர் உள்ளத்தில் நினைவாய் உருக்கொண்டு பொருளாகும். இன்று கவிஞர் நெஞ்சில் கற்பனையாய் உலவும் ஒன்று, பன்னூறு ஆண்டு கடந்து மெய்ஞ்ஞானியர் நெஞ்சில் பொருண்மையாய்த் திரளுதல் இயற்கை, கவிஞர் கற்பனைக் கனவில் என்றோ பறந்த விமானங்கள், இன்று வானத்தில் பறத்தல் கண்கூடு. விஞ்ஞான உலகிற்குத் தாயகம் காவிய உலகம் என்பதை மறத்தலாகாது.

கம்பர் ஒரு பெருங்கலைஞர், கனவும் நினைவும் பொருந்திய ஒரு தமிழ்ச் சுரங்கம், பெரிய கற்பனைக் களஞ்சியம். இத்தகைய கம்பர் பெருமானைப் பௌராணிக ஆட்சி சிறைப்படுத்தியது என்னே! என்னே! சங்கம் கண்ட தமிழ் நாடே! உனக்கு ஐயோ! கம்பர் இந்நாளில் விடுதலை அடைந்து கண்டு மகிழ் வெய்துகிறேன்! அவ் விடுதலை நல்கிய தோழர் சரவண. ஞானசம்பந்தர்க்கு எனது வாழ்த்து உரியதாகும்.

தோழ ஞானசம்பந்தர் தொன்மைத் தமிழ்க் குடியில் தோன்றியவர், புலவர் வழி வந்த புலவர். ஆசிரியர் வழி வந்த ஆசிரியர் விஞ்ஞானியர். அவர் தமது கல்வி கேள்வி ஆராய்ச்சிகளால் பெற்ற காலக் கண்கொண்டு கம்பரை நோக்கினார். பழைய கம்பர் அகமுக மலர்ச்சியுடன் காட்சியளித்தனர். அக்காட்சியே 'இராவணன் மாட்சியும் வீழ்ச்சியும்' என்னும் இந்நூல்.

கம்பர் ஈன்ற தமிழ் இராமனும் இராவணனும் கற்பனை வீரர் என்பதை இந்நூல் விளக்குகிறது. இவ்விளக்கம் நூலின் திறத்தைப் புலப்படுத்தும். கற்பனை வீரம் நாளடைவில் தெய்வத்தன்மை எய்துதல் இயல்பு. இஃது இந்நூல் உளநூலால் வலுயுறுத்தப் பெறுவது. 'இன்றைய கற்பனை, நாளைய பொருண்மை' என்பது கருதற்பாலது.

தோழர் ஞானசம்பந்தர் தமிழ் உலகுக்கு ஒரு நல்வழி காட்டி உள்ளனர் என்று கூறுவது மிகையாகாது. அவர் வாயிலாகக் கம்பரின் பலதிறச் சுவைகள் வெளிவர ஏகம்பர் அருள் செய்வாராக!

கம்பர் வளரச் சேக்கிழார் முதலியோர் வாழத் தோழர் ஞானசம்பந்தருக்கு நீண்ட நாளும், நோயற்ற யாக்கையும் வேறு பல பேறுகளும் பெருக! பெருக!

திரு.பி. கலியாணசுந்தரன்

# முன்னுரை

பழைமையை எதிர்ப்பதே புதுமை என்ற கொள்கை சிலரை மருட்டுகின்றது. இராமனது சிறுமையையும் இராவணனது பெருமையையும் பரக்கப் பேசுகின்ற பேச்சுப் புதுக்காலப் பேச்செனக் கருதிப் பலர் ஆரவாரம் செய்கின்றனர். நூல்கள் எழுதுகின்றனர். பாட்டு பாடுகின்றனர். இவை அனைத்தும் கம்பன் காய் இராவணனது பெருமையின் அடித்தூசினையும் விளக்கவில்லை எனலாம். ஆதலின், கம்பன் பெற்ற அருமந்த பிள்ளையாம் இராவணனை, வரலாற்று வழியாலன்றிக் கவிநயத்தின் வழியே ஆராய்வது பழைமையும் புதுமையும் கலந்ததோர் இனிமையாம். பழம் நழுவிப் பாலில் விழுகிறது.

பாட்டின் திறனாய்ந்து தெளிதல் எல்லாம், ஒருவகையால் ஒப்பிட்டுப் பார்த்துச் சுவைத்தலேயாம். முன் எல்லாம் வட நூற்பாக்களோடு ஒப்பிட்டுச் சுவைத்து, இந்திய ஒருமை நுகர்ச்சியில் திளைத்தோம். இன்றோ, மேனாட்டு நூல்களோடு ஒப்பிட்டுச் சுவைத்து, உலக ஒருமை நுகர்ச்சியில் திளைத்தல் வேண்டும். இயற்கை அன்னை இந்த முதிர்ச்சி நிலையைக் காணவே, நம்மை இதுவரையிலும் மேனாட்டுக் கலை வாழ்க்கையில் பழக்கிவந்தாள்.

'அரிஸ்டாட்டில்' என்ற யவனப் பேராசிரியர் கவிநயத்தினைச் சுவைக்கும் வழியை மேனாட்டில் தெளிவுபடுத்தினார். அவர் நாட்டு நூல்களைச் சுவைப்பதற்கு, அவர் காட்டியது சிறந்ததொரு வழியே ஆம். பின் வந்தார், அந்த வழி அன்றி வேறு வழி இல்லை என மயங்கினார். ஆனால், ஒரு முகம் போல ஒருமுகம் இருப்பதில்லை. அழகு, தனிப்பெருஞ்சிறப்பே ஆம். பாட்டும் ஒன்று போல் ஒன்று இருப்பதில்லை. அதனதன் அழகினை அறிய அதனதன் வழியே மனத்தினைத் திளைக்கவிட்டு, அதுவே ஆகிச் சுவைத்து, உணர்ந்து, உண்மையை வெளியிட வேண்டும். அரிஸ்டாட்டில் கூறியதனைக் கொண்டு ஷேக்ஸ்பியர்

பாடலை அளந்தறிய முடியாது. ஹெகல் கூறியதனைக் கொண்டு அளந்தறிய முடியாது. ஷேக்ஸ்பியர் தரும் பாட்டு விருந்தினைச் சுவைத்தே அவர் அளவுகோலைக் கண்டறிந்து அளந்தறிய முற்பட வேண்டும். இவ்வாறு பெருஞ் சுவைஞர் பிராட்லி என்பார் ஆராய்வது காண்க. அவ்வாறே, கம்பனைச் சுவைத்தே, கம்பன் கையாண்ட அளவு கோலைக் கண்டறிந்து, அவன் பாடலை அளந்து பார்க்க முயல வேண்டும்.

நண்பர் திரு.ஞானசம்பந்தனார் இந்த வழியில் நம்மை அழைத்துச் செல்கின்றார். பழைய தமிழ் மரபறிந்த குடும்பத்திற் பிறந்து, தமிழ்ப் பல்கலைக் கழகம் எனப்பாராட்டிக் கொள்ளும் இடத்தில் கல்வி பயின்றார். பச்சைத் தமிழன் கண்ட அந்நாளைய தமிழ்க் கல்லூரியில் ஆசிரியராய் அமர்ந்து, இலக்கிய ஆராய்ச்சியில் மாணவர்களை ஈடுபடுத்தும் தொண்டினைச் செய்யும் பெரும் பேறு பெற்றவர். நாம் கூறி வந்த இலக்கணங்களுக்கு எடுத்துக்காட்டாக இந்த இலக்கிய ஆராய்ச்சி நூலை எழுதி உள்ளார். இது காலத்திற்கு ஏற்ற நூல், காலத்தால் செய்த உதவி சிறிதன்று, தகுதிக்கேற்ற பேருதவியே ஆம்.

மேனாட்டுக் கருத்துகளில் நம்மை ஒடியாட விடுகிறார். அந்தப் புதிய கருதுகளுக்கேற்ற சொற்களைப் படைக்கவும் செய்கிறார். 'பழஞ் சொற்களைப் புதுப்பொருளில் பயன்படுத்துவது இடர்ப்பாட்டினை விளையாதா?' என ஆசிரியரும் ஓதுவாரும் எண்ணிப் பார்த்து முடிவு கூறவேண்டும். இராவணன் தீமையே வடிவானவன் என்ற கருத்தினை மறுக்கும் வழியாக மேனாட்டுக் கருத்தினை விளக்கும் திறம், பாராட்டுதற்கு உரியது.

பாவலன் படைத்த ஒருவனைப்பற்றி முடிவு கூற வேண்டுமானால், அவனைப் பற்றி அந்தப் பாட்டுலகில் பிறர் கூறும் கருத்துக்களையும் கதைப்போக்கினையுமே அடிப்படை யாகக் கொண்டு கூற வேண்டும் என மேனாட்டு அறிஞர் ஆராய்ந்து வருகின்றனர். அந்த முறையைப் பின்பற்றும் நம் ஆசிரியர், பழைய தமிழ் முறையையும் மறவாது, சொல் சொல்லாகச் சுவைத்துப் பேருரைகள் பல தருகின்றார்.

இராவணன் வீழ்ச்சியைக் 'கலைஞன் வீழ்ச்சி' யாகக் கூறுவது போற்றற்குரியது. யாழ்க்கொடி ஏந்தி, அகத்தியரோடு

இசையில் போட்டி போட்ட கலைஞனாக அன்றோ இராவணனைக் கம்பனும் காண்கின்றான்! ஆசிரியர் ஞானசம்பந்தர் இந்தப் பகுதியில் காட்டும் நுட்பம், சுவைஞர்க்கு என்றும் பெருவிருந்துதான்.

அடி மனத்தினைப் பற்றி ஆராய்வார், 'நாள்' என்ற எண்ணம், 'காமம்' ஆகிய இரண்டின் அளவிறந்த கொந்தளிப்பில் அனைத்துக் கேட்டினையும் அடக்கி விடுவர். நண்பர் ஞானசம்பந்தனார் இராவணன் கூத்தினை இவ்விரண்டிலேயே அடக்கிவிடுகின்றன.

நண்பர், மேலும் பல நூல்களைக் கம்பனைப்பற்றி எழுதுதல் வேண்டும். பிராட்லி முதலியோர் போன்ற பெருஞ் சுவைஞராகி கம்பன் தன்னையுமறியாது கையாண்ட பாட்டளக்கும் கோலை விளக்கி வைத்தல் வேண்டும். கம்பன் அருள் செய்வானாக!

**பல்கலை வேந்தர்**
**திரு.தெ.பொ.மீனாட்சிசுந்தரனார்**, M.A., B.L. M.O.L.,

## முகவுரை

தமிழ்க் கவிதைகளிலும் காப்பியங்களிலும் உள்ள சிறப்பை எவ்வாறு நுகர்தல் வேண்டும் என்பதைக் கூறும் கருவி நூல்கள், தமிழில் இல்லாமல் ஒழிந்தன. தொல்காப்பியர் செய்யுளியலில் சில பகுதிகள் தவிர, இலக்கியத் திறனாய்வு செய்கின்ற தனி நூல்களுள் எதுவும் தமிழில் இல்லை. இந்நிலையில் ஆங்கிலக் கருவி நூல்களைக் கொண்டே தமிழ்க் கவிதைகளை ஆராய்தல் நேரிட்டது. மொழி வளம் முதலிய வேறுபாடு காரணமாக அவர்களுடைய கோட்பாடுகளைச் சிறிது மாற்றியும் கொள்ளலாயிற்று.

அவல இயலின் அடிப்படையை மிக நன்கு ஆராய்ந்த முடிவுகள் கூறிய பெரியார், ஹெகல் ஆவார். ஆனாலும், அவருடைய முடிவுகளுள்ளும் பல காலத்தால், மாறுபடுவன ஆயின. தமிழ் மொழியளவில் அவை முற்றிலும் ஏற்றுக் கொள்ளப்படும் தகைமைய அல்ல. எனவே, வேண்டுமிடங்களில் அவருடைய கொள்கைக்குச் சிறிது மாறுபாடான முடிவுகளும் கொள்ளப்பட்டிருக்கின்றன.

கம்பராமாயணத்தைப் படிக்கத் தொடங்கிய முதல் முறையிலேயே, புதிய சில கருதுகள் தோன்றத் தொடங்கின. வழி வழியாக வந்த பொருள்கோள் முறையை ஏற்றுக் கொள்ள மனம் மறுத்தது. கம்பன் கட்டிய கலைக்கோயில் ஆழமான பல பொருள்களை உள்ளடக்கி இருப்பதாக உணர முடிந்தது. இப் புதிய கருத்துடன் மீண்டும் நூலைக் கற்கும் முயற்சி எழுந்தது. பொதுவாக, 'இராமனே காப்பியத்தலைவன்' என்றும், 'இராவணன் தீராப் பழி செய்த கொடும் பாவி' என்றும் கொண்டிருந்த கருத்துகள் சரியா? என்ற ஆராய்ச்சியில் ஈடு நேர்ந்தது. மேற்கூறிய பொது கருதுக்கள் படியக் காரணம் உண்டு. இதுவரையிலும் நூலை நூலாகப் படிக்கும் வழக்கம் இல்லை. நம்மால், பூசிக்கத் தகுந்த ஒரு பாத்திரம் இராமன் என்றும், அவனுடைய சரிதையைக் கூறும் நூல் இராமாயணம் என்றும் கருதப்பட்ட

காரணத்தால் ஆராய்ச்சிக் கண்ணுடன் நூலைப் பார்க்க யாரும் முன் வரவில்லை.

இத்தகைய அருங்காப்பியத்தைக் கலைஞன் ஆக்கியதன் நோக்கமே, இதனை நாம் நன்கு சுவைக்க வேண்டும் என்பதேயாம். கலையைச் சுவைக்கும் பழக்கம் எக்காரணத்தாலோ நம்மை விட்டு நீங்கி விட்டது. இராமனைக் காப்பியத் தலைவனாகக் கருதுவதில் இழுக்கு ஒன்றும் இல்லை. ஆனால், காப்பியத்தில் காணப்படும் இராமனை விட்டுவிட்டு, நாம் மனத்தில் கற்பனையில் கொண்டிருக்கும் ஓர் இராமனுடன் அக்கம்பனுடைய இராமனைப் பிணைப்பதனாலேயே இடர்ப்படுதல் நேரிட்டது. அம்முறையை விட்டு, 'கம்பராமாயணத்தில் காணப்படும் இராமன், சீதை, இராவணன் ஆகிய அனைவரும், கம்பனுடைய படைப்புகள்' என்ற எண்ணத்துடன் நூலைக் கையில் எடுத்தால், பல இடர்பாடுகள் நீங்கி விடுவதை அறிய முடியும். உண்மையாக இராமன் என்ற ஓர் அரசன் வாழ்ந்தானா? என்பது போன்ற வினாக்கட்கு விடையைக் கம்பராமாயணத்தில் தேடிப் பயன் இல்லை. கம்பராமாயணத்தில் காணப்படும் இராமன், கம்பன் ஆக்கிய இராமன் ஆவான். அவ்வாறே இராவணனும், 'அவன் ஆரியனா தமிழனா?' என்பது போன்ற வினாக்களும் இடப் பொருத்தம் அற்றவையே.

இத்தகைய வினாக்களை விட்டுவிட்டு, இராமாயணத்தை ஒரு காப்பியமாகக் காண்பதே சரியான முறையாகும். மேல் நாடுகளில் தோன்றிய 'சுவர்க்கம் நீக்கம், உலிசிஸ்' போன்ற காப்பியங்களுடன் ஒத்த இயல்புடையதாகும் கம்பராமாயணம். இராமனைப் படைத்த அந்தக் கம்பனே இராவணனையும் படைத்துள்ளான். யாரை உயர்ந்தவனாகக் கலைஞன் செய்கிறான் என்பதன்று நாம் காணவேண்டும் பொருள். அவ்வாராய்ச்சியில் ஈடுபட்டால் உண்மை காண்பதை இழப்பதோடு, கம்பன் எதைக் கருதவில்லையோ அதைத் தேடுபவர்களுமாகிவிடுவோம். ஒவ்வொருவரையும் அவரவருடைய சூழ்நிலையிலும், பிற சூழ்நிலையிலும் வைத்துக் காட்டுகிறான் கம்பன். சிற்சில இடங்களில் மிக உயர்ந்த பாத்திரங்களாகக் காட்சியளிப்பவர்கள், சிற்சில இடங்களில் மிகத் தாழ்ந்தவர்களாகக் காட்சியளிக்கிறார்கள்.

ஏன் அவ்வாறு கலைஞன் செய்கிறான்? மனிதனாய்ப் பிறந்த ஒவ்வொருவனும், நன்மை தீமை என்ற இரண்டு பண்பும் கலந்தவனே தவிர, முழுவதும் நன்மையை உடையவனாகவோ, இவ்வுலகில் இருத்தற்கில்லை. இவ் உண்மையை அறிவுறுத்தவே, கலைஞன் எல்லாப் பாத்திரங்களையும் எல்லாச் சூழ்நிலையிலும் வைத்து நம்மைக் காணுமாறு செய்கிறான். பெரும்பாலும் மனிதன் நல்லவன் ஆவதும், தீயவன் ஆவதும் சூழ்நிலையைப் பொறுத்தே ஆம். இராவணனாகிய அவலத் தலைவனும், சூழ்நிலை காரணமாகவே அழிகிறான். அவனுடைய சூழ்நிலையில் யார் இருந்திருப்பினும் அவனுடைய கதிக்கே ஆளாகியிருப்பார்.

அத்தகைய நிலையிலேயே, இராவணனும் காட்சியளிக்கிறான். இராவணனைப்பற்றி உயர்வாகக் கம்பனைக் காட்டிலும் அதிகமாக நாம் ஒன்றும் கூறிவிட இயலாது காரணம். இராவணன் கம்பனுடைய படைப்பு என்பதே. எனவே, அவனுடைய வீழ்ச்சியைப் பற்றியும் நாம் ஒன்றும் கவலை உறுவதற்கில்லை. இது தவிர, இராவணனை வீழச் செய்த முறையில், கம்பன் தன் இனத்திற்கே பழி சூழ்ந்து விட்டான் என்று நாமாகக் கருதுவது பொருத்தமுடையதன்று.

முற்கூறியபடி, புதிய கருத்தால் தூண்டப் பெற்று, இராமாயணத்தைப் படித்ததில், இராவணன் புதியதொரு காட்சியை நல்கினான். இராமனை எவ்வாறு கம்பன் ஓர் இலக்கிய மனிதனாக்கி உள்ளானோ, அவ்வாறே இராவணனையும் ஆக்கி உள்ளான் என்ற உண்மை புலப்பட்டது. சாதாரணமானவனுயை வாழ்வு தாழ்வு என்ற இரண்டிற்கு யாரும் கவலை உறுவதில்லை. அப்படிப்பட்டவனுடைய வாழ்க்கையாகட்டும், வீழ்ச்சியாகட்டும் யாருக்கும் ஒரு படிப்பினையையும் நல்குவதில்லை. ஆனால், உயர்ந்தோன் ஒருவனுடைய வீழ்ச்சியில் உலகம் ஒரு படிப்பினையை மேற்கொள்கிறது. அல்லாமலும் அவ்வீழ்ச்சியே ஓர் அவலமாகவும் கருதப்படுகிறது. அது 'வெற்றுச் சாவு' அன்று. 'அவலத்திற்கும் அழிவாகிய சாவுக்கும் வேற்றுமையுண்டு'. நாம் பொதுவாகக் கருதுகிறபடி, இராவணனை ஒரு கொடும்பாவியாகக் கம்பன்

கருதி இருப்பானானால், அவனுடைய வீழ்ச்சிக்கு ஒரு காப்பியம் இயற்றி இருக்க மாட்டான். இராவணன் வீழ்ச்சிக்கு இயற்கையும் அழுததுடன் அதனைத்தடுக்க உற்பாதம் முதலியவற்றையும் தோற்றுவித்தது என்றும் பாடியிருக்க மாட்டான். மேலும், இராவணன் அழிவுக்கு அவனைப் படைத்த கலைஞன் வருந்துவது போல வேறு யாரும் வருந்த இயலாது. இக்கருத்துக்கள் எல்லாம், 'இராவணனைப் பற்றிக் கம்பன் எக் கருத்தைக் கொண்டிருந்தான்? எக்கருத்தை நம்மைக் கொள்ளுமாறு செய்கிறான்?' என்பதை நன்கு வலியுறுத்துகின்றன.

ஒரு சிலர், கம்பன் இராவணன உயர்த்திப் பேசுவதெல்லாம் இராமன் உயர்வை மிகுதிப்படுத்தவே ஆகும் என்று நினைத்துக் கூறவும் செய்கின்றனர். இதனைவிடப் பெரிய தவற்றைச் செய்ய முடியாது. இதைவிடப் பெரும் பழியைக் கம்பன் தலைமேல் ஏற்றவும் முடியாது. இராமன் பண்பை உயர்த்தக் கம்பன் இராவணனை ஒரு கருவியாகக் கொண்டிருப்பானேயானால், அவன் ஒரு கலைஞனாகவே இருத்தல் இயலாது. இராமன், இராவணன் இவ்விரு பாத்திரங்கட்கும் அவன் பற்பல பண்புகளை ஏற்றியிருக்கிறான். இருவரும் குறைவும் நிறைவும் ஒருங்கே உடையவர். நிறைவுக்காக இருவரையும் போற்றுகின்றான் கம்பன். குறைவு காரணமாக இருவரும் அவதிப்படுகின்றனர். குறைவின் அளவுக்கு ஏற்ப, அவதியும் மிகுதிப்படுகிறது. ஒருவரோடு ஒருவரை இறுதியிலேதான் சந்திக்க வைக்கிறான். 'இராமனைப் புகழ்வதற்கு எனவே கம்பன் இராவணனை உண்டாக்கினான்' என்பது பொருத்தமற்ற வாதமே. தனித்தனியே இருவர் பண்பையும் நாம் அறிந்துகொள்ள வேண்டும். இருவரும் சந்திக்க நேர்ந்த காலத்திலும், இவர்களுடைய பண்புகள் ஒளி விட்டு மிளிர்தலைக் காணலாம். இராமனோடு பொருது மீண்ட இராவணன் "நாசம் வந்துற்ற போதும் நல்லதோர் பகையைப் பெற்றேன்" என்று கூறுவதால் அவன் வீரம் இராமன் வீரத்திற்குச் சிறிதும் சளைத்ததன்று என்பதை உணரமுடிகிறது. கம்பன் கருத்தும் அதுவாதல் அறியக் கிடக்கிறது.

ஆகவே, ஓர் அவலத் தலைவன் (Tragic Hero) என்றால், அவனுக்கு என்ன என்ன பண்புகள் இருக்க வேண்டும்

என்று கருதப்படுகின்றனவோ அவை எல்லாவற்றிற்கும் ஒரு கொள்கலமாக இராவணனை ஆக்கியுள்ளான் கம்பன், அவலத் தலைவன் வீழ்ச்சிக்குக் காரணமாக இருக்கும் பண்புகள் சிலவற்றையும் இராவணன்பால் ஏற்றியுள்ளான். இப் பண்புகள் காரணமாக இராவணன் வீழ்ச்சி நடைபெறுகிறது. அவ்வீழ்ச்சியைப் படிப்படியாகக் கூறுகிறான் கலைஞன். இதனை ஒரு கோவைப்படுத்திக் காண்டலே ஓர் அழகு.

தம்முடைய பல்வேறு அலுவல்கள் இடையேயும் இந் நூலைப் படித்து ஒரு முன்னுரை எழுதி உதவிய பல்கலைவேந்தர் திரு.தெ.பொ. மீனாட்சிசுந்தரனார், M.A., M.O.L. அவர்கட்கும் அணிந்துரை உதவிய தமிழ்த் தென்றல் திரு.வி.க. அவர்கட்கும் நன்றி உரியது.

இறுதியாக ஒரு சொல் இந்நூலை எழுதியதன் நோக்கம் கூறப்பெற்றது. அதை மீண்டு நினைவூட்டும் கடமை உள்ளது.

கம்பராமாயணத்தை ஒரு கலையாகக் கொண்டு கலைக் கண்ணுடன் படித்து எழுதப்பட்ட நூல் இதுவாகும். தனிப்பட்ட பாத்திரங்கள் மீதுள்ள விருப்பு வெறுப்புக்களைக் கொண்டு இந் நூலைப் பார்த்தால், பெரிதும் கருத்து வேறுபாடு தோன்றவே செய்யும். எனவே, விருப்பு வெறுப்பு நீக்கி இதனைப் படிக்க வேண்டுமென்று அன்பர்களை வேண்டுகிறேன்.

- ஆசிரியன்

இப்பதிப்பில், நூலில் பயின்றுள்ள கம்பன் பாடல் எண்கள் சென்னைக் கம்பன் கழகப் பதிப்பின்படி *(1976)* அமைந்தன.

## உள்ளே...

| | |
|---|---|
| காப்பியம் | 15 |
| அவலம் (TRAGEDY) | 21 |
| நூல் வழி | 46 |
| இராவணன் மாட்சி | 47 |
| 1. இலங்கையின் மாட்சி! | 47 |
| 2. 'தீயினை நயந்தான்' | 56 |
| 3. 'குலஞ் செய்த பாவத்தாலே கொடும்பழி தேடிக் கொண்டான்' | 68 |
| 4. "இந்திரப் பெரும்புதம் இழந்தான்" | 78 |
| 5. "நாளை வா" எனப்பட்டான் | 91 |
| 6. 'வழி அலா வழிமேற் செல்வான்' | 95 |
| 7. 'வெலற்கு அரியான்' | 97 |
| 8. 'இடிக்குநர் இல்லான்' | 100 |
| 9. தன் இரக்கம் | 106 |
| இராவணன் வீழ்ச்சி | 119 |
| 1. சூர்ப்பணகைப் படலம் | 119 |
| 2. தீமையின் முதற்படி | 135 |
| 3. தீமையின் வளர்ச்சி | 142 |
| 4. தீமை முற்றுகிறது | 156 |
| 5. கலைஞன் வீழ்ச்சி | 160 |
| 6. முடிவுரை | 173 |

# காப்பியம்

**த**மிழ் மொழியே மூன்றாகப் பகுக்கப்பட்டு இயல், இசை, நாடகம் என்று வழங்குவதை யாவரும் அறிவர், விரிந்த பல தொகுப்புகளைத் தன்பால் கொண்டு இலங்குவது 'இயல்' பகுதி. பெருங்காப்பியங்கள் என்று இடைக் காலத்தில் எழுந்த அனைத்து நூல்களும் இத்தொகுப்பினுள்ளேயே அடங்கும். சிலப்பதிகாரம் நாடக நூலாகக் கருதப்படினும், அதனுள் இம் மூன்று பிரிவுகளும் இடம்பெறினும், பொதுவாக நோக்குமிடத்து அதுவும் இயற் பகுதியிலேயே அடங்கும்.

பெருங் காப்பியத்திற்குரிய இலக்கணங்கள் யாவும் அமையப் பெற்று ஏறத்தாழ ஒன்பதாம் நூற்றாண்டில் தோன்றிய கம்பராமாயணமும் முற்கூறிய இயற்பகுதியிலேயே அமையும். ஈண்டுப் பெருங்காப்பியம் என்ற சொல்லைச் சில மாறுபாடுகளோடு கூட்டி ஆங்கிலத்தில் உள்ள 'எபிக்' (Epic) என்ற சொல்லின் நேர்ப் பொருளுடையதாக வழங்கலாம்.

இப்பெருங் காப்பியங்கள் எல்லாம், உலகின் எப்பகுதியில், எம்மொழியில் தோன்றினும், அவை ஒரு சிறந்த உட்கோளோடு திகழ்தலைக் காணலாம். அவை பழைய சம்பவம் ஒன்றை அடிப்படையாகக் கொண்டு தோன்றுகின்றன. அவற்றில் குறிக்கப்படும் பொருள், செயல்களின் விரிவால் ஓரளவு ஓர் உலகத்தையே தம்முள் அடக்கிக் கொண்டிருக்கின்றன. ஒவ்வொரு காப்பியமும் ஒரு சமுதாய மக்களின் சரித்திரத்தை அப்படியே கூற முற்படுகிறது. பெருங்காப்பியத்திற் கூறப்பட்ட செயல்கள் நடந்து பல காலஞ்சென்ற பிறகே அவற்றைத் தொகுத்துக் கூறும் நூல் தோன்றுகிறது. ஆதிமனிதன் பலத்தைப் பெரிதாக மதித்து வெறும் வன்மைக்கு வணக்கம் செலுத்திவந்த காலமே மேற்கூறிய செயல் தோன்றச் சிறந்த காலமாகும். ஆனால், அந்நிலையில் சிறந்த கவிதை உடன் தோன்றுவதற்கில்லை. காரணம், மனித மனம் வளர்ச்சியடையாமையேயாம். எனவே காலம் செல்லச்

செல்ல, நாகரிகம் மிகமிக, கவிதைக் கலை மக்கள் மனத்தில் முகிழ்க்கும் போது, அக்கலை வெளி வருவதற்குச் சிறந்த சாதனமாக மேற்கூறிய செயல்கள் விளங்குகின்றன. ஆதி மனிதன் அடிப்படை உணர்ச்சிகளாகிய காதல், வீரம், சினம் என்பவையும் அவற்றின் வெளிப்பாடுகளாகிய மணம், போர், சூழ்ச்சி முதலிய செயல்களுமே இக்காப்பியங்களில் பெரிதும் இடம் பெற்றன.

என்றோ நடந்த செயலைக் கூட்டியும் குறைத்தும் கூறக்கூடிய தன்மையுடைமையினாலும், விருப்பு வெறுப்புகளுக்கு இடந்தரவேண்டிய இன்றியமையாமை இன்மையினாலும் இக்காப்பியங்கள் சிறந்து விளங்குகின்றன. காப்பியங்கள் தோன்றும் பொழுது உள்ள மக்கள் வாழ்க்கைக்கும் அவற்றில் கூறப்பட்ட மக்கள் வாழ்க்கைக்கும் கடலைனைய வேற்றுமை இருக்கலாம். காப்பியத்தில் கூறப்பட்ட செயல்கள் நடந்து பன்னெடுங் காலங்கழித்து நூல் தோன்றுவதனால், இவ்வேற்றுமைகள் இருந்தே தீரும். ஒரு சமுதாயத்தில் ஒரு காலத்தில் வாழ்ந்த பல்வேறு வகைப்பட்ட மக்கள் வாழ்க்கையையும், அவர்கள் எண்ணங்கள், நினைவுகள், குறிக்கோள்கள், செயல்கள் ஆகிய இவற்றையும் கூறும் தன்மை இக்காப்பியத்திற்கே உண்டு. அம்மக்களது வாழ்க்கையைப் பற்றிய முழுத் தகவலையும் தரும் ஒரு சிறந்த கருவூலமாக அது விளங்க வேண்டு. இவற்றைத் தனியான முறையில் பாடபுத்தகம் போன்றும் கூறலாம். அங்ஙனம் கூறும் நூலுக்குச் சமுதாய நூல் என்றும் பெயர். ஆனால், அது யாவரும் கற்று இன்புறும் நிலையில் இராமல் ஒரு சிலர்க்கே பயன்படும். எனவே, யாவரும் விரும்பி அதனைக் கற்கவேண்டுமாயின் அஃது ஒரு காப்பியமாகவே தோன்றல் வேண்டு. அக்காப்பியத் தலைவர், அதன்கண் வரும் ஏனையோர் ஆகியவர் சொல், செயல் என்பவற்றால் அக்கால மக்கள் வாழ்க்கையை எடுத்துக் காட்ட வேண்டும்.

இதனால் மெதுவாகச் செல்லவேண்டிய கட்டுப்பாடும் விரித்துக் கூறவேண்டிய தன்மையும் காப்பியத்திற்கு ஏற்பட்டு விடுகிறது. பல்லாயிரக் கணக்கான பாடல்கள் பாடப்படுவதும் இக்கருத்தாலேயே அங்கு தொடர்ந்து செல்லும் நிகழ்ச்சிகளை நாம் நின்று அனுபவித்துச் சுவைத்துச் செல்ல வேண்டிய முறையில், அது செல்ல வேண்டும். நிகழ்ச்சிகள் ஒன்றன்பின்

ஒன்றாய், நாடகம் போல் அடுக்கி விரைவாக வருமாயின் அது காப்பிய நிலைக்கு ஏற்றதாகாது.

பெருங்காப்பியங்கள் தோன்றின காலத்தைப் பற்றிப் பேராசிரியர் 'ஹேகல்' கூறும் வாதம் மிக அழகானது. அஃதாவது, ஆதி மனிதன், விலங்கு மனப்பான்மையிலிருந்து விடுபட்டு நாகரிக, மனப்பான்மைக்கு மாறும் காலமே காப்பிய நிகழ்ச்சிகள் நடந்த காலமாகும். அஃதாவது, மனிதனின் ஒழுக்க முறை ஏட்டில் எழுதப்பட்டு அதன்படி நடக்க வேண்டுமென்று வற்புறுத்தப்படுகிற காலமாகும். இதனாலேயே பெருங்காப்பியங்களுள் பெரும்பாலானவற்றில் போர் முதலிடம் பெற்று வந்தது. நாகரிக வளர்ச்சியடைந்த மனிதன், தானே தன் மனச்சாட்சியின் உதவியால், சமுதாயத்தில் செம்மையாக வாழ வேண்டிய முறையை அறிந்து நடக்கிறான். அங்ஙனம் அவன் தன் மனச்சாட்சியைப் பழக்கு முன்னர், ஒழுக்கக் கட்டுப்பாடுகள் வெளியிலிருந்து வற்புறுத்தப்படும் சட்ட திட்டங்களாகவே இருக்கும். இந்நிலையே காப்பிய நிகழ்ச்சிகள் தோன்றச் சிறந்த காலமாயினும், காப்பியம் பாடற்குரிய கவிதை தோன்றாத காலமாகும். பின்னர், அது தோன்றுங் காலத்தில் இந்நிகழ்ச்சிகள் பழையனவாகவும் நம்பத் தகாதனவாகவும் காணப்படலாம். இக்காப்பியத்தை இயற்றும்புலவன் தன்னை மறந்து, தான் எந்தச் சூழ்நிலையில் நின்று பாடுகிறானோ, தன்னை அந்நிலையாகவே மாற்றிக் கொண்டு பாடினால்தான் அதனை நாம் அனுபவிக்க முடியும். பாடலைப் படிக்கும் பொழுது நம்மை அஃது அவ்வுலகிற்குக் கொண்டு செல்ல வேண்டும்.

சமுதாயம் ஒழுங்கு முறையில் கட்டுப்பெற்று வாழ முற்படுங் காலம் காப்பிய நிகழ்ச்சி நடைபெறுவதற்கு ஏற்ற காலமன்று. சமுதாயம் செம்மையடைந்துவிட்டால், மனத்தில் தோன்றிய கருத்துகளை உடனே செயலாக்க இயலாது தடைகள் தோன்றிவிடும். மேலும், மனிதனுடைய வாழ்வு, செம்மை பெற்ற சமுதாயத்தில் செயற்கை கலந்ததாகவும் ஆகிவிடுகிறது. இயற்கையோடு உறவு பூண்டு வாழ்ந்த ஆதிமனிதனின் வாழ்க்கை காப்பிய நிகழ்ச்சிக்கு ஏற்ற நிலைக்களமாகும். அளவுக்கு மிஞ்சிய செயற்கைச் சட்ட திட்டங்களை மனிதன் ஏற்படுத்திக் கொண்டவுடன் அவன் தனது தனித் தன்மையை (Individuality) இழந்து விடுகிறான். தனித்தன்மை எவ்வளவுக்கெவ்வளவு மிகுதியாகக் காணப்படுகிறதோ அவ்வளவுக்கவ்வளவு

காப்பிய நிகழ்ச்சிக்கு அஃது ஏற்ற இடம்ஆகிறது. காப்பியத்தில் காணப்படும் நிகழ்ச்சிகள் நேரடியாக உணர்ச்சியிலிருந்து பிறப்பவையாக இருக்க வேண்டும். உணர்ச்சியைச் செயலாக்க இன்றைய உலகிலுள்ள தடைகள் அங்கு இருக்கமாட்டா. இயற்கையோடு ஒன்றிய வாழ்வு வாழ்ந்த அவர்கள் உணர்ச்சியை உடனே செயலாக மாற்றினர். கட்டுப்பாடுகள் நம்மைப் போன்று அவர்களைத் தடை செய்ததில்லை. போலி நாகரிகம், புகுந்துள்ள நம் சமூகத்தில் தனி மனிதன் விருப்பம் போல் செய்யும் உரிமையை இழந்துவிட்டான்.

நாடகத்திற்கும், காப்பியத்திற்கும் உள்ள அடிப்படை வேற்றுமைகள் பல. அவற்றுள் சிறந்த ஒன்றை நாம் மறத்தலாகாது. நாடகத்தில் பாத்திரத்திற்கு உள்ள உரிமை காப்பியத் தலைவனுக்கு இல்லை. நாகடத் தலைவனோ வாழ்க்கையைத் தன் விருப்பம்போல் மாற்றி அமைத்துக் கொள்ளும் உரிமை பெற்றவன். காப்பியத்தலைவன் விதியினால் கட்டுப் பெற்றவன். விதி செலுத்தும் வழி, அதனை எதிர்த்துச் செல்ல சக்தியற்றுச் செல்கிறவன். காப்பியத் தலைவன் விரும்பினும் விரும்பாவிடினும் அவனது விதி அவனைப் பிடர் பிடித்து உந்துகிறது. அவன் அதற்குக் கீழ்ப்படிந்தே நடக்கிறான். ஆனால், இங்கு சிதி என்று கூறப்படுவது நம்மினும் உயர்ந்துள்ள ஒரு பொருள் வழங்கும் நீதியாகும். அந்நீதி நாம் தகுதியானது என்று நினைக்கும் வழியே செல்வதில்லை. நமது சிற்றறிவுக்கு எட்டாத முறையில் அது தனது நியாயத்தை நடத்திச் செல்கிறது. தனிப்பட்ட மனிதன் கற்பனைக்கு அடங்காத முறையில் தனது ஆணையை அது செலுத்துகிறது. ஆனால், காப்பியத்தில் பெரும்பாலம் சோகத்தின் நிழல் படர்ந்திருக்கிறது. இந்த அடிப்படையிலேயே காப்பியம் இயற்றப்படுகிறது.

மேலே கூறிய கருத்துகளை மனத்தில் கொண்டு, இராமாயணத்தைக் காணவேண்டு. அங்ஙனம் காணும் பொழுது அஃது ஒரு வழிநூல் என்பதனையும் மறந்து விடலாகாது. தனியாகத் தானே காப்பியம் இயற்றுகிறவனுக்கு உள்ள உரிமை வழிநூல் செய்கிறவனுக்கு இல்லை. அவன் விருப்பம் போல் கவிதை புனைவதற்குச் சில தடைகளும் அங்கு ஏற்படுகின்றன. இவையனைத்தும் இருந்தும், இராமாயணம் ஓர் ஒப்பற்ற தமிழ்க் காப்பியமாக இருந்து வருகிறது.

கம்பராமாயணத்துச் சிறப்புகளை எடுத்துப் பேச இஃது இடமன்று, அக் காப்பியம் பெற்ற தலைவர்கள் இருவர். ஒருவன்

இராமன், மற்றவன் இராவணன், இரண்டாமவனாக உள்ள தலைவனின் மாட்சியும் வீழ்ச்சியுமே நாம் காண எடுத்துக் கொண்ட பொருளாகும்.

இலங்கை வேந்தனாகிய இராவணனை வால்மீகி கண்ட விதம் வேறு கம்பநாடன் காட்டுகிற விதம் வேறு. கம்பன் கூறும் கோசலம் எப்படி ஒரு கனவு நாடோ, அப்படியே அவனது இலங்கையும் ஒரு கனவுலகம். அவனுடைய இராவணனும் ஒரு கனவுத்தலைவன். இங்ஙனம் கூறுவதால் உண்மை கூறாதவன் என்ற குற்றச்சாட்டை அவன் மேல் ஏற்ற வேண்டுவதில்லை. இத்தகைய பெருங் காப்பியத்தைக் கலைஞன் கைக் கொண்ட பொழுது அவற்றின் மூலம் சில உண்மைகளை அறிவுறுத்த முன்வருகிறான் என்று நாம் அறிய வேண்டு. அவ்வாறு செய்ய வேண்டுமேயானால், அவனது விருப்பம் போல் உண்மைகளை மாற்றவும், கூட்டல் கழித்தல் செய்யவும் அவனுக்கு உரிமை இருத்தல் வேண்டும். ஒரு நிகழ்ச்சி எவ்வளவு உண்மையாக நடந்து சரித்திர பூர்வமானதாக இருப்பினும் அதை அவ்வாறே கூறினால் அது பாட புத்தகம் போன்றது, சுவையற்றதுமான சரித்திர மாகுமே தவிரக் கவிதை நிறைந்த கற்பனை மிகுந்த காப்பியமாக ஆகாது. நாம் அதனை இத்துணை விருப்பத்துடன் கற்கவும் மாட்டோம். எனவே, அவனது கற்பனைக்கு இடந்தர வேண்டுமானால் அங்குச் சரித்திரபூர்வமான மெய்மையைத் தேடிக் கொண்டிருத்தல் தவறானதாகும். இத்தகைய இலக்கியப் படைப்பை ஆக்கும் கலைஞன் சில நிகழ்ச்சிகளை ஆதாரமாகக் கொண்டு, தன் கற்பனையில் ஒரு முழுவடிவம் பெற்ற கலைக்கோயிலைச் சிருட்டிக்கிறான். அவன் ஆதாரமாகக் கொண்ட நிகழ்ச்சிகள் அவன் காலத்திலேயே நடைபெற்றவை யாவும் இருக்கலாம். இன்றேல், பன்னெடுங் காலமாக வழங்கப்பட்டுவரும் கர்ணபரம்பரைக் கதைகளாகவும் இருக்கலாம். அத்தகைய கதைகளை அடிப்படையாகக் கொண்டு தோன்றிய காப்பியத்தில் (இராமாயணம் போன்றதில்) சரித ஆராய்ச்சிக்கு இடமே இல்லை. இவற்றில்லாமல் சிலப்பதிகாரத்தை எடுத்துக் கொண்டால் அதன் ஆசிரியர் காலத்திலேயே சம்பவம் நடந்ததாகலின், சரித்திரபூர்வமான உண்மைகள் பலவற்றை அங்கே பெற முடியும். கலைஞனாக ஆக்கிக் கொள்ளும் அக் கலையின் வெளிப்பாட்டிற்கு அவனே சட்டத்திட்டங்களையும் ஏற்படுத்திக் கொள்ள வேண்டும். அக்கட்டுப்பாட்டை மீறிச் செல்லாத வரையில் நாம் அவனைக் குறை கூற வேண்டியதில்லை.

இராவணன் என்றொருவன் வாழ்ந்தானா? அவ்வாறாயின் எப்பொழுது? அவன் இச் செயலைச் செய்தானா? அவன் தமிழனா? ஆரியனா? இக் கேள்விகள் அனாவசியமாகும். இவற்றிற்கு விடை வேண்டுமானால் கம்பராமாயணத்திற் சென்று தேட வேண்டாம். இவ்வுண்மைகளை ஆராயப் பழைய சரித்திரத்தைத் தேட வேண்டுமே தவிர, இலக்கியத்தைத் தேடிப் பயனில்லை. கம்பராமாயணத்தில் உள்ள இராமனும் இராவணனும் ஏன்? அனைவருமே கம்பன் பெற்ற பிள்ளைகள். அவர்களின் ஆக்கமும் வீழ்ச்சியும் அவனுடைய கற்பனையே தவிர வேறு ஒன்றும் இல்லை. 'இங்ஙனம் ஒருவன் செய்ய முடியுமா? இஃது அறமா?' என்ற வினாக்களுக்கு அங்கு இடமில்லை. அவன் பெற்ற பிள்ளைகளை அவன் என்ன கருத்தோடு செயல் செய்யுமாறு செய்கிறான் என்றுதான் காண வேண்டும். நமது விருப்பு வெறுப்புகளை அப் பாத்திரங்கள் மீது ஏற்றிக் கொண்டல் பொருத்தமுடையதாகாது.

கம்பன் பெற்ற இராவணன் இருந்த மாட்சியையும், அவன் அடைந்த வீழ்ச்சியையும் கம்பனே குறிக்கிறான். இவை இரண்டையுஞ் செய்கிறவன் கலைஞனாகிய கம்பன் என்பதை மறுந்துவிடக் கூடாது மாட்சியோடிருந்த இராவணனை ஏன் வீழ்ச்சியடையச் செய்கிறான் என்று கேட்க நமக்கு உரிமை இல்லை. ஆனால், எவ்வாறு வீழ்ச்சியடையுமாறு செய்கிறான் என்பதே நாம் காணவேண்டுவதொன்று. கலைஞன் தனது கற்பனையில் இப்பாத்திரத்தை ஆக்கினானாயினும் அவனுக்குக் கூறப்பட்ட குணங்களெல்லாம் உலகில் காணப்படாதவையல்ல. எனவே, இன்ன இயல்பால் வீழ்ச்சியடைந்தான் என்று கலைஞன் கூறினால், அது நாம் அறிய வேண்டுவதொன்று தானே? அதனை எவ்வாறு அவன் செய்கிறான் என்பதே கலையின் விளக்கமாகும்.

இராவணன் ஒரு காப்பியத் தலைவனோடு ஒப்பவே கம்பன் மதிக்கிறான். இத் தலைவர்களுள்ளும், ஓர் அவலத் தலைவனுக்குள்ள அனைத்து மதிப்பையும் வழங்குகிறான். இராவணனைக் கம்பன் காட்டும் முறையிலேயே காண்பது தான் இந்நூலின் நோக்கமாகும். அவ்வாறாயின் 'அவலம்' என்பது என்ன என்றும், அஃது இலக்கியத்தில் எங்ஙனம் இடம் பெறுகிறதென்றும் அறிய வேண்டுவது இன்றியமையாததாகிறது. அடுத்து வரும் பகுதியில் அவலத்தைப் பற்றிய குறிப்புகள் தரப்படுகின்றன.

## அவலம் (TRAGEDY)

**அ**வலம் என்பது வாழ்கையிலும், இலக்கியத்திலும் இடம் பெறும் ஒரு சுவையாகும். அவலத்திற்கும், அழுகைக்கும் வேற்றுமை நிரம்ப உண்டு என்பதை நினைவில் இருத்த வேண்டும். அவலத்தின் முடிவு அழுகையாகவும் இருக்கலாம். ஆனால், அழுகையில் மட்டும் முடிந்தால் அஃது அவலமாக ஆகாது. அழுகையைவிடச் சிறப்பாக வியப்புச் சுவை ஆண்டுக் காணப்படும். அவலத் தலைவன் அடைகின்ற ஒவ்வொரு துன்பமும், நம்மாட்டு அச்சத்தோடு கூடிய ஒரு வியப்பை உண்டாக்குகிறது. ஆனால், வாழ்க்கையில் உண்டாகும் அவலத்திற்கும், இலக்கியத்தில் காணப்படும் அவலத்திற்கும் வேற்றுமை உண்டு. வாழ்க்கையில் அவலத்தை யாரும் விரும்ப மாட்டார்கள். ஆனால், இலக்கியத்தில் அவலச் சுவை பெரிதும் விரும்பப்படும். அவலத் தலைவன்படு துன்பங்களில் எல்லாம் நாமும் பங்கு கொள்கிறோம். எனினும், அத்துன்பத்தில் பங்கு கொள்வதில் ஒருவித இன்பம் அடைகிறோம். ஆனால், அவ்வின்பம் பிறர் துன்பத்தைக் கண்டு மகிழ்ச்சி அடையும் அற்பர்களது இன்பம் அன்று. ஆழ்ந்த துக்கத்தில் தோன்றும் இன்பமேயாகும்.

இலக்கியத்தில் காணப்படும் அவலம் பற்றி ஆராய்ந்து அரிய முடிவுகளைத் தந்த பெரியார்கள் இருவர். ஒருவர் 'அரிஸ்தாத்தில்', மற்றொருவர் 'ஹேகல்' என்ற பெரியார். அப்பெரியார்கள் முடிவுகள் அனைத்தும் நம்மால் ஏற்றுக்கொள்ளக் கூடியவை அன்றெனினும், அவற்றில் பெரும்பாலானவை உலகிடைத் தோன்றிய இலக்கியங்கள் எல்லாவற்றிற்கும் பொதுவானவையே எக்காலத்தும் தோன்றும் இலக்கியம் அனைத்திற்கும் அப்பொது நியதிகள் பொருந்துபவை.

அவற்றுள் சிலவற்றை ஈண்டுக் காண்போம். அவலம் நடைபெறுவதற்கு இன்றிமையாது வேண்டப்படுவது 'முரண்'

(Conflict) என்று சொல்லப்படுவது. இரண்டு வேறுபட்ட கருத்துகள் உள்ள பொழுதே முரண் ஏற்படு. இக்கருத்துகள் தனித்தனி இயங்குகிற வரையில் போராட்டம் இல்லை. ஏதோ காரணத்தால் இவை ஒன்றற்கொன்று எதிர்ப்படின் அவற்றினிடையே முரண்பாடு தோன்றுகிறது. கருத்துகள், எண்ணங்கள், ஆசைகள், குறிக்கோள்கள் என்ற இவற்றினிடையே முரண்பாடுகள் உண்டாதல் இயல்பு, தனிக் குணங்களாக இவை நிற்பின் முரண்பாட்டிற்கு வேலை இல்லை. அதற்கு மறுதலையாக இப்பண்புகளை மேற் கொண்ட மக்கள் தம்முள் முரண்பாடு கொள்ளுகின்றனர். இவற்றுள் ஒன்றோ அன்றிப் பலவோ முரண்பாட்டிற்குக் காரணமாகத் திகழலாம். இவ்வாறு முரண்படும் கருத்துகளையுடைய மக்கள் சாதாரண மக்களாயின் அம்முரண்பாடு நிலைத்து நிற்பதில்லை. ஆனால், அவற்றையுடையார் வலுவுடையாராயின் தாங்கள் கொண்ட கருத்துக்காகப் போரிடுகின்றனர்.

இப்போராட்டத்திலிருந்து தோன்றுவது அவலம். அவலம் என்பது போராட்டத்தில் ஏற்படும் துன்பத்தின் சரிதை என்பதைப் பலரும் அறிவர். போராட்டம் என்றாலே துன்பந்தான் விளைவாக இருக்கும். ஆனால், வெறுந் துன்பம் மட்டும் அவலம் என்று கூறப்படுவதில்லை. அப்படியானால் தனிப்பட்ட மக்கள் அனுபவிக்கும் துன்பமெல்லாம் அவலம் என்றே கூறப்படல் வேண்டும். அவ்வாறில்லை ஆதலானும், அத்துன்பம் தாழ்ந்த இனத்தைச் சேர்ந்தது ஆதலானும் அதனை அவலம் என்று கூறல் இயலாது. முரண்பாட்டின் விளைவாக நிகழ்கின்ற போரே துன்பத்திற்குக் காரணமாக இருப்பதாதலின் அப்போரே சிறப்புடையது. அச்செயல் பற்றி விளையும் அச்சம் முதலிய உணர்வுகளே சிறப்புடையவை. சாதாரணத் துன்பத்தைக் கண்டும் இரக்கம் கொள்கிறோம். வறுமை முதலியவற்றால் துன்பம் நேரிடுகையிலும் இரக்கம் கொள்கிறோம். ஆனால், இவ்விரக்கத்திற்கும் அவலத்தால் ஏற்படு இரக்கத்திற்கும் வேற்றுமை உண்டு. மேலே கூறிய சாதாரணத் துன்பங்களைக் காணும் பொழுது உண்டாகும் இரக்கம் மனத்தளவில் நின்று மறைவது. ஆனால், முரண்பாட்டால் விளைந்த பேர் அவலத்திற்குக் காரணமாக, அவ்வவலத்தைக் கண்டு நாம் அடையும் துன்பம் மனத்தளவில் நிற்பதில்லை. மனம், சித்தம் என்ற இரண்டையும் தாண்டிச் சென்று நம்

உயிரிலேயே சென்று தைக்கிறது. ஆன்மபூர்வமான இரக்கத்தை நம்மாட்டு உண்டாக்குகிறது.

ஏனைய துன்பங்கள் மனத்தளவில் நின்றுவிட, அவலத்தால் ஏற்படும் துன்பம் மட்டும் உயிரிடைச் சென்று பதிவதற்கு ஒரு சிறந்த காரணமும் உண்டு. மற்றைய துன்பங்கள் பெரும்பாலும் உடலையோ அன்றி மனத்தையோ பற்றியன. வறுமை, நோய் முதலியவற்றால் ஏற்படும் துன்பங்களும் மனத்தையும் உடலையும் மட்டும் பற்றியன, வறுமைத் துன்பம் யாருக்கு உண்டாகிறது? மனத்தால் தன் வறுமையை எண்ணி, இன்பம் அனுபவிக்க முடியவில்லையே என்று நினைக்கிறவனுக்குத்தானே, வறுமை இடுக்கண் செய்ய முடியும்? வறுமையை வேண்டுமென்றே பெற்று வாழும் துறவிகட்கும் மனத்திண்மை உடையார்க்கும் இது துன்பமாக்கப்படுவதில்லை. அதனைத் துன்பமாக நினைக்கிறவனுக்கும் அது மனத்தளவே நின்று விடுகிறது. இங்கும் ஒரு முரண்பாடு வேலை செய்கிறது. பொருளுடைமையால் இன்பம் அனுபவிக்க வேண்டும் என்று நினைக்கிற நினைவிற்கும் இன்மையென்ற உண்மை நிலைக்கும் உள்ள மாறுபாடே துன்பத்திற்குக் காரணமாகிறது. இம் முரண்பாட்டால் துன்பம் விளையினும் அது மிகவும் சாதாரணமானது. அத்துன்பம் நம் மனத்தில் அச்சத்தோடு கலந்த வியப்பை உண்டாக்குவதில்லை. ஆனால், அவலத்தில் ஏற்படும் முரண்பாடு எளிதானதன்று. உயிருக்குள் ஏற்படும் முரண்பாடே அவலத்திற்குக் காரணமாகிறது.

அஃதாவது மனிதனின் எண்ணத்திற்கும் செயலுக்கும் இடையே தோன்றும் போராட்டமேயாகும். உயிரினும் சிறந்ததாகக் கருதப்படும் இரண்டு பொருள்களின் நடுவே ஏற்படு முரண்பாட்டையே உயிருக்குள் ஏற்படு முரண் என்று கூறுகிறோம். கடமைக்கும் அன்புக்கும் இடையே நடைபெறு கிற போராட்டத்தையும் இதற்கோர் உதாரணமாகக் கூறலாம். கணவன், மனைவி, அரசன் குடிமகன், தந்தை தநயன் என்பவர் போன்ற தொடர்புடையவர்களின் இடையே நிற்பது அன்பு, கடமை ஆகிய சிறந்த தளைகள். இத் தளைகளால் பிணிக்கப் பெற்றுள்ள இருவர் முரண்பட்டு, இத்தளைகளை அறுத்துவிட முயல்வராயின் ஆண்டு அவலம் நிகழ்கின்றது. தனி மனிதனுள்ளும் இது நிகழ்வதுண்டு. அவனுள் இருக்கும் இரண்டு சிறந்த பண்புகளுள் முரண் தோன்றி ஒன்றையொன்று மடக்க முயல்வதும் உண்டு. முன்னர்க் கூறிய தளைகளையுடைய

இருவர் மாட்டு நிகழும் முரண்பாடும் பின்னர்க் காட்டிய இதுவும் ஒன்றேயாம். மேலே கூறிய இருவரிடையேயும் காணப்படுவது அன்பு முதலிய தளைகள். உலகிடை வாழும் எல்லா உயிர்களையும், புல் பூண்டு முதல் மனிதன் ஈறாகவுள்ள அனைத்துயிரையும் ஒன்றுபடுத்தி நிற்கும் எந்த ஒரு சக்தி உண்டோ அதனை ஒன்றல் *(Harmony)* சக்தி என்று கூறுகிறோம். இவ்வொன்றலை அடிப்படையாகக் கொண்டே கலைகள் அனைத்தும் தோன்றுகின்றன. பல வேறுபாடுகளோடு உலகிடைக் காணப் பெறும் பொருள்கள் அனைத்தினுள்ளும் அவற்றை இணைத்து ஒன்றுபடுத்தும் சக்தி ஒன்றுள்ளது. அச்சக்தியைப் பிறர் அறிந்து மகிழுமாறு வெளியிடும் சாதனமே கலையாகும். வேற்றுமையினிடையே ஒற்றுமையைக் காண்பதே கலை என்ற கட்சியும் ஒன்றுண்டு. கலைகள் முயன்று முயன்று வெளியிட நினைப்பதெல்லாம் 'ஒன்றலாகிய' ஒன்றையே ஆனால், அவலமாகிய கலை ஒன்றுமட்டும் ஒன்றுதலில் இன்பந் தராது முரணில் இன்பந் தருகிறது. இவற்றின் இடையே என்றும் நிலை பெற்றுள்ளதும், ஒன்றொடொன்று ஒற்றுமைப்பட்டு நடைபெறுவதும் ஆனதன்மையை ஏனைய கலைகள் விரிக்கின்றன. ஓவியமும் சிற்பமும் அன்பு முதலிய இச் சக்திகள் ஒன்றுபட்டு இழைவதைக் காட்டுகின்றன. கணவன் மனைவி என்ற இருவரிடையே உள்ள அன்பு என்னும் தளை அவர்களிருவரையும் ஒன்றாய்ப் பிணித்துதுவைக்கிறது. இருவரும் பிணிக்கப்பட்டிருக்கிற நிலையை எக் கலையால் வெளிப்படுத்தினாலும், ஓவியமோ, சிற்பமோ, கவிதையோ எதுவாயினும் சரி, அங்குத் தோன்றுவது இன்பம் என்ற ஒன்றுதான். ஆனால், பிணைப்பிற்குக் காரணமான இதே அன்பு போருக்குக் காரணமாக இருக்குமேயானால் அங்கே அவலம் பிறக்கிறது. அன்பு கூடப் போருக்குக் காரணமாக இருத்தல் கூடுமோ என்றால், ஆம் என்றே விடை தருதல் வேண்டும். இதனை நன்குணர்ந்த வள்ளுவப் பெருந்தகையார்.

அறத்திற்கே அன்பு சார்(பு) என்ப அறியார்;
மறத்திற்கும் அஃதே துணை (குறள்: 76)

என்ற கூறிப்போந்தார். ஆனால், இக்குறளுக்குப் பரிமேலழகர், வேறு பொருள் கூறிச் செல்கிறார். அஃதொருபுறம் நிற்க, மறம் நிகழ்வதற்கும் அன்பு காரணமாயுள்ளது என்ற கருத்தே நமக்குப் போதுமானது. எனவே, அன்பே முரண்பாட்டிற்குக் காரணமாகலாம் என்று அறிகிறோம். உதாரணத்தால் இதனை

நன்கு விளங்கிக் கொள்ளலாம். சீதையின் மாட்டு அன்பு பூண்டார் இருவர். ஒருவன் இராமன், மற்றையவன் இராவணன். இராவணன் கொண்ட அன்பு சரியானதா என்ற கேள்வியைச் சற்று மறந்துவிட வேண்டும். அவ்வன்பு தவறாகையால் நேர்ந்த பயன் ஒருபுறம் இருக்கிறது. நிற்க, அவன் கொண்ட அன்பிற்கும் இராமன் கொண்ட அன்பிற்கும் ஏற்பட்ட முரண்பாடே ஒரு பெரிய அவலமாக நமக்குக் காட்சியளிக்கிறது. அன்பு என்பது சிறந்த குணங்களுளெல்லாம் உயர்ந்தது. அவ்வன்பே இரண்டாகப் பிரிந்து தம்முள் முரண்பட்டுப் போர் இடுமானால் அப் போர் அஞ்சத் தக்கதாக இருக்கும். எல்லாரும் விரும்பி மேற்கொள்ளும் ‘அன்பு’ என்ற ஒன்றே இப்பொழுது அவலத்திற்கு அடிகோலிவிட்டது. இவ்வன்பை மேற்கொண்ட இருவரின் தராதரத்தையும் சிறப்பையும் நாம் கவனித்தலாகாது. அவர்கள் நல்லவர்களா? தீயவர்களா?- என்ற வினாவெல்லாம் பின்னர் ஆராயப்படும் ஆனால், இப்போருக்குக் காரணமாக இருப்பது ஒன்றே. அஃது அன்பு என்று சொல்லப்படும்.

அவலத்திற்குக் காரணமாக இம் முரண்பாடு நன்மைக்கும் நன்மைக்கும் இடையே கூட நிகழலாம். நன்மைக்கும் தீமைக்கும் இடையேயும் நிகழ்வது இயல்பு. அஃதாவது முரண் ஏற்பட்டுப் போரிடும் இருவரும் நற்பண்புகளால் நிறைந்தவர்களாகவே இருக்கலாம். உதாரணமாகத் தேசத்தலைவனாக அரசன், அவன் குடிகளில் ஒருவன் என்ற இருவரிடையேயும் கருத்து வேறுபட்டால் முரண் ஏற்பட்டுப் போர் நிகழலாம். இருவரும் தாம் நன்மை என்று கருதும் ஒன்றற்காகவே போரிடுகின்றனர். இறுதியில் ஒருவர் அழிய நேரிடலாம். இப்போராட்டத்தில் தன்னலம் என்பதோ, பயன் கருதிச் செய்யும் இழிதொழிலோ ஒன்றும் இல்லை. இத்தகைய போராட்டத்தை நன்மைக்கும் நன்மைக்கும் இடையே நடைபெறும் போராட்டம் என்று கூறுகிறோம். இதன் மறுதலையாகத் தீமைக்கும் நன்மைக்கும் முரண் ஏற்பட்டுப் போர் நிகழ்வதும் உண்டு. இங்ஙனம் நன்மைக்கும் தீமைக்கும் இடையே நடைபெறுகிற போர் இரு மனிதர்களிடையே நடக்கலாம். அல்லது ஒரே மனிதனிடம் காணப்படு நன்மை தீமை ஆகிய இரு பண்புகளில் இடையேயும் நடைபெறலாம். எவ்வாறாயினும் அஃது அவலம் என்றே கூறப்படும். இராவணனிடத்து நிகழும் அவலம் அவனிடத்தே காணப்படு இரண்டு தனிப் பண்புகளின் இடையே தோன்றி முரண்பாடாகும். அவனது அன்புக்கும் மானத்திற்கும் *(Honour)*

இடையே நடக்கின்ற போரே அவலமாகப் பரிணமிக்கிறது. அன்பு விரும்புகின்ற ஒன்றை மானம் தடுக்கிறது. இவை இரண்டையும் தனித்தனியே எடுத்துக் கொண்டால் அவற்றின் விருப்பங்களில் தவறு ஒன்றும் இல்லை. அன்பு, தான் விரும்பிய பொருளை எவ்வாறாயினும் அடைய வேண்டும் என்று விரும்புவதில் தவறு இல்லை. மானமும் தவறான முறையில் சென்று அன்பு செய்யப்பட்ட பொருளை அடைவது தனக்குத் தாழ்வு என்று நினைப்பதும் தவறு இல்லை. இந்த இரண்டு பண்புகளும் தங்கள் தங்கள் எல்லையில் நிற்கின்ற வரையில், போர் நிகழ்வதில்லை. ஆனால், ஒன்று மற்றொன்றை அழித்துவிட்டுத் தானே ஆட்சி செய்ய வேண்டும் என்று நினைக்கையில்தான் முரண்பாடு முற்றிப் போர் மூளுகிறது.

இனிப் பொதுவான கருத்துகள் சிலவற்றைக் காண்போம். இப் பண்புகளும் தளைகளும் அவலத்திற்குக் காரணமாகவிருத்தலால் அவை வெளிப்படும் தலைவர்களைப் பொறுத்தே இருக்கின்றன. அவலத் தலைவனது சிறப்புகளில் சிறந்ததும், அவனுடைய வீழ்ச்சிக்குக் காரணமாக இருப்பதும் ஆகிய ஒரு பண்பு என்னவெனின், தான் மேற்கொண்ட செயலின் நன்மை தீமை ஆராயாது இறுதிவரை அதைக் கொண்டு செலுத்தும் தன்மையாம்.

இங்ஙனம் கூறுவதால் அவனுக்கு வேறு பண்புகளே இல்லையென்ற கருத்தில்லை. எத்தனையோ பண்புகள் இருக்கலாம். ஆனால் போருக்குக் காரணமாக உள்ள இரண்டு பண்புகள் அவற்றையெல்லாம் அடக்கித் தாம் மட்டும் தலை தூக்கி நிற்கும். இவ்விரண்டனுள் ஏதோ ஒன்றோடு தலைவன் மனப்பூர்வமாக இணைந்து விடுகிறான். அங்ஙனம் அவன் இணைந்த பிறகு அதனைக் கொண்டு செலுத்துவதில் அரைகுரை வேலை செய்வதில்லை. தான் வேறு என்றும், அப் பண்பு தன்னால் கொண்டு செலுத்தப்படும் ஒரு குணமே தவிர, அதனால்தான் கொண்டு செலுத்தப்படுதல் கூடாது என்றும் அவன் நினைப்பதில்லை. இதற்கு மறுதலையாக அவன் ஆகிவிடுகிறான். இதனால் அவன் அப்பண்பின் எதிரான எதையும் முறையானது என்று எடுத்துக் கொள்ளுவதில்லை அதன் மறுதலையான பண்பிலும் சிறிய நியாயம் இருத்தல் கூடும் என்ற எண்ணமே அடைவதில்லை. அத்தலைவனிடம் வேறு எத்தகைய நல்ல பண்புகள் இருப்பினும், பிறர் வியக்கத் தகுந்த குணங்களிருப்பினும் அவையெல்லாம்

முரண்பாட்டால் விளையும் அவலத்தில் தலையெடுப்பதில்லை. அவை அனைத்துஞ் சேர்ந்து அம் முரண்பாட்டிற்கே துணை செய்கின்றன. 'இராவணன் ஆயிரம் மறைப்பொருள் உணர்ந்து அறிவு அமைந்தவன் தான். அப்படிப்பட்ட அவன் சீதைபாற் கொண்ட காமத்தால் அவலத் தலைவனாக ஆகும் பொழுது, காமம் அவன் பண்புகளில் ஒரு பகுதியாக அமையவில்லை. அவன் அக்காமமாகவே மாறிவிடுகிறான். அக் காமத்தின் முன்னால் 'வானமும் வையமும் வளர்ந்த வான் புகழையும், தனது அறிவையும் இந்திரப் பெரும்பதத்தையும்' பலியிட்டு விடுகிறான்.

இங்ஙனம் இரண்டு முரண்பட்ட பண்புகளின் இடையே நடக்கின்ற போரில் ஒன்றும் முற்றிலும் வெற்றி பெறுவதில்லை. அங்ஙனம் வெற்றிபெறாமற் போவது விதியின் விளையாட்டு மட்டுமன்று, அஃது இயற்கையின் கூறுபாடுமாகும். ஏனெனில், இப்பண்புகள் அனைத்தும் தலைவனுக்கு உறுப்புகளாக அமைய வேண்டுமென்பது இயற்கையின் கட்டளை. அதனை விட்டு அவை தலைமை இடத்திற்குப் போராடுகின்றன. ஏனைய உறுப்புகளைத் தள்ளித் தாங்களே தலைமை வகிக்க வேண்டும் என்று நினைப்பதோடு மட்டுமல்லாமல் உறுப்புகளையுடைய தலைவனையும் தங்கள் வசப்படுத்தி அடிமைப்படுத்த முயல்கின்றன. அறிவின் உதவியால் இவ்வுறுப்பாகிய பண்புகளைத் தலைவன் அடக்கி, ஆட்சி செய்து, அவ்வவற்றிற்குக் கொடுக்க வேண்டிய இடம் கொடுத்து வைக்காது போவானேயாகில் அவற்றுள் சில, முரண்டி, அவனை அடிமைப்படுத்த முயல்கின்றன. அங்ஙனம் போரிடும் அப்பண்புகளும் ஒன்று முற்றிலும் வெற்றி பெறுமேயானால் அஃது இயற்கையின் கட்டளைக்கு மாறாக முடியும். காரணம் என்ன?

மனித மனம் பல பண்புகளின் கூட்டுறவால் ஆயது. அவனது வாழ்க்கை செம்மையடைவதற்கேற்ப இவை அமைந்துள்ளன. இவற்றுள் ஏதேனும் ஒன்று மிகினும் வாழ்க்கை செம்மையாக நடவாது. அங்ஙனம் மிகுகிற பண்பு நற் பண்பாகவே இருப்பினும் பயன் நன்மையாக இருக்கும் என்று கூறல் இயலாது. இங்ஙனம் அவ்வவற்றிற்குரிய அளவோடு அவை அவை அமைந்தாலொழிய உலகம் நன்கு நடைபெறாது. எனவே, இவற்றுள் ஒன்று மற்றொன்றை அடக்கி, ஆட்சி செய்து, மேல் எழும்ப முயலும் பொழுது, இயற்கை தனது திறத்தால் அவற்றை

அடக்கிச் சமநிலைப்படுத்துகிறது. அங்ஙனம் இயற்கை அடக்கும் பொழுது அழிவு நேரிடலாம். அந்த அழிவு அவலமாக நமக்குக் காட்சியளிக்கிறது. பல சமயங்களில் அழிக்கப்படும் பொருள் நன்மையாகவே இருக்கலாம். இங்ஙனம் அழிக்கப்படு பொருள் நன்மையாக இருந்தால் மட்டும் அங்கே அவலம் தோன்றும் என்று ஹேகல் போன்ற பெரியோர் கருதினர். ஆனால், தீமையே அழிக்கப்படினும் அதிலும் நாம் வருத்தத்தையே அடைகிறோம். மேலும், அத்தமை மிகப் பெரிதாயிருக்குமா யின் நமது மதிப்பு இன்னும் உயருகிறது. எனவே, ஹேகலின் கருத்துத் தற்காலத்தவரால் மறுக்கப்படுகிறது.

ஒவ்வொரு பண்பும், தான் தன் நிலைபேற்றுக்குப் போராடினால் தவறில்லை. அவலத் தலைவரின் வாழ்க்கையில் இவ்விதம் நடைபெறுவதில்லை. ஏதோ ஒரு பண்பு மிகும் பொழுது, மற்றப் பண்புகள் வாழ அம் மிகு பண்பு இடந் தருவதில்லை. தானே ஆட்சி செய்ய முற்படுகிறது. இதனாலேயே அவர் ஏனையோரினும் மேம்பட்டவராகக் கருதப்பெறுகின்றனர். எவ்வாறாயினும் மற்றவற்றின் உரிமையில் ஒரு பண்பு தலையிடும் பொழுதே போராட்டம் மிகுந்துவிடுகிறது. அதனாலேயே முழு உரிமை ஒன்றிற்கும் இல்லை என்று நிலைநாட்டப் போரின் இறுதியில் முழு வெற்றி ஒன்றுக்கும் இல்லை என்ற நிலை ஏற்படுகிறது.

போரிடும் பண்புகள் இரண்டுமே போரில் நட்டமடைகின்றன. இறுதியில், வெற்றி பெறும் பண்பும் தோல்வியடைந்த பண்பு பெற்ற நட்டத்தை அடைகிறது. எனவே, பெயரளவில் வெற்றி ஏற்படுகிறதே தவிர, முழு வெற்றி என்று அதனைச் சொல்வதற்கில்லை.

இயற்கை இறுதியில் தரும் இம் முடிவு பல வகையில் தரப்படலாம். முரண்பாட்டில் தொடங்கிய பொருள்கள் தம்முள் ஒத்துப்போய்விடலாம். இரண்டு உரிமைகளும் ஒன்றை ஒன்று பொறுத்துக் கொண்டு போய்விடலாம். அவ்வாறாயின் முடிவு துன்பமின்றிக் கிடைத்துவிடுகிறது. அவலத் தலைவன் தன் தவற்றை உணர்ந்து அதற்கு இரங்கித் கழுவாய் தேடிக் கொள்ளலாம். அதுவும் ஒரு முடிவே. ஆனால், சில சந்தர்ப்பங்களில் இறுதிவரைப் போராட்டம் நீடிக்கப்படுகிறது. ஒரு பண்பு இறுதியில் அழிக்கப்படு வரையில் போர் நடைபெறுகிறது. அழிக்கும் பண்பும் அவ்வேளையிலே சிறிது அழிக்கப்படுகிறது. இந்நிலையில், அவலத் தலைவனும்

அவனோடு தொடர்புடையாரும் அழிக்கப் பெறுகின்றனர். 'இழவு' *(Catastrophe)* நேரிடுகிறது. இந்நிலையில் 'அறம்' அழிக்கும் சக்தியுள்ளதாகவும் காணப்படுகிறது. இவ்விறுதி இழவில் நாம் ஒருவகை ஆறுதலை அடைகிறோம். போரிட்ட பண்புகள் முற்றிலும் மடிவதில்லை. ஆனால், அவை எல்லையற்றுச் சென்று, பிற பண்புகளையும் அடக்கி ஆள முற்பட்ட தன்மையே அழிக்கப்படுகிறது.

தமிழிலக்கியங்களிற் காணப்படும் அவலங்களில் இவ்விரண்டு பண்புகளுமே சிறக்கக் காணலாம். இராவணன் அவலத்திற்கு அடிப்படை காமமும் மானமும், சூரபதுமன் அவலத்திற்கு அடிப்படை அறிவும் அறியாமையும், கோவலன் அவலத்திற்கு அடிப்படை மானமும் காதலும் ஆகும். இராவணன் காமத்தைப் பெரிதாகவும், சூரபதுமன் அஞ்ஞானமாகிய ஆணவத்தைப் பெரிதாகவும் கோவலன் மானத்தைப் பெரிதாகவும் நினைத்தமையாலேயே தம் உயிரும் இழந்தனர்.

இராவணன் இறுதி நிலையில் தன் பகைவன் யார் என்று அறிந்து கொள்கிறான். அந்நிலையில் சீதைபாற் கொண்ட ஆசை நீங்கிற்றேனும் இது வரை தலைகாட்டா திருந்த மானம் இப்பொழுது வெளிவருகிறது. அதுவும் தன் நிலையில் இருந்திருக்குமே ஆயின் அவனது ஆவி பிரிந்திருக்க வேண்டிய இன்றியமையாமை இல்லை. இதுவரை ஆசைக்காகப் போரிட்ட இராவணன் இப்பொழுது மானத்திற்காகப் போராடுகிறான். 'தனியாண்மை நிறுத்தி ஆவி முடிப்பான்' என்று கருதுகிறான்.

சூரபதுமனும், இறுதியாகத் தான் போரிடும் பேறு பெற்றது குழந்தையோடன்று என்றும், அவனே எல்லாம் வல்ல முழுமுதற் பொருளென்றும், மெய்யுணர்வு பெறுகிறான். உடனே, தலையால் வணங்க வேண்டும், நாவால் துதிக்க வேண்டும், கால்களால் வலம் வரவேண்டும் என்று நினைக்கிறான். ஆனால், இந்நினைவை அடுத்து மற்றோர் நினைவு தோன்றுகிறது. அதுவே அவனது இறக்கிற்குத் காரணமாகிறது. 'தடுத்தது மானம் ஒன்றே' என்று அவனே கூறுவிடுகிறான். அஞ்ஞானம் என்று கூறப்படும் அறியாமை நீங்கினும் அவ்விடத்தைப் பற்றிக் கொண்டு எல்லையற்ற மானம் ஆட்சி செய்ய முற்பட்டுவிடுகிறது. மானம் சிறந்ததாயினும் அஃது அறிவு, ஞானம் போன்ற மற்றப் பண்புகளை நீக்கி ஆட்சி செய்ய முற்பட்டமையின் அவன் அழிவு நேரிட்டது.

கோவலன் மாதவிபால் கொண்ட காதலுக்கும், அவளைப் பிரிந்த பின்னர் அவன் உணர்ந்த மானத்திற்கும் நிகழ்ந்த பூசலே அவனது அவல நாடகமாக ஆகிவிட்டது. மாதவிபால் வாழுகின்ற வரையில் எவ்வாறு மற்ற உலகத்தை மறந்திருந்தானோ அவ்வாறே அவளை விட்டு நீங்கினதும் ஏனைய உலகை அவன் மறந்துவிட்டான். தான் வாழ்ந்த வாழ்க்கையில் அடைந்த தோல்வியைப் பிறர் அறியும் முன்னர்த் தான் வெளிநாடு சென்றுவிட வேண்டும் என்று நினைத்தான். அவ்வாறு செல்ல, அவன் நினைவைத் தூண்டியது மானம் ஒன்றே. அங்ஙனம் அவன் செய்திருக்க வேண்டா என்பதை நாம் அறிவோம். மீண்டும் அவன்பால் செல்லாமல் அவன் வாழ்ந்திருப்பின் அதுவே மானம் காத்தமையை அறிவித்திருக்கும். ஆனால், அவன் மதுரை சென்றது மானமாகிய பண்பை மிகைப்படுத்தியதாகும். இதுவே அவன் சாவுக்குக் காரணமாகிவிட்டது.

அவலங்கள் தோன்றும் காரணம் பற்றி அவற்றை இரண்டாகப் பிரிக்கலாம். அவற்றுள் முதலாவது இரண்டு தன்னலமற்ற பண்பாடுகளுள் தோன்றும் போராட்டம் பற்றி நிகழுகிற அவலம்.

இத்தகைய அவலம் தமிழ் இலக்கியத்தில் காணப்படுவதில்லை. காரணம், நன்மைக்கும் நன்மைக்கும் முரண் ஏற்படுவதைப் பழந்தமிழர் ஏற்றுக் கொண்டதே இல்லை. பிறர் பொருட்டாகத் தன் வாழ்க்கையைச் செலுத்த ஒருவன் முனைந்து அதில் தோல்வி எய்தின் அதனை இவ்வகை அவலத்தில் சேர்க்கலாம். ஆனால், அங்ஙனம் வாழ்ந்து தோல்வி எய்து, அதனால் அழிந்துபோயினும் அத்தகையோர் வாழ்வை அவலம் எனத் தமிழர் கொண்டிலர். பெரிய புராணத்தில் கூறப்படும் சில நாயன்மார் வரலாறுகள் இவ்வகுப்பைச் சேர்ந்தவை. இவ்வவலத்தின் அடிப்படை, தன்னையும் தன் செயலையும் அடிப்படையாகக் கொண்டதன்று. இஃது ஒரு சிறந்த அவலமே. இறுதியில் ஏற்படும் இழவில் நாம் அவலத் தலைவன் பெற்ற தண்டனை தகுதியானது என்று நினைப்பதற்கும் அஞ்சுகிறோம். தண்டனை தந்த பொருள்மாட்டுக் கொண்ட மதிப்பால் வேறு வழியில்லை என்றே நினைக்கிறோம்.

ஆனால், ஹேகல் முதலியோர்களால் ஒத்துக் கொள்ளப் பட்ட இதனிலும் வேறுபட்ட அவலம் ஒன்றுண்டு. இந்த அவலத்தின் அடிப்படைப் பொருள் இரண்டும், தனி மனிதனையும் அவனுடைய பண்புச் செயல்களையும் பொறுத்தவையே.

உலகத்திற்காகவோ, தனது சமுதாயத்திற்காகவோ செய்யப்படுஞ் செயல் ஒன்றும் ஈண்டில்லை, கதையின் போக்கில் அவலத் தலைவனது எண்ணம், செயல்களின் அடிப்படைக் காரணத்தை நாம் காண முடிகிறது.

இராவணனுடைய எண்ணத்திலும் செயலிலும், அரக்கர் சமுதாயத்தைப் பற்றிய கவலை ஒன்றும் இல்லை. ஏன்? அருமைத் தம்பியும் தனையனும் கூட அவனுடைய மனம் கருது முடிவு பெற உதவும் தூண்களாகப் பயன்படுகிறார்களே தவிர வேறில்லை. தனிப்பட்ட அவனுடைய ஆசை முடிவு பெற இத்துணைச் செயல்களும் நிகழ்கின்றன. இவ்வாசை முறையானதா என்ற கேள்விக்கு நாம் விடை இறுத்துப் பயனில்லை. முறையற்றதென்றே யாவரும் ஒப்புக் கொள்வோம். ஆனாலும், முறையற்ற ஆசை இவ்வளவு தூரம் வாதாடலாமா எனின், அதற்கு அவனே விடை கூற முடியும். அவலத்தில் இக்கேள்விக்கும் அவசியமில்லை என்றே கூறிவிடலாம். நாம், ஒழுக்கம் என்றும், சட்டம் என்றும், கட்டுப்பாடு என்றும் வைத்துக் கொண்டிருக்கும் அளவுகோல்களைக் கொண்டு இவ்வவலத் தலைவர்களின் செயலை அளவிட முடியாது. நம் சட்டதிட்டங்களே அவர்கட்கும் ஏற்றனவாக இருப்பின் நமக்கும் அவர்கட்கும் வேற்றுமை இல்லாமற் போய்விடும். அவ்வாறாயின், அவர்கள் நம் போன்ற சாதாரண மனிதர்களாக ஆவார்களே தவிர அவலத் தலைவர்களாக ஆகமாட்டார்கள். அவர்களின் சட்ட திட்டங்களை அவர்களே வகுத்துக் கொள்கிறார்கள். ஆதலால் செயலும் செயலுக்கேற்ற முடிவும் இருக்கின்றனவா எனக் காண்பதே அவலத்தின் நோக்கமாகும் என்கிறார் ஹேகல் என்ற பெரியார்.

தமது இன்பம் ஒன்றையே கருதி வாழ்ந்த அவலத் தலைவராகிய இராவணன் போன்றார் இலக்கியத்தில் இடம் பெறுவது இராமன் பெருமையை மிகுதிப்படுத்திக் காட்டவேயாகும் என்று ஒரு சிலர் நினைக்கிறனர். இது தவறு, தவறான செயலில் ஈடுபடினும், தன் பாலுள்ள ஏனைய சிறந்த பண்புகளால் இராவணன் ஒரு தலைவனுக்கு வேண்டும் சிறப்புகள் அனைத்தையும் பெற்றிருக்கிறான். இறுதியில் அவன் இறக்கும் பொழுது, தகுந்த தண்டனையை அடைந்தான் என்ற எண்ணம் மட்டும் நமக்குத் தோன்றவில்லை. அதற்குப் பதிலாக வருத்தத்தையும் இரக்கத்தையுமே அடைகிறோம். கவிஞனும் அவ்வாறே அடைகிறான். இவனோ இந்நிலையடைந்தான்?

என்றே வருந்துகிறோம். ஆனாலும் அவலத் தலைவன் இறுதியில் ஒருவிதமான ஆறுதலடைய வேண்டுமென்றே விரும்புகிறோம். இவ்வாறுதல் எத்தகையதாக வேண்டுமானாலும் இருக்கலாம். இத்தகைய எண்ணம் நம் மனத்தில் உண்டாகக் காரணம், நாம் அவலத் தலைவனின் முழுத் தன்மையிலும் ஈடுபட்டிருந்தமையேயாகும். அங்ஙனம் அல்லாமல் அவனுடைய தீமையை மட்டும் நினைந்திருப்போமாகில் எவ்விதமாகவேனும் அவன் அமைதி பெற வேண்டுமென்றே விரும்புகிறோம். அவ்வமைதி எவ்விதமாக வேனும் இருக்கலாம். இவ்வுலகைவிட மேலுகம் சிறந்ததாகலின் அதனை விரும்பி உயிரைவிடும் தலைவர்களும் உளர். அல்லது தமது வீழ்ச்சியில் அமைதியைக் காணுகிறவர்களும் உளர். இறுதியாகத் தம்மை நசுக்கிக் கொல்லும் துன்பங்களிடையே நின்றும் இறுதிவரைத் தமது கருத்தை விட்டுக் கொடாது நின்று உயிரைவிடும் அவலத் தலைவர்களும் உண்டு.

தான் கொண்ட கொள்கையை இறுதிவரை விடாது பற்றி நிற்கும், வீரம், தனக்கு அழிவு வந்தவிடத்தும், அதனை ஏற்றுக் கொண்டு அக் கொள்கையை நிலைநாட்டும் அவ்வீரம் போற்றற்குரியது. இங்ஙனம் கொள்கைக்காக உயிரை விடுதலினாலேயே இவர்கள் வீரர்கள் என்றும், அவலத் தலைவர்கள் என்றும் போற்றப் பெறுகின்றனர்.

அவலஞ் சிறக்கின்ற கதைகளுள் காட்டப்படும் நிகழ்ச்சிகள் பலவகைப்படும். அவலத்தை மிகுதிப்படுத்திக் காட்டும் வன்மை, ஆசிரியனைப் பொறுத்ததே. உடலுக்கு நேரும் துன்பமும் அவலத்தைக் காட்டுகிறது. அதைவிட அதிகமாக மனம் துன்பமடையும் பொழுது அவலம் மிகுதிப்படுகிறது. இவற்றுள், அவலத் தலைவனின் வீழ்ச்சிக்குக் காரணமாகக் காட்டப்படும் பொருள்களுள் ‘விதி’ என்ற ஒன்று மிக இன்றியமையாதது. விதி என்று கூறினவுடன் அது கையாலாகாதவர்கள் கூறும் சமாதானம் என்ற முடிவுக்கு வருதல் தவறு, உலகிடை எத்தனையோ செயல்கள் நடைபெறுகின்றன. நமது அறிவை எவ்வளவு தீட்டிக் கொண்டு அவற்றிற்கெல்லாம் காரணம் என்னவென்று ஆராய்ந்தாலும் ஒரு முடிவுக்கு வர இயலுவதில்லை. உலகில் நடைபெறுகிற செயல்கள் எல்லாம் காரண காரியத் தொடர்பால் கட்டுப்படுத்தப்படுவதில்லை. மனிதனது செயல்கள் நிச்சயமாகப் பலனைத் தந்தே தீரும். ஆனால். அவை எப்பொழுது பலன் தரும் என்று கூறுவதற்கில்லை. எறியப்படும் வேகத்திற்கேற்ப

உடனேயும் காலந் தாழ்ந்தும் விழும் உடனே வீழினும் சிறிது காலந்தாழ்ந்து வீழினும் விழுதல் என்பது தவறாது. மேலும் கல்லை எறிந்தால், அது திரும்புங்கால், கல்லாகவே வருமே தவிர, மலர் மாலையாக வருதல் இயலாத காரியம். இக் கருத்தே பற்றி நல் வினையின் பயன் நன்மையாகவும் தீவினையின் பயன் தீமையாகவும் வந்து தீரும் என்று கூறப்படுகின்றன.

சில செயல்களின் பயன் பிறவி தோறுந் தொடர்ந்து வருதல் உண்டு. எனவே, ஒரு பிறவியில் அனுபவிக்கும் பயன், எச்செயலால் நிகழ்ந்தது என்று ஆராய்ந்து பயனில்லை. இக்கருத்தை அடிப்படையாகக் கொண்டே அவலம் நடைபெறுகிறது. கல்வி கேள்விகளிற் சிறந்த தலைவன் ஒரு பெருந்தவற்றைச் செய்கிறான். அவனே தவறு என்று அறியக் கூடிய அதனைப் பிறர் எடுத்துக்காட்டிய பொழுதும் திருந்துகிறானில்லை. காரணம் என்ன? தனக்கு அழிவைத் தானே தேடிக்கொள்ள யாரேனும் முன் வருவார்களா? அழிவு உறுதி என்று அறிந்திருந்தும் ஏன் இத்தலைவன் இங்ஙனம் செய்கிறான். விடை கூற முடியாதவிடத்து விதி என்று கூறுகிறோம். மாட்சியுடைய அவலத் தலைவன் வீழ்ச்சியடையும் பொழுது நாம் வியக்கிறோம். இத்தகைய மாட்சியுடைய ஒருவன் தான் செய்த தவற்றை அறிந்து கொள்ளாமலும், அறிந்த பின்னர் அதனைப் போக்கிக் கொள்ளாமலும் இவ்வாறு வீழ்ச்சியடையலாமா என வருந்துகிறோம். இத்தகைய வீழ்ச்சியை அடைந்தவன் நன்மையும் தீமையும் முரண்பட்டதால் வீழ்ந்திருந்தால் ஒருவேளை மன அமைதியடையலாம். ஆனால், நன்மையும் நன்மையும் முரண்பட அதன் பயனாக வீழ்ச்சியும் அவலமும் ஏற்பட்டிருந்தால் நாம் வியப்பும் திகைப்பும் அடைகிறோம். ஏன் ஒரு நன்மை வீழ்ச்சியடைய வேண்டும், ஒன்று வெற்றி பெற வேண்டும் என்று நம்மையும் அறியாமல் கேட்கிறோம். இவ்வினாவிற்கு விடை கிடைத்தால் இயலாத காரியம் என்று அறிகிறோம். இந்நிலையில்தான் ஆசிரியன் விதி என்ற ஒன்றை முன் நிறுத்துகிறான். விதியின் பயனாலேயே ஒரு நன்மை அழிகிறது. மற்றொன்று வெற்றி பெறுகிறது. அழியும் நன்மை, வலிய விதியால் அழிக்கப்படுகிறது. அதற்குரிய காரணம் நம் அறிவால் காணும் தரத்ததன்று ஒரு வேளை உள்ளுணர்வால் காணலாமேனும், அவ்வழியின் நியாயத்தை எடுத்துக் கூற முடியாது. எனவே, நமது விவகார அறிவால் காரணங் காண முடியாத ஒன்றையே 'விதி'

என்று கூறுகிறோம். விதி வலிதாயினும், அதனை எதிர்த்து மடிபவர் புகழுக்குரியர், வீழ்ச்சிக்கு முழுக் காரணமும் விதியே என்று கூறும் அவலத்தைக் காட்டிலும், தலைவனது செயற்கையாலேயே இம் முடிவு ஏற்படலாயிற்று என்று கூறும் அவலம் சிறந்தது. குருட்டு விதி முன்னே செல்லப் பின்னே செல்கிறான். கோவலன் செய்கிற செயலின் பயன் இதுவாகும் என்று தெரிகிறது செய்பவனல்லன் அவன். அவன் வீழும் போது இரக்கம் ஒன்றுமே நம்மாட்டு நிகழ்கிறது. ஆனால், தான் செய்வது இன்னது என்று தெரிந்திருந்தும், அதன் பயன் எதுவாய் விளையும் என்ற அறிந்திருந்தும், 'விதி வலிது' என்று அறிந்திருந்தும், தனது மனவலி ஒன்றையே துணையாக கொண்டு இறுதிவரைப் போராடி உயிர்விடும் வீரனே அவலத் தலைவன் ஆக எவ்வாறானும் தகுதி உடையவனாவான்.

இத்தகைய வீரர்களின் முடிவின் பிறகு, நம் மனத்தில் இரக்கத்தோடு கூடிய வியப்பும் தோன்றுகிறது. அவன் எத்தகைய தவற்றைச் செய்து அதன் பயனாய் அழிந்திருப்பினும் நம் வியப்புக் குறைவதில்லை. ஒரு சிலர் கருதுகிறபடி இத் தண்டனை இவனுக்கு ஏற்றதுதான் என்ற எண்ணம் தோன்றுவதில்லை. அவனுக்கு அழிவு ஏற்படுகிறவரை அவனுடைய தவறுகள் நம் மனத்தின் முன்னர்த் தெரிகின்றன.

ஆனால், அவன் தவறுகளுக்குச் சாவாகிய முத்திரையை வைத்துவிட்ட பிறகு, நாம் அவன் மேல் காழ்ப்புக் கொள்ளுவதில்லை, தனது முடிவை அவன் வரவேற்கும் முறையில், நாம் நம்மையும் அறியாமல் அவன்பால் மரியாதை செலுத்துகிறோம். நம் மனத்தில் தோன்றும் இம்மரியாதை உணர்வும் ஒரு காரணத்தை உட்கொண்டே தோன்றுகிறது. அவனது வாழ்வில் பெற்ற தோல்வியின் சிகரமாகிய சாவிலே, அவன் பொலிவும், விளக்கமும் பெற்றுத் தோன்றுவதுபோல், அவன் வாழ்வில் எங்கும் பொலிவு பெறவில்லை என்ற எண்ணமே மேற்கூறிய உணர்விற்குக் காரணமாகிறது. இராவணனது வாழ்வின் பிற்பகுதி முழுவதிலும் அவன் பெற்ற தோல்விகளையே காண்கிறோம். எந்த நேரத்தில் சானகியை, அறம் துறந்து மனச் சிறையில் வைத்தானோ அந்த நேரத்தில் அவன் வாழ்வில் தோல்வி புகல் ஆயிற்று. அத் தோல்வியின் சிகரமாகிய அவனது சாவில் அவன் பொலிவும் விளக்கமும் பெற்று விட்டான் என்று ஆசிரியரே கூறுகிறார். 'மும்மடங்கு பொலிந்தன அம்முறை துறந்தான் உயிர் துறந்த

முகங்கள்' இவ்வரிகள் மேற்கூறிய கருத்தை வலியுறுத்தல் காண்க. நம்மையும் அறியாமல், அவன்மாட்டுக் கொண்ட மதிப்பும் பன்மடங்கு உயர்ந்து விடுகிறது. அவனது ஆன்ம உயர்வு நமக்கு அப்பொழுதுதான் புலப்படுகிறது. அவன் அடைந்த 'சாவு' இவ்வெண்ணங்களைப் போக்கடிக்காமல், அவை மிகுவதற்குத்துணை செய்கின்றன. அவன் சாவுக்குக் காரணமாவதற்குத் துணை செய்கின்றன. அவன் சாவுக்குக் காரணமாயிருந்தும், கேவலம் குருட்டு விதியன்று என்றும், கடவுள் தன்மை பெற்ற பொருளே என்றும் நாம் அறிகிறோம். கடவுள் தன்மை பெற்ற பொருளால் அழிந்தான் என்று அறியினும், அவன் மாட்டுக் கொண்ட மதிப்பு நம் மனத்தினின்று நீங்குவதில்லை. இப்பகுதியில் ஐயப்பட்டு இதனை மறுக்கிறவர்களும் உண்டு. பேராசிரியர் ஹேகலே இதனை மறுக்கிறார். குற்றம் காரணமாக வீழ்ந்த அவலத் தலைவர் மாட்டும் வியப்பும் மதிப்பும் நம் மனத்தில் தோன்றுதல் இயலாத காரியம் என்பதே அவருடைய எண்ணம் போலும். ஆனால், அவர் கருத்துப்படி நன்மையும் முரண்பட்டு ஏற்படுகிற அவலத்திலும் குற்றமில்லை என்று கூறுவதற்கில்லை. நற்பண்புகள் ஒன்றை ஒன்று விஞ்சி ஆட்சி செய்ய வேண்டும் என்று நினைப்பதால்தானே அங்கும் அவலம் பிறக்கிறது? அப்படி அவை நினைப்பதும் ஒரு தவறுதானே எனவே, பொதுவாகக் குற்றம் காரணமாக வீழ்ச்சியடைந்தார் மாட்டு நாம் வியப்புக் கொள்வது தகாது என்று கூறிவிட்டால், 'ஹேகல்' கருத்துப்படி ஏற்படும் அவலத்திற்கும் நாம் வியப்படைதல் இயலாத காரியமாகும். எனவே, அவர் கருத்து ஒப்புக் கூடியதாயில்லை. மேலும், தற்காலத்தார் இதனை ஒப்புவதில்லை. ஹேகலின் அவலத் தத்துவத்தை ஆராய்ந்த பேராசிரியர் 'பிராட்லி' என்பாரும் ஹேகலின் கொள்கையை மறுக்கிறார். மேலும், இவ் அவல வீரர்களின் வாழ்க்கையைக் காணும் நமது அனுபவமும் இக்கருத்திற்கு அரண் செய்கிறது.

நிற்க, நமது தமிழ்க் காப்பியங்களிலும் இக்கருத்தே வலியுறுத்தப்படுதல் காணலாம். இராவணன் மாய்ந்தான் என்று கூறி வரும் பொழுது, அவன் பெருமைகளை எல்லாம் ஒன்றொன்றாக எண்ணிப் பார்க்கிறான் கவிஞன். 'மும்மடங்கு பொலிந்தன' என்று இறந்தவன் முகங்களைக் கூறுகிறான் என்றால், கவிஞன் மனத்தில் தோன்றிய மதிப்புக்கு வேறு என்ன சான்று விதியினாலன்று என்றும், விதிக்கெல்லாந்

தலைவனாக வேதமுதற் காரணனாலென்றும் இராவணன் நினைத்தாக ஆசிரியன் கூறிவிட்டான். அங்ஙனம் அவன் கூறுகையிலேயே, நாமும், அம் முதற்காரணனோடு மிக நெருங்கிய தொடர்பு கொண்டுள்ளான் இராவணன் என்று நினைக்கிறோம். ஏனென்றால், ஏனையோர் போலச் சாதாரண முறையில் இராவணன் இறந்துபடவில்லை. அவ் வேத முதற்காரணன் மானுட வடிவம் தாங்கி, அரசைத் துறந்து, தம்பியொடும் கான்போந்தும், மனைவியைப் பிரிந்து, வருந்தி நின்று நீண்டதொரு போரைச் செய்தே இராவணனுடைய உயிரை மாய்க்க வேண்டி இருந்ததென்றால் ஏனையோரினும் இராவணன் வேறுபட்டவன் என்பதும்,. அம் முதற்காரணன் இவ்வளவும் இராவணனுக்காகச் செய்தான் என்பதால் இருவரும் மிகவும் தொடர்புடையவர்கள் என்பதும் நாம் அறிகிறோம். அம்முதற்காரணனாலே கொல்லப்படும் தறுவாயில் தான் கொல்பவனும் கொல்லப்படுபவனும் ஒன்றாக ஆகிவிடுகிறார்கள். அதனாலேயே அவலத் தலைவன் மாட்டு நாம் கொண்டுள்ள மதிப்பு உயருகிறது. வேத முதற்காரணன் நேரே தோன்றி அழிக்கவேண்டிய சிறப்புகளை உடைமையால் தலைவன் சிறக்கிறான். அம் முதற்காரணமானது விருப்பத்திற்கிணங்கியே உயிரைத் தருகிறான்.

இனி அவலத்தில் தீமையின் செயலையுங் காண வேண்டும். பெரும்பாலும் அவலத் தலைவன் வீழ்ச்சிக்குக் காரணமாயிருப்பது அவன்பாற் காணப்படும் ஓரிரு தீமைகளேயாகும். முழுதும் தீமையே உடையாரும், நன்மையே உடையாரும் இவ்வுலகில் இல்லை. முழுதும் தீமையே வடிவானவன் என்று நாம் யாரையும் தள்ளவிடுதற்கில்லை. அப்படிப்பட்டவர்கள் இருப்பினும் அவர்கள் காப்பியத்தில் இடம் பெறுதல் இயலாத காரியம். எனவே, தீமையும் நன்மையுங் கலந்தவர்களே தலைவர்களாகிறார்கள். அவற்றுள் எது மிகுகின்றதோ அக்குணம் அவர்கள் வீழ்ச்சிக்குக் காரணமாகிறது என்றும் கண்டோம். இத்தீமைக்கும் அதன் மறுதலையாய நன்மைக்கும் முரண் ஏற்பட்டுப் போர் ஏற்படுகிறது. நன்மையே வடிவான கடவுளும், அல்லது இயற்கையும், அல்லது சக்தியும் இத்தீமையின் எல்லை தாளாது இதனை அழிக்க வருகின்றனர் என்று அறிகிறோம். அங்ஙனம் அவர்கள் தீமையோடு மாறுபட்டு அதனை அழிக்க வருகையில்தான், அவ்வழிக்கும் சக்தியை நன்மையோடு தொடர்புடையதென எண்ணுகிறோம்.

அழிக்கும் சக்தி எதுவாயினும், அது நன்மையும் உண்மையும் உடையதாயிருக்கும் என்பதில் ஐயமில்லை. தீமை என்றேனும் ஒரு நாள் அழிந்தே தீரும். நன்மைகளே இரு பிரிவாகப் பிரிந்து ஒன்றை விட ஒன்று மேலே செல்ல நினைக்க அந்த நினைவின் விளைவாக அவலம் ஏற்படுதலும் உண்டு. அப்படிப்பட்ட நிலைமையில் நன்மை, நன்மையை அழித்து விட்டது என்று கூறுதல் தவறு ஆகும். ஆனால், அழிந்த நன்மையிடத்தில் ஒருதீமை இருந்ததல்லவா? அஃதாவது, ஏனைய பண்புகளும் நிலை பெற வேண்டு இடத்தில் அவற்றை அழித்து விட்டுத்தானே ஆள வேண்டு என்று நினைப்பதும் ஒரு தவறுதானே அதன் காரணமாக அந் நினைவு மற்றொரு நன்மையால் அழிக்கப்படுகிறது. ஆனால், பெரும்பாலான அவலங்களில் தீமைக்கும் நன்மைக்குமே போர் மூளுகிறது. உதாரணமாகப் பல நற்பண்புகளிலிருந்தும் 'பிறர் மனை நயத்தல்' என்னும் தீமை இராவணன்பால் குடி கொண்டது. இத்தீமையை அறிவுடைய அவனே போக்கிக் கொண்டிருக்கலாம். அன்றேல் பிறர் எடுத்துக் கூறிய பொழுதேனும் திருந்தி இருக்கலாம். கரன் முதலியோர் பட்டபொழுதும், முதற்போர்புரிந்த பின்னரும், கும்பகருணன் குலைந்த பொழுதும், இந்திரசித்தன் இறந்த பொழுதும் கூட அவன் தன் தவற்றை உணர விரும்பவில்லை. வீடணன் சமயத்தில் எடுத்துக்காட்டிய பொருள் மிகச் சிறந்ததன்றோ.

> கோநகர் முழுவதும், நினது கொற்றமும்,
> சானகி எனும்பெயர் உலகின் தம்மனை
> ஆனவள் கற்பினால், வெந்த(து) அல்ல(து) 'ஓர்
> வானரம் சுட்டது'என்று உணர்தல் மாட்சியோ? (கம்பன்-6145)

இவையனைத்தையும் உணராது, தான் செய்வது தவறு என்று அறிந்திருந்தும் மேலும் விடாது தவற்றைச் செய்கின்ற தீமை தண்டிக்கப்பட வேண்டிய தொன்றன்றோ? தீமை அழிக்கப்படும் பொழுது, உடனிருக்கும் நன்மையும் அழிவது வருந்தத்தக்கதே. இராவணன் பாலுள்ள வீரம், தவம் முதலியனவும் உடனழிந்தன. ஆனாலும், அவனது புகழ் நிலை பெறுதல் அவனது ஏனைய நற்பண்புகளின் பயனாம்.

அவலத்தைப்பற்றிய கருத்து வேறுபாடுகள் பல, அவற்றுள் ஒன்று இந்நூலுக்கு இன்றியமையாததாகலின் அதை இங்குக் காண்போம். இராவணன் தீமையே வடிவானவன் என்றும், அவன் பெற்ற முடிவு அவனுக்குப் பொருத்தமானதே என்றும், தீமையை வடிவான இராவணனை நன்மையே

வடிவான இராமன் கொன்றானாதலின் இங்கு அவலமே இல்லையென்றுங் கூறுகிறவர்கள் உண்டு. இவர்கள் கூற்று உண்மையாவென ஆராய வேண்டும். அவர்கள் கருதுகிறபடி வைத்துக் கொண்டாலும் நன்மை அழிக்கப்படும் பொழுது அவலம் தோன்றுகிறது. இவ்விடத்தில் சிறிது சிந்தித்துப் பார்க்க வேண்டு இராவணன் மாட்டே இரண்டும் காணப்படுகின்றன. அவன் கொண்ட ஆசை அழிக்கப்படுவது முறை. இராகவன் வாளி, ‘சானகியை இராவணன் தன் மனச் சிறையில் கரந்த காதல் உள்ளிருக்கும் எனக் கருதி உடல் புகுந்து தடவியது’ என்று கவி கூறுமாற்றான் ஆசை அறவே ஒழிக்கப்பட்டமை பெற்றாம். ஆனால், அழிந்தது அஃது ஒன்றுமட்டுமா? அல்லவே இது மட்டு அழிக்கப்பட்டிருப்பின் அஃது அவலமுமாகாது. அதற்கொரு காப்பியமும் தோன்றாது. ஆனால், அதனுடன் உறைந்த எத்தனை நன்மைகள் அழிந்தன. அந் நன்மைகளின் அழிவுக்கே நாம் வருந்துகிறோம். வியப்போடு கலந்த அச்சமும் கொள்கிறோம். கவிஞனும் அதனையே வலியுறுத்துகிறான். “மூன்று கோடி வாணாளும், முயன்று பெற்ற பெரிய தவமும், முதல்வனால் முன்னாளில் எக்கோடி யாராலும் வெல்லப்படாய் என்று கொடுக்கப்பட்ட வரமும், உலகனைத்தையும் செருக்கடந்த புய வலியும்” எளிமையாக யாரும் பெறுதற்குரிய பண்புகள் அல்லவே நற்பண்புகள் என்பவை இவற்றினும் வேறு எவை உண்டு. இவையெல்லாமன்றோ அழிந்தன இந் நற்பண்புகளின் அழிவுக்கு நாம் வருந்துகையிலேயே அவலம் பிறக்கிறது.

இக் கருத்தோடு மாறுபடுஞ் சிலர் நாம் இராவணன் அழிவுக்கு வருந்துவதில்லையென்று கூறித் தீயவனாகிய இராவணனை அழிக்க நன்மையே வடிவான இராமன் அடையும் துன்பமே நமது சோகத்திற்குக் காரணமென்பர். தசரதனை இழந்தது முதல் இராமன் அடையும் துன்பங்கட்கு நாம் வருந்துகிறோம். ஆனால், நன்மையே வடிவானவனாகக் கருதப்படும் இராமன் துயரிலும், தசரதன் அழிவிலும், பரதன் தவத்திலும், இலக்குவன் உறக்கம் இழந்த தன்மையிலும், சீதை வனம் புகுந்த செயலிலும் அவலம் பிறக்கிறது என்பது பொருந்தாக் கூற்றே. நன்மையின் அழிவில் அவலம் என்பதுண்மை. ஆனால், எந் நன்மையின் அழிவு குறிக்கப்படுகிறது? இராவணனுடைய நற்பண்புகளின் அழிவிலேதான் அவலம் பிறக்கிறது. கவிதைகளைப் படிப்போர்க்கு இக்கருத்து விளங்காமற் போகாது. நன்மைக்கும் தீமைக்கும் இடையே நடைபெறும் போராட்டத்தை அவலத்துள்

'ஹேகல்' சேர்க்காததே இவர்கள் கூற்றுக்கு ஆதாரம் போலும். ஹேகலின் கருத்தையே ஒருசிறிது ஆராய்வோம்.

நன்மைக்கும் நன்மைக்கும் நடைபெறுகிற போராட்டத்தில் மட்டுமே சிறந்த குறிக்கோள் இருக்க முடியும் என்பதும், சமூக நன்மை கருதித் தனி மனிதன் அழிக்கப்பட்டால் அங்கே அவலம் தோன்றும் என்பதும் இவர்கள் முடிவாகும். ஆனால், இந்நிலையிலும் இதற்கு மறுதலையாய நன்மை தீமைப் போராட்டத்திலும் காணப்படும் உண்மைப் பொருள் ஒன்றே. முரண் ஏற்பட்ட பிறகு இரண்டு பக்கங்களிலும் அழிவு நடைபெறுகிறது.

சக்தி, வன்மை, நன்மை என்றவற்றோடும் ஆன்ம சக்தியும் அழிவுறுகிறது. தீமை என்று நம்மால் கூறப்படும் பகுப்பிலும் சக்தி, வன்மை, ஆன்மபலம் என்பவை இருத்தல் கண்கூடு. இவை முறை தவறிப் பயன்படும் பொழுது தீமை என்ற பொதுப் பெயரை அடைகின்றன. ஆன்மபல அழிவுதான், சுருங்கக் கூறுமிடத்து, அவலமாகப் பரிணமிக்கிறது. ஆன்மபல அழிவின் பொழுது ஏற்படும் துன்பத்தைக் கண்டுதான் நாம் உளம் வருந்துகிறோமே தவிரச் சாதாரண துன்பத்தைக் கண்டு உளம் வருந்துவதில்லை. மனத்தில் மட்டுமே வருந்துகிறோம். உளத்திற்கும் மனத்திற்கும் வேற்றுமை உண்டென்பதை மறக்கலாகாது. ஆன்ம பல அழிவின் பொருட்டுமட்டும் ஏன் வருந்துகிறோம்? காரணம், நாம் ஆன்மாவின் மேல் வைத்திருக்கும் மதிப்பே ஆகும். எனவே, நாம் எப்பொருளின் மேல் மதிப்பு (Value) வைத்திருக்கிறோமோ அப்பொருளின் அழிவுக்கே உளம் வருந்துகிறோம். வருத்தத்தின் காரணம் நாம் கொண்டுள்ள மதிப்பே தவிரப் பொருளின் இயல்பன்று.

ஒரே பொருளின் அழிவு பலருக்குப் பலவிதமான அளவில் வருத்தத்தை உண்டாக்குகிறதென்பது யாவரும் அறிந்த உண்மை. ஒரு மனிதன் இறந்தான் என்றால் அதனைக் காணும் அனைவரும் ஒரே அளவு வருத்தத்தை அடைய முடியாது. அவனோடு நெருங்கிய தொடர்புடையார் மிகுதியும் வருந்துவர். ஏனையோர் அவரவர்கள் இறந்தவனோடு கொண்டுள்ள தொடர்பிற்கேற்ப வருந்துவர். காரணம் என்ன? நெருங்கிய தொடர்புடையராய் அவன் குடும்பத்தார் அவன் மாட்டுக் கொண்டுள்ள மதிப்பே அவர்களுடைய வருத்தத்திற் குக் காரண மாகும். பொருள் ஒன்றேயாயினும் காண்பாரின் தொடர்பை நோக்கி அதன் மதிப்பு உயர்ந்தும் தாழ்ந்தும் காணப்படுகிறது.

இந் நிலையில் ஒவ்வோர் ஆன்மாவையும் நாம் மதிக்கிறோம். அவற்றிலும் பண்பாடு பொருந்திய ஆன்மாவை மிகுதியும் மதிக்கிறோம். தான் பெற்ற பண்பாட்டிற்கேற்பவே ஒருவனை மகாத்மாவென்றும், மற்றொருவனை ஆன்மாவென்றும், வேறொருவனைத் துரத்மா என்றும் கூறுகிறோம். இத் தன்மை கொண்டு இராவணனைக் காண்போம். அவன் எத்தகையவன் என்பதை நூலில் பரக்கக் காணலாம். அவனுடைய பகைவர்களே அவனுடைய வீரத்தை வியக்கின்றனர்.

இந்திரப் பெரும் பதத்தை ஆட்சி செய்தது தாழ்ந்த மனோநிலை கொண்டமையால் அன்று, எனவே இத்தகைய ஒருவன், தன்னம்பிக்கையே வடிவான ஒருவன் "என்னையே நோக்கி நான் இந் நெடும்பகை தேடிக் கொண்டேன்" என்று கூறும் ஒருவன் "நாசம் வந்துற்ற காலை நல்லதோர் பகையைப் பெற்றேன்" என்று கூறும் ஒருவன், தன்னோடு பொருகின்றவனை நோக்கி "இவனோதான் அவ்வேத முதற்காரணன்" என்று நினைத்த பின்னரும், "யாரேனும் தானாகு யானென் தனியாண்மை பேரேன் நின்றே வென்றி முடிப்பன் புகழபெற்றேன்" என்று கூறிப் போர் செய்து உயிர் துறந்த ஒருவன் சாதாரணமானவனோ? இராவணனைப்பற்றிக் காணும் பொழுது நமது உளம் வருந்தவில்லையா? நன்மை என்பதும் தீமை என்பதும் ஒப்பு நோக்கிக் காணும் சொற்களே தவிர முழுப் பொருள் தருஞ் சொற்களல்ல. மேலே கூறிய இயல்புகள் இராவணனிடம் காணப்பட்ட ஆன்ம பலமும் நற்பண்புகளும் அல்லவா? இவை நற்பண்புகள் அல்லவெனின் இவை போன்ற பண்புகள் உடைய இராமனை மட்டும் சிறந்தவன் என்று கூறுதல் எங்ஙனம்? இப் பண்புகளாலேயே நாம் கூறும் சாதாரணத் தீயவன் என்ற சொல்லால் அவனைக் குறித்தலாகாது என்று அறிகிறோம். அவ்வாறு கூறின் அஃது அவலமாக ஆகாது. இழவாகவே முடியும் என்பதும் நினைவிலிருந்த வேண்டுவதொன்று.

இன்னும் ஓர் ஐயம் தோன்றியே தீரும். இராவணனிடத்து நன்மை என்பது இருந்திருக்குமானால், அதிலும் நாம் கூறுகிற அளவு இருந்திருக்குமேயானால் அஃது அவனது ஒரு தீமையைப் போக்கி இராதா? அவனது கல்வியும், தவமும் அனுபவமும் வீரமும், ஆண்மையும் இவ்வொரு தவற்றைப் போக்கவில்லை. எனில் அவற்றின் வன்மைதான் என்ன? எண்ணிக்கையில் பலவாக இருப்பினும் அவை வலிமையிற் குறைந்தவை போலும்

இவ்வெண்ணங்களும் வினாக்களும் நியாயமானவையே ஆனால், மனித மனத்தின் கூறுபாடுகளை ஆராய்வார்க்கு இதில் வியப்போ ஐயமோ தோன்றுவதில்லை. இப்பண்புகள் நிரம்பி இருக்கிற காரணத்தால் வேறு இயல்புகள் இருத்தல் கூடாது என்ற கட்டுப்பாடு மனிதனிடம் செல்லாது. இவை இரண்டும் தனித்தனி மனத்தில் தங்கிச் சம வலிமையோடு நிலைபெற்றிருக்கலாம். ஆனாலும் வியக்கத் தக்க ஒரு நிகழச்சி நடைபெறுகிறது. இவ்விரண்டு பண்புகளுள் ஒன்று தலை தூக்கி நிற்கும் பொழுது அதன் மறு தலையான ஒன்று அதனை எதிர்த்துப் போராடாமல் அதற்குத் துணையாகவே நின்றுவிடுகிறது. தீமைக் குணம் மிகுந்த போது அறிவும் அதற்குத் துணை செய்கிறது.

இராவணன் சீதையின் வருணனையைச் சூர்ப்பணகை பாற் கேட்டவுடனேயே அவளை இதயமாம் சிறையில் வைத்தான் என்று கூறப்படுகிறான். இந்நிலையில் அவனிடம் குடிப்புகுந்த இத்தீய பண்பு வளருவதற்கு உதவி செய்கின்றன. இவ்வெண்ணத்தைத் தூண்டி அவளை எவ்வாற்றானும் அடைய வேண்டு என்ற எண்ணத்தை அவன்பால் வளர்த்தவை அவனுடைய ஏனைய நற்பண்புகளேயாகும். அவனுடைய கல்வியறிவு அவளைக் கற்பனை செய்யச் செய்தது. கர தூடணர்கள் அழிந்தன. ரென்றறிந்தும் இராமன் வலியை மதியாது மானிடன் என்று நினைக்கச் செய்தது அவனுடைய தவவலியும் ஆண்மையாகும். எனவே இப்பண்புகள் தாங்கள் செய்ய வேண்டிய நற்செயல்களை விட்டு அவனுடைய தீய எண்ணத்திற்கே துணை நின்றன. அங்ஙனம் துணை நின்றமையால் அவற்றையும் தீயவை என்று தள்ளிவிடுதல் அறிவுடைமையாகாது. நாம் அவனை மதிக்குமாறு செய்பவை அப்பண்புகளேயாகும்.

இவ்வொரு தீய பண்பைத் தவிர ஏனைய நற்பண்புகளில் இராவணன் இராமனுக்குச் சிறிதும் குறைந்தவனல்லன். நற்பண்புகளே நிறைந்த இராமனும் தவறே செய்தறியாதவன் என்று கூறுவதற்கில்லை. மனைவியின் சொற்பொருட்டு மாயமான் பின் போதல் தகாது என்று கூறி இளையோன் சொல்லைத் தட்டிச் சென்ற குற்றத்திலிருந்து, வாலியை மறைந்து நின்று கொன்ற குற்றம் வரை எத்தனையோ அவன் பாலும் ஏற்றிக் காணலாம். ஆனால், அவற்றிற்காக அவனைத் தவறு கூறுவாரில்லை.

அறவினையும் ஆன்ற பொருளும் பிறவினையும்
பெண்ணேவல் செய்வார்கண் இல் (குறள்: 909)

என்பதனை மறந்ததால் இராமன் பட்ட இடுக்கண் கொஞ்சமன்று. ஆனாலும் இத்தவறுகள் பெருந் தவறுகள் அல்ல. அத்தவறுகளால் இராமனும் துன்பமடைகிறான். இராமன் தவற்றைக் காட்டிலும் இராவணன் தவறு பன்மடங்கு பெரியது. எனவே, அவனுடைய உயிரைக் கொடுத்தே தவறுகட்குக் கழுவாய் தேட வேண்டி இருந்தது. பின்னர் இக்கருத்து விரித்துரைக்கப்படும்.

இதுகாறுங் கூறியவற்றான் இராவணன் தீமையே வடிவானவன் என்று நினைப்பது தவறு என்று புலப்படும். தீமை சிறிதும் நன்மை பெரிதுங் கலந்திருந்த மையாலும், அவன் தீமை வீழ்ச்சியடையும் பொழுது உடனிருந்த நன்மைகளும் அழிந்தமையாலும் அவன் வீழ்ச்சி அவலமாகக் கருதப்படுகிறதென்பதும், நன்கு விளங்கும்.

மேலும் அவலத்தின் முடிவு பற்றி ஒரு வார்த்தை கூற வேண்டும். பெரும்பாலும் அவலத்தின் முடிவு அமைதியைத் தரவேண்டும். அவலத் தலைவன் வீழ்ச்சியில் நாமும் வருந்துகிறோம். அவனுடைய முடிவு இரு பகுதிகளையுடையது. ஒன்றில், உண்மை இன்மையை உண்மை அழிக்கிறது என்றைக்கும் உண்மை ஒப்பற்றதும் சிறந்ததுமாகலின் அதுவென்றே தீரும். ஆனால், இவ்வெற்றியின் பின்னர், ஓர் ஆறுதல் இருக்க வேண்டும். அஃதின்றேல் அவலம் நம் மனத்தில் தவறான எண்ணங்களை உண்டாக்கும். வெறுங் காழ்ப்பே மிஞ்சும், எனவே, இறந்த தலைவன் தண்டித்த தலைவனுடன் ஒன்றுபடும் பகுதியை அவலம் எடுத்துக் கூறுகிறது. எந்த ஒரு சக்தியால் இராவணன் துன்பமுற்றானோ அந்தச் சக்தியே இராமனையும் துன்பமடையச் செய்கிறது. இருவரும் துன்பமடைகின்றனர் என்றால் இருவருந் தவறு செய்துதானே இருக்க வேண்டும்? எனவே, முடிவில் இராமன் படுந்துன்பம் துன்ப அளவில் நின்றுவிட இராவணன் துன்பம் அவன் சாவில் முடிகிறது. முடியினும் அவனுடைய சாவில் நமது கவலையும் செத்துவிடுகிறது. தலைவன் சாவில் ஒருவாறு பெருமையுங் கொள்கிறோம் ஏன்? அவனுக்கும் அவனைப் பற்றிக் கொண்ட சாவுக்கும் தொடர்பு ஒன்றுமில்லை. அவன் சாக வியலாது. அவன் செய்த தவறே இறந்துவிட்டது. அவனுடைய ஏனைய பண்புகளும் அவனும் உயர்ந்ததும்

சிறந்ததும் ஆன ஒரு பொருளில் இரண்டறக் கலந்துவிட்டனர். அவலத்தின் முடிவாகக் கருதப்படுவது இதுவேயாகும். அவலத் தலைவன் ஏனையோர் போல மாண்டிருப்பின் அவன் அவலத் தலைவனாகமாட்டான். அவனை அழித்த பரம்பபொருளோடு அவன் மிகுதியும் தொடர்புடையவன். அத்தொடர்பு காரணமாகவே பரம்பொருள் நேரே அவனை அழிப்பதற்காக வந்தான். அவலத் தலைவனிடம் இருந்த தீமை நீக்கப்பட்டதும் அவன் உயர்ந்த அப்பொருளினிடத்தில் ஐக்கியமாகி விடுகிறான்.

இக்கருத்துக்கள் 'ஹேகல்' போன்ற பெரியார்களின் அவல தத்துவத்தோடு பெரிதும் மாறுபடினும் கம்பநாடன் கருத்து இதுவேயாகும். ஒரு சிலர் கருதுகிற படி கம்பன் இராவணன் மீளாத் தவறு செய்த முழுப்பாவி என்று கருதவில்லை. அங்ஙனம் கருதியிருப்பின் அவன் மாட்டு நாம் மதிப்பு வைக்கும்படிப் பாடியிருக்கவும் மாட்டான் ஏன்? கம்பனுடைய பாடல்களை நடுவுநிலை பிறழாது நோக்குவார்க்குக் கம்பனே இராவணன் மாட்டு மதிப்புக் கொண்டிருந்தான் என்பதும் விளங்கும். இராவணனுடைய ஆட்சியின் மாட்சியைப் படலம் படலமாகக் கம்பநாடன் பாடியதன் கருத்தென்ன? வீடணன் முதலியோர் கூற்றாக அவனையும் அவனுடைய தவ வலிமையையும் புகழ்வது எற்றுக்கு? வான்கியோடு பல்லிடங்களிலும் மாறுபட்ட எற்றுக்கு? சீதையைப் பன்னசாலையோடு பெயர்த்து எடுத்துச் சென்றான் என்பது, தனது உயிரினும் இனிய அசோகவனத்தை அழித்த குரங்கைக் கொல்க என்று கட்டளையிட்ட பின்னர், வீடணன் தூதுவரைக் கொல்லற்க என்று கூறினானாக, உடனே அச்செயல் தவிர்ந்தும் எத்தகைய பண்பைக் காட்டுகின்றன? இராவணனைத் தீயவன் என்று காட்ட வேண்டு என்று கம்பன் கருதி இருப்பானே யாகில் இவற்றைப் பாடி இருக்க வேண்டாவே. அசோகவனத்தில் சிறை இருந்த சிதை பொறுக்கவியலாத முறையில் தூற்றியும் கோபமே உருவமான இராவணன் வாளாவிருந்து விட்டான் என்று பாடுவது எற்றுக்கு? மைந்தனை இழந்து ஆறாத் தயர்க் கடலில், மூழ்கிச் செய்வதின்னதென்று தெரியாத நிலையில் சீதையைக் கொல்லத் துணிந்தானாக மகோதரரன் உலகெல்லாம் உளதனையும் பெரும்பழி பிடித்து போலாம், செய்யற்க என்று கூறவே, தனது செயலினின்றும் தவிர்ந்துவிட்டான், இங்ஙனம் எத்தனையோ நற்பண்புகள் கூறப்படுகின்றன.

கம்பநாடன் வான்மீக் கதையை மட்டும் எடுத்துக் கொண்டானே தவிர, அதன் போக்கைத் தன் மனம் விரும்பியபடி மாற்றியமைத்துவிட்டான் என்பது யாவரும் அறிந்தொன்று. அவ்வாறு அவன் மாறுதல் செய்வதற்குரிய காரணங்களும் உண்டு. கதைப்போக்குப் பல இடங்களில் தமிழ் நாட்டார் மனப்பான்மைக்கு ஏற்றதாகவில்லை. எனவே வேண்டுமான இடங்களிலெல்லாம் மாறுதல்கள் செய்துவிட்டான். அங்ஙனம் செய்த அவன் நாம் நினைப்பது போல இராவணனை முழுத்தீயவன் என்று காட்ட விரும்பி இருந்தால் நன்றாகக் காட்டி இருக்கலாம். அங்ஙனம் அவன் செய்யவில்லை. அம்மட்டோ? பல இடங்களிலும் அவனது பெருமை விரித்துக் கூறப்படுகிறது. இராமனுடைய பெருமையும் ஆற்றலும், புகழப்படுவது போலவே இராவணனுடைய புகழும் பெருமையும் கூறப்படுகின்றன. இராவணன் வீழ்ச்சிக்கு மிகுதியாகத் துயரமடைகிறவன் கம்பநாடனேயாவான். இவ்வளவு ஆற்றலும் தவறான வழியிற் சென்று அழிகிறதே என்று வருந்துகிறான். பிறர்மனை நயக்கின்ற பேதைமையைத் தமிழர் பெரிதும் வெறுத்தனர். அத் தவற்றைச் செய்து இராவணனைக் கம்பன் மிகுதியும் வெறுக்கிறான். அங்ஙனம் வெறுப்பதால் இராவணன் மாட்டுள்ள மற்ற சிறந்த பண்பாடுகளையும் வெறுக்கிறான் என்பது கருத்தன்று. இத்தவற்றுக்காக எவ்வளவு வெறுக்கிறானோ அவ்வளவு பிற பண்புகட்காக நேசிக்கிறான். இதனால் இரண்டையும் கூறிக் கொண்டே செல்கிறான். இராவணன் கொண்ட காமம் தவறான தாயினும், ஓர் அவலத் தலைவனுக்கு உள்ள முறையில், அக் காமம் மிக ஆழமாக உள்ளது என்பதையும் இராவணனுடைய ஏனைய நற்பண்புகளும் இத் தவற்றைப் பெரிதாக்கவே உதவுகின்றன. என்பதும் விரித்துக் கூறுகிறான். மயிலிளஞ் சாயலாளை வஞ்சியா முன்னமே இதயமாஞ் சிறையில் வைத்தான் என்பதனால், இராவணன் வாழ்க்கையில் இடைப் பிறவரலாக இத் தவறு நிகழவில்லை என்றும் வேண்டுமென்றே தவறு என்று அறிந்திருந்து செய்தது என்றும் கூறுகிறான்.

இதுகாறுங் கூறியவற்றான் ஓர் உண்மை புலப்பட்டே தீரும். அஃதாவது இராவணனைக் கம்பன் இழித்துப் பேசவில்லை என்பதாம். மேலும் மற்றொரு கருத்தும் காண்டற்குரியது. இராமாயணத்தைப் படிக்கும் பொழுது அதனைப் பற்றி எழுதும் பொழுதும் ஒரே கருத்தோடே செய்கிறோம். இராமனும்

இராவணனும் உண்மையாக வாழ்ந்தார்களா? இந் நூலில் கூறப்பட்டவை அனைத்தும் உண்மையா? இவ்வினாக்கள் நம் மனத்தில் தோன்ற வேண்டிய இன்றியமையாமையே இல்லை. அந்நூலை இக்கருத்தோடு படிக்கலாம். ஆனால், அதில் கம்பன் காட்டிய இராம இராவணர்களைக் காண முடியாது. நாம் விரும்பும் இராம இராவணர்களையே காண்டல் கூடும். மேலே கூறிய கருத்து மனத்தில் தோன்றியவுடனேயே விருப்பு வெறுப்புகள் மனத்தில் முளைத்து விடுகின்றன. அவற்றிற்கு ஆளாகிவிட்ட நாம் நாம் விரும்பும் கருத்துகளை நூலில் ஏற்றிக் காண்போமே தவிர அவன் கூறுவனவற்றை அறிய முடியாதவர்களாகி விடுவோம். எனவே இக் கருத்தை நீக்கி அதனை ஒரு காவியமாக நினைப்போமாக காவியப் பண்புகள் நிறைந்த ஒரு காவியமாக நினைப்போமாக காவியப் பண்புகள் நிறைந்த ஒரு நூலாகும் கம்ப ராமாயணம். அதில் காணப்படும் இராமன் முதல் யாவரும் கம்பன் பெற்ற பிள்ளைகளே ஆவர். அவனாகப் பெற்ற பிள்ளைகட்கு அவனே குணங்கள் கற்பிக்கிறான். அவனாக ஒருவனை அதிகம் விரும்பிப் புகழ்ந்து மற்றையோரை வெறுத்த இகழ்கிறான் என்ற கூறுவோமாயின் தவறிழைத்தவர்களாக ஆவோம். காவியத்தைக் கற்பதால் விளையும் இன்பமும் நமக்க இல்லாமற் போய்விடும். எனவே, விருப்பு வெறுப்பு நீக்கி. நூலில் காணப்படும் அனைவரையும் படைத்து, காத்து, அழிக்கின்றவன் கவிஞனே என்பதைத் திண்ணமாக மனத்துட் கொண்டு கவிதைகளை அனுபவிக்க வேண்டும். அப்பொழுதுதான் நாம் இன்பமடைய முடியும். மேலும் கவிஞன் கருத்து எது என்பதையும் அறியமுடியும்.

இம்முறையில் நோக்கின், கம்பன் இராவணனை ஓர் அவலத் தலைவனாகவே கருதித் தனது காப்பியத்தை இயற்றினான் என்பது விளங்கும். அம்முறையிலேயே இந்நூலும் எழுதப்படுகிறது.

# நூல் வழி

இராவணன் போன்றவொரு சிறந்த தலைவனே அவலத் தலைவனாக இருக்க இயலும். இத் தலைவனைப்பற்றிப் பல வகையிலும் நாம் அறிய வேண்டுவது இன்றியமையாததாகின்றது. சில வழி துறைகள் வகுத்துக்கொள்வதன் மூலம் அவனை நாம் முற்றிலுங் காணக்கூடும். இராவணனைப்பற்றி ஏனைய பாத்திரங்களின் கருத்துகள் எவை எவை என்பதை முதலில் அறியவேண்டும். அவனைப் பற்றி அவன் தம்பி கும்பகருணன், மைந்தன், மனைவி இவர்களுடைய கருத்துகள் முதலிற் காண்டற்குரியன.

இவை அவன் உறவு கொண்டார் கூற்றுகள்.

இனி அடுத்துக் காணவேண்டுவன அவன் பகைவர்களாகிய வீடணன், இராம இலக்குவர். சடாயு, சுக்ரீவன், அனுமன், சீதை ஆகியோர் கருத்துகள். இவை எல்லாவற்றையும்விட அவனே தன்னைப்பற்றிச் சொல்லிக்கொள்ளும் கூற்றுகள். இவையெல்லாம் ஒருபுறமிருக்க, இவ்வனைவரையும் படைத்துப் பேசுமாறு செய்த கலைஞன் கூற்று. இம் முறையில் ஆராய்ந்து இராவணனை முழுவடிவம் பெற்ற ஒருவனாகக் காணவேண்டும். இத்தன்மை பெற்ற அவன் வீழ்ச்சிக்குரிய காரணத்தைப் பின்னர் ஆய வேண்டும். இம்முறையை அடிப்படையாகக் கொண்டு முதலில் இராவணன் மாட்சியைக் காண்போமாக.

# இராவணன் மாட்சி

## 1. இலங்கையின் மாட்சி!

**இரா**வணன் ஆட்சி செய்த நாடே அவன் பெருமைக்கும் சிறப்புக்கும் ஓர் எடுத்துக்காட்டாய் விளங்கியது. நாடு இத்தகைய சிறந்த நிலையிலிருந்தது என்று கூறினாலே அதனை ஆட்சி செய்த மன்னவன் நிலையும் விளங்கும் எனக் கருதிய கம்பநாடன், 'ஊர் தேடு படலம்' என்னுமொரு படலத்தை ஆக்குகிறான். அதன்கண் இலங்கையின் சிறப்பு ஒருவாறாக விவரிக்கப்படுகிறது. இன்று நாம் காணும் இலங்கையே மிக்க வளமுடையது. அன்று ஒரு சிறந்த மன்னனால் ஆட்சி செய்யப்பட்ட காலத்து அஃது இன்னும் சிறந்திருக்கும் என்பதில் ஐயமில்லை.

பன்னெடுங் காவதம் அகன்றும் விரிந்தும் உள்ளது அப்பழம் பெருநாடு. நாட்டின் இடையே திகழ்வது நகரம். உயிரினங்கள் யாவும் வாழ்வதால் அந்நகர் உலகை வாழ்விக்கும் திருமாலே போன்றது என்று ஆசிரியன் உவமை கூறுகிறான். நகரில் அமைந்துள்ள வீடுகள் செல்வச் செருக்கை வெளிக் காட்டி நிற்கின்றன. உலகம் முழுவதையும் வென்று அடிப்படுத்தி நிற்கும் வெற்றி வீரன் ஒருவனுடைய நகரம் செல்வத்தில் செழித்திருந்தது என்பதில் வியப் பொன்றுமில்லை அன்றோ? வீடுகள் பொன்னினால் கட்டப் பெற்று மணிகள் அழுத்தப் பெற்றுள்ளன. அவை வீசும் ஒளி மின்னலையும், கதிரவனையும் தோற்கச் செய்கின்றது. இவை உயர்வு நவிற்சியணியின் பாற்படினும், இவற்றுள் உண்மையில்லாமற் போகவில்லை. இத்தகைய அருநகரைச் சமைத்த 'தேவதச்சனைப் புகழுதல்

ஒல்லுமோ!' என்று கூறுமுகத்தான், ஆசிரியன், 'கலைஞனது படைப்பினை யாவரே முடியக் காண்பார்!' என்ற உயர்ந்த தத்துவத்தை விளக்குகிறான். இத்தருணத்தில் இராவணனே ஒரு கலைஞன் என்பதை அறிய வேண்டும். ஒரு நகரின் பெருமையைப் பொருட் செல்வர் வாழும் இடத்தை மட்டும் கண்டுவிட்டுப் புகழுதல் சிறப்புடைமையாகாது. இலண்டன் மாநகரப் பெருமையைக் கிழக்கு இலண்டனைப் பார்த்த பிறகு, யாரும் விவரிக்க முன் வாரார். உலகத்தில் பல்லிடங்களிலும் உள்ள வறுமைக்குச் சிறிதும் இளைக்காத வறுமை தாண்டவமாடும் இடம், கிழக்கு இலண்டனாகும். ஆகவே, உண்மையை உணரவேண்டுமாயின், இத்தகைய பகுதிகளையே காணல் வேண்டும். இதேபோலக் கம்பநாடன் இலங்கையில் மக்கள் வாழும் பகுதிகளை வருணித்துவிட்டுக் குதிரைகளும் யானைகளும் கட்டப்படும் கொட்டிலைக் கூறுகிறான். மிருகங்கள் கட்டப்படும் இடங்கள் மிகச் சிறப்புடையனவாய் இருப்பதற்கில்லை. ஆகவே, அவற்றின் சிறப்பைக் கூறின் மற்றவற்றைப்பற்றிக் கூற வேண்டா என்று நினைத்துப் போலும் அதனைக் கூறுகிறான்! "மரகதம் முதலியனவற்றால் செய்யப்பெற்ற தேர்கள் நிறுத்தப்படும் கொட்டிற்சாலைகள் சூரியனும் வெள்கும்படி ஒளிவிடுகின்றனவாதலால், இவற்றையுடைய இலங்கையோடு ஒப்பு நோக்கினால், சொர்க்க உலகமும் நரகமென்றே மதிக்கப்படும்" என்கிறான்.

இரவி வெள்கநின்று இமைக்கின்ற இயற்கைய என்றால்
நரகம் ஒக்குமால் நன்னெடுந் துறக்கம்இந் நகர்க்கு. (கம்பன்-4848)

இவ்வரிய நகரைச் சுற்றி மதில்கள் காணப்படுகின்றன. தேவருலகையே சென்று முட்டுவனவாய் உள்ளன அவை. பொன்னாலே சமைக்கப்பட்ட அம் மதில்கள், "ஊழி திரிநாளும் உலையா மதில்" *(4896)* என்று கூறப்படுகின்றன. நாட்டுக் காவற்கு மதில் எவ்வளவு இன்றியமையாததென்பது கூற வேண்டுவதின்று.

உயர்வு, அகலம், திண்மை, அருமைஇந் நான்கின்
அமைவுஅரண் என்றுரைக்கும் நூல். (குறல் - 743)

என்ற பாடல் கருத்தைத் தன் மனத்துட் கொண்ட ஆசிரியன், "கதிரவன் இராவணன் ஆணைக்கு அஞ்சி இலங்கை மீது செல்வதில்லை என்று பிறர் கூறுவது தவறு. இவ்வுயர்ந்த மதிலைத் தாண்டிச் செல்ல இயலாததாலன்றோ அவன்

இலங்கை மேற் செல்வதில்லை?" என்று இங்ஙனம் இயம்பி அனுமன் வியந்ததாகக் கூறுகிறான். மதிலின் சிறப்பைச் சிறந்த வீரனும், காற்றின் மகனும், கருங்கடலைத் தாவிச் செல்ல வல்லவனுமாகிய அனுமனே புகழ்ந்ததால், இது பன்மடங்கு உயர்தல் காண்க.

இப்பெருமதிலிடத்துக் காணப்படுகிறது வாயில், ஓயாது பகைவர்க்கஞ்சும் நாடோ சிறு வாயிலையுடையதாயிருக்கும். இராவணனது வாயில் மேரு மலையை நிறுத்தி அதன் நடுவே ஒரு வெளி செய்தது போலவும், தேவர்கள் ஒருசேர வந்து புகுதற்கமைந்த பெருவெளி போலவும், கடல் நீர் வந்து புகுவதற்குச் செய்த பிலம் போலவும், அகன்றும் உயர்ந்தும் காணப்படுகிறது. அவ்வகன்ற வாயிலிடத்துக் காவல் புரிகின்றனர் வீரர். ஆயிரக்கணக்கான

கள்ளவினை வெவ்வலி யரக்கர்இரு கையும்
முள்ளயிறும் வாளும்உற முன்னம்முறை நின்றார்.        (கம்பன் 4902)

என்று கூறுமுகத்தான், அக்காவலினது சிறப்பைக் கூறுகிறான் ஆசிரியன். துப்பாக்கியைத் தோள் மேலிட்டுத் தூங்கும் இற்றை நாளில், காவலர், அத்துப்பாக்கி இல்வழி வீரராகார். ஆனால், அவ்வரக்கர் ஆயுதமில்வழியும், வலியும், இரு கையும், பல்லும் ஆயுதங்களாகப் பயன்படுத்தும் தன்மையுடையார் என்று கூறுகிறான் ஆசிரியன்.

இவ்வரும் பெரு மதிலை அடுத்து வளைந்து கிடப்பது அகழி. அதனுடைய ஆழத்தையும் அகலத்தை யும் அளவிட்டுக் கூறுதலைக் காட்டிலும், உலகினை வளைத்துள்ள ஏழு கடல்களும் இராவணன் ஆணைக் கஞ்சி, அவனை நேரே காண வன்மையற்று, அவனது மதிலைச் சுற்றி உலாவி வருவன போன்றுள்ளன என்று கூறிவிடலாம்.

இராகவன் பெருமையை நன்கறிந்த அனுமனே, இலங்கையின் பாதுகாவலைக் கண்ட பிறகு, "சேவகனும் யாமும் வெவ்வமர் தொடங்கிடின் என் ஆய் விளையும்! மேலும் கடலைக் கடப்பது அரிதன்று. அங்ஙனம் கடந்த பின்னர் இக்காவலைக் கடத்தல் அரிதாகவே முடியும். போரும் மூண்டுவிட்டதாயின், நெருங்கு அமர் கிடைக்கும் நெடுநாள்," என்று நினைப்பானேயாகில், அந்நகரின் காவல் மிகுதியைப் பற்றிக் கூறவேண்டுவது என் உளது?

இத்தகைய சிறப்பு வாய்ந்த நகரில் வாழ்ந்தவர் எத்தகையர் என்பதைக் காணல் வேண்டும். மக்களைப் பொறுத்தே ஒரு நாட்டின் பெருமையும் சிறுமையும் ஏற்படுகின்றன என்பது தமிழருடைய கொள்கையாகும். இது கருதிய ஔவையார், நாட்டை நோக்கிக் கூறுகையில், "நிலனே, நீ நாடாக இருப்பினும் காடாக இருப்பினும், பள்ளமாக இருப்பினும் மேடாக இருப்பினும், அவற்றால் பெருமை சிறுமை அடைவதில்லை. யாண்டு நல்லார் உளரோ, ஆண்டே நீயும் நல்லை," என்று கூறிப் போந்தார். இலங்கை மாநகரம் இவ்வளவு சிறப்புடையதாயிருந்தும், அது சிறந்ததாகாது. முன்னர் நாட்டின் வளத்தை நோக்கி, "நரகம் ஒக்குமால் நன்னெடுந்துறக்கம் இந்நகர்க்கு," என்று கூறிய ஆசிரியன், அவ்வுமையையே மேலும் கூறிக் கொண்டு செல்கிறான். "செல்வம் மிகுந்த இலங்கை மாந்தர், நன்கு வாழத் தெரிந்தவர்; இன்பத்தை அனுபவிக்கத் தெரிந்தவர்; சிந்தையில் நிறைவோடு வாழ்ந்தனர்," என்றெல்லாம் ஆசிரியன் குறிக்கிறான்.

நாட்டின் உண்மை வளர்ச்சியைக் குறிக்க வல்லார் பெண்டிரே. பெண்டிர் நல்லவராயிராத நாட்டிலும் அவர்கள் அடிமைகளாயுள்ள நாட்டிலும் வீரம் முதலியன விளையா. எனவே, இலங்கை மாநகரப் இருந்த நிலையைக் காண்போம். அவர்கள் பேச்சை என்னென்று கூறுவது! குழலும், வீணையும், யாழுமென்று இனையன குழைய மழலை மென் மொழி பேசும் மடவார்களாம் அவர்கள். அவர்கட்கு ஏவல் செய்பவர் தேவமாதர்! இத்தகைய நிலையைப் பெற்ற அவரை என்னென்று புகழ்வது! "தவஞ் செய்த தவமே அவர்கள்," என்று கூறி அத்துடனமைகிறான் ஆசிரியன். அவர்கள் பொழுதைக் கழிக்கும் வழியே மிகச் சிறந்ததாயுள்ளது. முருகியற்சுவையை *(Aesthetic Taste)* முற்றுமுணர்ந்த அவர்கள் இசையிலும் இன்பத்திலுமே பொழுது போக்குகின்றார்கள். பலர் பாடுகின்றனர். பலர் அப்பாடல்கட்கேற்ப ஆடுகின்றனர். சிலர் அவ்வாட்டத்திற்கேற்ப வாத்தியங்கள் முழக்குகின்றனர்; அன்றலர்ந்த கற்பக மலரையே விரும்பிச் சூடுகின்றனர். அவர்களோடு ஒருங்கிருந்து விளையாடுபவர் தேவ மாதர். அவர்களது தூபத்தினின் றெழுந்த புகை மேக மண்டலத்தை மூடுகிறது. கானகத்து மயில்களைப் போலவும், அன்னங்களைப் போலவும் சென்று வான மகளிர் தெய்வத் தன்மையுடைய நீரால் மஞ்சன மாட்ட, அவர்கள் குளித்தெழுகின்றார்கள்.

புண்ணியஞ் - செய்தமையான், தேவருலகத்து வாழ்வதாகக் கருதப்படுகிற தேவமாதர் மஞ்சனமாட்ட, அரக்கியர் ஆடுகின்றனர் என்றால், இது விந்தையன்றோ! மஞ்சன மாடி முடித்த மகளிர், உணவுண்டு, பின்னர் இசை இன்பம் துய்த்து, இறுதியில் கணவன்மாரோடு இன்பக் கேளிக்கையிற் பொழுது போக்குகின்றனர்; அவ்வின்பத்தின் நடுவே மது அருந்துகின்றனர். இதனை ஆசிரியன் "வரம்பின்றி வளர்ந்த காமம் வருத்திய பயிர்க்கு நீர் போல் அரு நறா அருந்துகின்றார்."! என்று கூறுவது அறிந்து மகிழற்குரியது! மகளிரது வடிவழகைப் பல படியாக வியந்த ஆசிரியன், "ஓவியம் அனைய மாதர்" என்று கூறி முடித்துவிடுகிறான். கற்பனை ஒன்றுக்கே இயைவதாகிய ஓவியம், கலையின் பாற்படும். கலை, மனத்தின் எல்லையைக் கடந்து நிற்பது; 'ஓவியம் அனைய' என்று ஆசிரியன் கூறுமிடத்து, 'கற்பனையால் வரித்துக் கொள்ளப்பட்ட அழகெலாம் திரண்டு உருவு கொண்டதை ஒத்தவர்' என்றே பொருள் கொள்ள வேண்டும். எனவே, இவ்வளவு அழகுடைய மகளிர் தவஞ் செய்த தவமே போன்று வாழும் மகளிர் வாழ்க்கை முறை எது என்பதையும், பொழுதைக் கழிக்கும் முறை எது என்பதையும் ஒருவாறு கண்டோம். இத்தகைய வாழ்க்கையை மகளிர் நடத்தினரென்றால், அது மன்னவன் சிறப்பாலேயே நடைபெற்றிருக்க முடியும். அச்சம் என்பது ஒரு சிறிதும் இல்லாது செல்வம் கொழிக்கும் நாட்டிலேயே இஃது இயலும். அம்மட்டோ? இவை இரண்டுமிருந்துங்கூடக் கலையறிவு இல்லை என்றால், அங்கு இசைக்கும் நடனத்திற்கும் இடமேது? எனவே, இலங்கை மகளிர் கலைச் செல்வம் பெற்றுத் திகழ்ந்தனரென்பது ஒருதலை. இங்ஙனம் அவர்கள் வாழ வழி செய்தவன் இராவணனே அல்லவா? இலங்கை முழுதும் சுற்றித் திரிந்து, அவர்கள் வாழ்க்கையை அவர்கள் தன்னைக் காணாத வகையில் கண்டவனாகிய அனுமன், தன் கருத்தைத் தெரிவிக்கின்றான். அவர்கள் தன்னைக் காணாத வகை வடிவங் கொண்டு அவன் சென்றான் என்று கூறுகிறான் கம்பன். அங்ஙனம் கூறவேண்டிய இன்றியமையாமையும் உண்டு. இன்றும், ஒரு நாட்டிலிருந்து மற்றொரு நாட்டினைக் காண அரசரோ, அல்லது அவர் அருள் பெற்றவரோ செல்வராயின், அவர் செல்லும் நாட்டில் எல்லாவற்றையும் காண இயலாது. அந்நாட்டின் விரும்பத்தகாத பகுதிகளெல்லாம் மறைக்கப்பட்டு, விரும்பத் தகுந்தனவும் காண்டற்குரியனவும் ஆகிய பகுதிகளே காட்டப்படும்.

இரஷ்யா தேசத்தைக் காணச் செல்கிறவர்கள் இந்நிலையை அடைகிறார்கள் என்று நாம் புத்தகங்கனிற் படிக்கிறோம். காண வருபவர் பகையரசன் நாட்டினராகவோ, அல்லது ஐயத்திற்குரிய நண்பராகவோ இருப்பின், கேட்க வேண்டுவதில்லை. அரசியலை நன்குணர்ந்த கம்பநாடன், வேண்டுமென்றே இதனை இங்ஙனம் கூறுகிறான்; எத்துணையோ சந்தருப்பங்களிலிருந்தும் இலங்கையை வருணிக்க வேண்டும் பகுதியை அனுமன் மாட்டு விட்டுவிடுகிறான். இதற்குக் காரணங்கள் பல உண்டு. முதலாவது, அனுமன் இலங்கைக்கும் இராவணனுக்கும் ஏன்? அரக்கரனைவர்க்குமே பகைவன்; மேலும் இராமனிடம் பூண்ட அன்பின் பெருக்கால் இராவணன் மாட்டுத் தீராப் பகைமை கொண்டவன்; அல்லாமலும், பிறன் மனைவியைக் கவர்ந்து செல்கின்ற செயலை முற்றும் வெறுப்பவன்; தன் தலைவனாகிய சுக்கிரீவன் படும் அல்லலைக் கண்டு அச்செயல் செய்கின்ற அனைவரையுமே அடியோடு வெறுக்கப் பழகிவிட்ட வன்; அச்செயல் செய்தாரிடத்துக் கொண்டுள்ள வெறுப்புக் காரணமாக அவரிடத்துள்ள ஏனைய நற்குணங்களைக்கூட மறந்து விடுகிறான். எனவே, இத்தகையவன் கூற்றில் வைத்து இலங்கையைய்ும் இராவணனையும் புகழ்தலே சாலச் சிறந்ததாகும். மேலும், அத்தகையவன் எதிர்பாராத சந்தர்ப்பத்தில் இலங்கையினுள் நுழைந்து கண்ட காட்சிகளைக் கூறுதலே சிறப்புடையது. விரும்பத்தக்கனவும் தகாதனவுமான அனைத்தையும் அவன் காண்டல் கூடும். ஆகவே அவனுடைய வார்த்தைகளே சிறந்தவை. மேற்கூறியவற்றை மனத்திலிருத்திக்கொண்டு கீழ்வரும் இரண்டு பாடல் களைப் பார்ப்போம்; இவற்றிலிருந்து இராவணனது இலங்கையைப் பற்றிய ஒரு முழுக் காட்சியை நாம் பெறமுடியும்;

பளிக்கு மாளிகைத் தலந்தொறும் இடந்தொறும் பசுந்தேன்
துளிக்குங் கற்பகத் தண்நறுஞ் சோலைகள் தோறும்
அளிக்கும் தேறலுண்டு ஆடுநர் பாடுநர் ஆகிக்
களிக்கின் றார் அலால் கவல்கின்றார் ஒருவரைக் காணேன்.

நித்தநிய மத்தொழில ராய்நிறையும் ஞானத்து
உத்தமர் உறங்கினார்கள்; யோகியர்து யின்றார்;
மத்தமத வெங்களிறு உறங்கின; மயங்கும்
பித்தரும்உ றங்கினர்; இனிப்பிறரிது என்ஆம்?" (கம்பன்-4864,4999)

இத்தகைய நிலையில் சாதாரண மக்களும் உத்தமர்களும் வாழ வேண்டுமாயின், அது கொடுங்கோல் மன்னன்

நாட்டில் இயலுமோ? ஆடுநர் பாடுநராகி வாழ்கின்றார். 'களிக்கின்றாரலால் கவல்கின்றார் ஒருவரைக் காணேன்,' என்ற வாக்கால், அம்மக்கள் வாழ்வு படம் பிடித்துக் காட்டப்படுகிறது. மக்கள் மனத்தில் மகிழ்ச்சி பொங்கித் ததும்பிய பொழுதல்லவா இசை பிறக்கும்? வயிற்றில் வறுமையில்லாத பொழுதல்லவா இசை பிறக்கும்? சீதையைக் கவர்வதன் முன்னர் இராவணன் செங்கோலனாகவே திகழ்தான் என்று எண்ணவேண்டியுள்ளது. அவன் வாழ்க்கை முறையைப் பின்னர்க் காண்போம். கவலையில்லாமல் தன் மக்களை வாழ வைத்தவன் இராவணன் என்பதை அறிகிறோம். இம்மட்டோ? கேவலம் பொருட் செல்வம் ஒன்றினாலேயே மகிழ்வடையும் பான்மையுடையார் மட்டுமே ஈண்டுக் குறிக்கப்பட்டார் என்று எண்ண வேண்டா. அருட் செல்வமுடையாரும் அந்நாட்டில் வசித்தனர் என்பதைத் தெரிவிக்கவே ஆசிரியன் இப்பாடலைக் கூறுகிறான். தினந்தோறும் அறமுறை வழுவாது காரியங்களை செய்வதோடு நிற்கவில்லையாம் அவர்கள். நிறையும் ஞானத்து உத்தமர் என்று கூறினமையால் சிறந்த நல்ல ஞானத்தைத் தரக் கூடிய கல்வி கற்று அக்கல்வியை ஏட்டளவில் நிறுத்தாமல் வாழ்க்கையிலும் வாழ்ந்து காட்டினர் என்பது கூறப்படுகிறது. 'நிறையும் ஞானத்து' என்றமையின் கல்வி மேம்பாடு 'உத்தமர்' என்றமையின் ஒழுக்க மேம்பாடும் கூறியவாறாயிற்று. இங்ஙனம் உள்ள அவர்கள் தங்கள் நாட்டைவிட்டு ஓடிவிடாமல் அங்குத் தங்கித் தினப்படி காரியங்களை செய்து கொண்டு வாழ்கிறார்கள் என்பது நித்த நியமத் தொழிலராய் என்றதால் குறிக்கப்படுகிறது. இத்தகைய மக்கள் ஒரு கொடுங்கோலன் நாட்டில் வாழ முடியுமா? வாழத்தான் விரும்புவார்களா? ஒருவேளை வாழ வேண்டிய இன்றியமையாமை ஏற்படினும் அவ்வாழ்க்கையை உதறித்தள்ள வழி தேடுவார்களேயன்றி, மகிழ்ச்சியோடு அங்குத் தங்கியிருப்பார்களா? அவர்கள் அங்ஙனம் மனம் ஒப்பியிருந்தார்கள் என்னும் கருத்துக் குறிப்பாக உணர்த்தப்படுகிறது. உத்தமர் உறங்கினர் யோகியர் துயின்றார் உறக்கமும் துயிலும் மனவமைதியுடை யார்க்க ஒல்லுமே தவிர மனத்தில் மாறுபாடு கொண்டு நாட்டைவிட்டுச் செல்ல வேண்டும் என்று நினைப்பார்க்கு இயலாவாம். எனவே, இப்பாடலால் யோகியர் உத்தமர் ஆகிய அனைவரையும் ஆதரித்து வந்தனன் இராவணன் என்ற கருத்து அறிவுறுத்தப்படுகிறது.

இவ்வளவு விரிவாக இலங்கையையும், அதன் மக்களையும் அறிவதற்கு ஒரு காரணமுண்டு. இந்த அடிப்படையை நன்கறிந்த பின்னரே இராவணனைப் பற்றி நன்கு அறிய முடியும்.

இவ்வரிய பெரிய இலங்கையைத் தலைநகராகக் கொண்டு ஆட்சி செய்தவன் இராவணன் என்னும் தோன்றல்; புலத்தியன் மரபில் வந்தவன்: மூவுலகத்தையும் வென்று அடிப்படுத்துத் தனியாட்சி செய்தவன்; சிறந்த சிவபக்தன்; எல்லையில்லாத வரங்களையுடையவன்; தன் பெருமைக்கு ஏற்பப் பத்துத் தலைகளையும் இருபது கைகளையும் பெற்று வாழ்ந்தவன்; மூன்று கோடி வாணாளையும், முயன்று பெற்ற அரிய தவத்தையும், 'எவராலும் வெல்லப்பட மாட்டாய், என்று இறைவனாலே கொடுக்கப்பட்ட வரத்தையும் உடையவன்; திக்கயங்களை வென்று அவ்வெற்றியின் அறிகுறியாக அவற்றின் தந்தங்களை மார்பிலே தாங்கியவன்.

இராவணன் கேவலம் மிருக பலம் மட்டும் பொருந்தியவனல்லன்; ஆன்ம வலிமையும் நிரம்பப் பெற்றவன், அவன் வன்மைகளையெல்லாம் பலபடியாகக் சுவைத்துச் சுவைத்துப் பாடுகிறான் கம்பநாடன்.

முக்கோடி வாழ்நாளும் முயன்றுடைய
 பெருந்தவமும் முதல்வன் முன்நாள்,
'எக்கோடி யாராலும் வெலப்படாய்',
 எனக்கொடுத்த வரமும் ஏனைத்
திக்கோடும் உலகனைத்தும் செருக்கடந்த
 புயவலியும் (கம்பன்-9899)

உடையவனாம் அவன். இப்பாடலில்தான் எவ்வளவு சொல்லழகும், பொருளழகும், பொதியப் பட்டிருக்கின்றன!

நாளென ஒன்றுபோற் காட்டி உயிரீரும்
வாள் அஃதுணர்வார்ப் பெறின் (குறள்-334)

என்று கூறினார் ஆசிரியர் வள்ளுவப் பெருந்தகை யார். அத்தகைய வாழ்நாளில் மூன்று கோடியை உடையவன் இராவணன். அம்மட்டோ? தவமுடையவன் இராவணன். எத்துணைத் தவம்? பெருந்தவமாம்! அப்பெருந்தவந்தானும் எவ்வாறு கிடைத்தது? முயன்று பெற்ற பெருந்தவம். சிலர் எனவே, தன் முயற்சியாலேயே பெற்ற அது மிகுதியுஞ் சிறப்புடையது. பிறர் செய்த தவப் பயனைச் அனுபவித்தலுமுண்டு. அவ்வாறாயின், அதனை அனுபவிப்பானுக்குச் சிறப்பொன்றுமில்லை. மேலும்,

சிலர் தவப்பயனை அனுபவிக்கலாம். அத்தவம் முடிந்த பிறகு அவதியில் விழுவது திண்ணம். ஆனால், இராவணன் தவம், அவன் வாணாள் முடியவிருந்து அவனுக்குதவிற்று. அக்கருத்துக்கள் எல்லாமடங்க, முயன்று உடைய பெருந்தவம் என்று குறிப்பிடுகிறான் ஆசிரியன். வரம் பெற்றிருப்பினும் அவ்வரத்தைத் தந்தாரினும் மேம்பட்டாரிடத்து அவ்வரம் பயனின்றாய் முடியும். அது கருதியே, ‘வரம் தந்தவன் முதல்வன்’ என்றான். அவன்றானும் புதிதாய்த் தந்த வரமன்று. நன்கு பயின்று பார்த்துப் பயனுடையது என்று காணுமாறு முன்னரே தந்தது என்று கூறுவான் போல ‘முன்னாள்’ என்றான். ‘இராமன் கையால் மாண்ட அவனுக்கு வரந்தான் பொய்த்து விட்டதோ!’ என்று ஐயுறுவாரைத் தெளிவிப்பதற்காகவே, ‘கொல்லப் படுதல்பற்றி வரத்தில் ஒன்றுமில்லை; வெல்லப்படக்கூடாது என்பதே வரம்’ என்றும் கூறினான். இராவணன் பிறரிடஞ் சரணடைந்து வெல்லப்படவில்லை. தான் எடுத்த காரியம் சரியோ, தவறோ, அதற்காக உயிரை விட்டதால், கொள்கையில் வெற்றியே கொண்டானாதலின் ‘வெல்லப்படாய் எனக் கொடுத்த வரமும் உண்மையாயிற்று. அவன் கொண்ட வெற்றிகளெல்லாம் வரத்தான் விளைந்தவையல்ல; அவன் புய பலத்தால் விளைந்தவையே என்பான்: ‘உலகனைத்தும் செருக்கடந்த புய வலி’ என்று கூறினான்.

இவ்வளவு அருமைப்பாடுகளும் அமைந்த இராவணன் ஊழ் வலியால் ஒரு பெருந்தவறு செய்தான்; பிறன் மனை நயத்தலாகிய சிறு தொழில் செய்தான். அதன் பயனாக மானம் இழந்து, அரியணை இழந்து, உயிரும் இழந்தான்; தன்னோடு சேர்ந்தாரை இறக்குமாறு செய்தான்; ஒரு பெரிய அவல நாடகம் நடக்குமாறு செய்துவிட்டான்; பெருந் தவறு செய்த காரணத்தால் பெருந் தீங்கை அடைந்தான். இவ்வொரு தவற்றிற்காக அவனை வீணன் என்று தள்ளலாகாது. படிப்பவர் மனத்தில் அவன் பால் மட்டற்ற மதிப்பே தோன்றுகிறது. நன்மைக்கும் தீமைக்கும் ஒரு பெரும் போராட்டம் நடந்தது. அவன் பால் முழுதுமே தீமை இல்லை. முழுதும் நன்மையாயிருந்த இராவணன் மனத்தில் சிறு தீமை புகுந்து அம்முழு நன்மையையும் தனக்கு அடிமைப்படுத்தி விட்டது, பண்பாடுகளால் நிரம்பிய அப்பெருமனம் சிறிது சிறிதாகப் பிடி இழந்து, இறுதியில் பெருங் குழியில் விழுகிறது. இதுவே அவலத்தின் சிகரம். இந்நிலையைச் சிறிது விரிவாகக் காண்பதே நூலின் நோக்கமாகும்.

## 2. ‘தீயினை நயந்தான்’

இராவணனுக்கு உடன் தோன்றியவன் கும்பகருணன் ‘உடன் பிறந்தே கொல்லும் வியாதி’ போன்றவனல்லன். செஞ்சோற்றுக் கடன் கழிப்பதற்காகத் தகாதது என்று தன் மனம் கூறிய செயலைக் கூடச் செய்தவன். அவன் கோழையல்லன், இராவணனோடு ஒத்த வன்மையுடைவன். ஆகாயத்தை யழிக்கும் மேன்மையும், கடலை யனைய கண்களும் உடையவன் அவன். அவன் தம்பி வீடணனே அவனைக் குறித்துக் கூறுகைளில், “மண்ணினை அளந்து நின்ற மாலென வளர்ந்து நின்றான்,” என்று கூறுவானாகில், அவன் பெருமை நம்மால் அளவிடற்கு எளிய தாமோ?

இவ்வரிய வீரன் முதன்முதலில் மந்திரப் படலத்தில் காட்சியளிக்கிறான். “கேவலம் குரங்கு ஒன்று ஊரைச் சுட்டுச் சூறையாடி விட்டது” என்று உளமறுகி நிற்கின்றான் இராவணன், சிறந்த வீரனுக்குத் தகாததாகிய ‘தன்னிரக்கம்’ *(Self-Pity)* கொள்ளுகிறான். தன்னாட்சி சிதைந்து போனதாக நினைந்து வருந்துகிறான். இந்நிலையில் கும்பகருணன் தமையனைக் காணகறான். “மூவரும் அஞ்சத்தக்க போரினைச் செய்கின்ற வனும், வெள்ளியங்கிரியினை விடையின் பாகனோடு அள்ளி விண்தொட எடுத்த ஆற்றலோனும் ஆகிய நீயா இங்ஙனம் வருந்துகின்றாய்” என்று கேட்கிறான். இராவணனை நோக்கி. அவன் கூறம் வார்த்தைகளினாலேயே தமையன் மாட்டுக் கும்பகருணன் கொண்டுள்ள மதிப்பும் அன்பும் வெளிப்படுகின்றன. அவன் கூறும் முதற்கருத்தைக் காண்க.

நீ அயன் முதற்குலம் இதற்கு ஒருவன் நின்றாய்
ஆயிரம் மறைப்பொருள் உணர்ந்து அறிவு அமைந்தாய்
தீயினை நயப்புறுதல் செய்தனை தெரிந்தாய்
ஏயின உறத்தகைய இத்துணைய வேயோ? (கம்பன்-6118)

இவ்வொரு பாடலிலேயே கும்பகருணனையும் இராவணனையும் முழு வடிவத்தோடு காணமுடிகிறது. இராவணனை எத்தகையவன் என்று கும்பகருணன் கருதுகிறான்? அறிவுடை ஒருவன் பழிச்செயல் செய்ய முற்படுகையல் அதனால் விளையும் பயனையன்றோ முன்னர்க் கருதுவான்? பெரியோர் பற்றிச் சொல்லும் போது பழியெனில் உலகுடன் பெறினும் கொள்ளலார் என்றன்றோ புறநானூற கூறுகிறது? மேலும், தம்மால் விரும்பப்படுகிற பொருளிடத்து உயிரனைய காதல் உடையவராயினும், அப்பொருளைப் பெறுவதால் பழியேற்படுமெனில் சான்றோர் அப்பழிக் கஞ்சிப் பொருளை விடுவரே தவிரப் பழியோடு வரும் அப்பொருளை விரும்பமாட்டார். இக்கருத்தையே அகநரனூற்றில் ஒரு பாடலில் காண்கிறோம்.

கழியக் காதலர் ஆயினும் சான்றோர்
பழியொடு வரூஉம் இன்பம் வெஃகார் (அகம்)

எனவே, கும்பகருணன் தன் அண்ணன் பெற்ற பழியை நினைத்தே வருந்துகிறான். அப்பழியும் அவனளவில் நிற்பதல்லவே புலத்தியன் மரபிற்றோன்றியமையின் அக்குடி முழுதிற்குமன்றோ பெரும்பழி சூழ்ந்துவிட்டான். சாதாரணக் குடியிற் பிறந்தவனே இத்தகைய தவற்றைச் செய்யின் உலகம் பழிக்கும். நான்முகன் முதலாக வருகின்ற உயர் குடியிற் பிறந்த ஒருவன் செய்யின், அக்குற்றம் மிகப் பெரிதாகவன்றோ மதிக்கப் பெறும்.

குடிப்பிறந்தார் கண்விளங்கும் குற்றம் விசும்பின்
மதிக்கண் மறுப்போல் உயர்ந்து. (குறள்-657)

எனவே, இராவணன் செய்த இக்குற்றம் மிகப் பெரியது என்பதைக் கும்பகருணன் நன்கு எடுத்துக் காட்டுகிறான். அம்மட்டோ?

அடுத்தப்படியாக இராவணனது கல்வியறிவைப் புகழ்கிறான் கும்பகருணன் சாமவேதம் பாடு இராவணனது கல்வி எத்தகையது? மிகப் பரந்தும் ஆழ்ந்தும் உள்ளது. ஆயிரம் மறைப் பொருளைக் கண்டது. கேவலம், மறையை அப்படியே உருச் செய்து ஒப்பிப்பவன் அல்லன் இராவணன், மறையின் பொருளையும் நன்கறிந்தவன் அவன் ஏனையோர் போல மிகுதியும் கற்று, கற்றதை வெற்று ஏட்டுக் கல்வி யாகக் கொண்டிருப்பவனல்லனே எனவே, 'மறைப் பொருளை

அறிந்து' என்று கவிஞன் கூறாமல், வேண்டுமென்ற பிறிதொரு சொல்லைப் பயன்படுத்துகிறான். அறிதல், தெரிதல், விளங்கிக் கொள்ளுதல், உணர்தல் என்ற சொற்களை நாம் இன்று ஒரே கருத்தில் பயன்படுத்தினும், அவை வெவ்வேறான பொருட் சிறப்புடையயவை, 'அறிதல்' அறிவு மாத்திரையாய் நின்று அடங்குவது. அறிவால் அறிந்த ஒன்றை வாழ்க்கையில் நடைமுறையில் கொணர வேண்டும் என்ற இன்றியமையாமை இல்லை. ஆனால் 'உணர்தல்' அத்தகையதன்று. அறிவால் அறிந்து, மனத்தால் விரும்பப்படும் ஒன்று. சிந்தையில் சென்று தங்கும் பொழுதே 'உணர்தல்' தன்மையில் அடங்குகிறது. எனவே, ஒரு பொருளை அறிதலுக்கும் உணர்தலுக்கும் கடலத்தனை வேற்றுமை உண்டு. கவிஞனே இவ்வேற்றுமை நயம் தெளிந்து சொற்களைப் பயன்படுத்த வேண்டும். இதனை நன்குணர்நத் கம்ப நாடன். இராவணன் கற்றது வெற்று ஏட்டுக் கல்வியன்று என்று கூறுகிறான். அவன் கல்வி வாழ்க்கையோடு ஒன்றியது என்று சொல்லுகிறான். மறை, பொருளோடு அறியப்பட்டு, அது வாழ்க்கையில் இரண்டறக் கலக்கும் பொழுது 'உணர்தல்' தன்மையைக் கிட்டுகிறது. இதனாலேயே "ஆயிரம் மறைப் பொருள் உணர்ந்து அறிவு அமைந்தாய்" என்று கும்பகருணன் சொல்லுகிறான். கல்வியின் பயன் இதுவேயாகுமாதலின் இஃது இல்வழிக் கல்வி பயனற்றதாய் முடியும். இங்ஙனம் வாழ்க்கையில் ஒன்றாது நிற்கும் கல்வி மனிதனக்கு நன்மை செய்வதன்றெனினும் தீமை செய்தே தீரும். வீணான தருக்குக் கொள்ளவும், ஆராயாது வினை செய்யவும், தொடத்திலெல்லாம் ஐயங் கொள்ளவும் செய்யுமாகலின், அக்கல்வி வேண்டாம் என்று கூறவந்த தாயுமான அடிகள், 'கல்லாத பேர்களே நல்லவர்கள்' என்று கூறிப் போந்தார். அங்ஙனம் கூறுவதன் கருத்தையும் பின்னடியில் 'கற்றும் அறிவில்லாத என் கன்மத்தை என் சொல்வேன்' எனக் கூறிவிடுகிறார். எனவே, கல்வியின் முடிந்த பயன் வாழ்க்கைக்குப் பயன்படுவதாயும் வாழ்க்கையில் ஒன்றக் கூடுவதாயும் இருக்க வேண்டும் என்பது ஒருதலை, இக்கருத்தை உள்ளடக்கியே உணர்ந்து அறிவு அமைந்தாய். என்று கூறப்படுகிறது. அறிவு அமைதலுக்கு உணர்தல் இன்றியமையாததாகலின் அது முன்னர்க் கூறப்பட்டது. இச்சொல்லுக்கு இதுவே பொருள் என்பது பின் வரும் சான்றால் வலியுறுத்தப்படும்.

பாண்டவர் சூதாட்டத்தைப் பாட வருகிறார் நம் காலக் கவிஞராகிய பாரதியார். எல்லாவற்றையும் பணயமாக

வைத்துத் தருமன் இழந்து விட்டான். இறுதியாக நாட்டையும் வைத்திழந்துவிட்டான். இதனைப் பாடுகிற கவிஞருக்கு இச்செயல் தீராத வருத்தத்தை உண்டாக்குகிறது. உடனே இக்காரியத்தைச் செய்த தருமனைக் கவிஞர் தம் கற்பனைக் கண்ணால் பார்க்கிறார் "ஆகா தருமனார் இக்காரியஞ் செய்தான் கல்வி கேள்விகளிற் சிறந்த தருமனா இக் காரியஞ் செய்தான் தான் வைத்துக் காக்க வேண்டிய அடைக்கலப் பொருளாகிய நாட்டை, மக்கள் வாழ்கிற நாட்டை, ஆடுமாடுகளையும் உயிரில்லாப் பொருள்களையும் பணயம் வைத்த ஆடுவது போல ஆடிவிட்டானே என் செய்வது" என்று இவ்விதம் நினைந்தவுடன் கற்பனையூற்றுத் திறக்கிறது. கவிஞர் பாடுகிறார்.

கோயிற் பூசைசெய்வோர் – சிலையைக்
கொண்டு விற்றல்போலும்
வாயிற் காத்துநிற்போன் – வீட்டை
வைத்து இழத்தல்போலும்
ஆயி ரங்களான – நீதி
அவை உணர்ந்த தருமன்
தேயம் வைத்திழந்தான் – சிச்சீ
சிறியர் செய்கை செய்தான்!

இவ்விடத்தில் 'உணர்ந்த' என்ற இச்சொல்லின் பொருள் நன்கு விளங்குதல் காண்க. நீதி அறிதல் மாத்திரையாய் நிற்பதற்கு ஏற்பட்டதன்று. உணர்தற்கும், உணர்ந்து நடப்பதற்கும் அன்றோ ஏற்பட்டது? இதனை நன்குணர்ந்த கவிஞர், 'நீதி உணர்ந்த தருமனா இங்ஙனம் செய்தான்' என்று வருந்துகிறார் இது நிற்க.

இராவணனது கல்வி எத்தகையது என்பதை ஒரே அடியில் கும்பகர்ணன் கூறிவிடுகிறான். "ஆயிரமாயிரமான மறைகளையும் மறைகளின் பொருள்களையும் நன்கு உணர்ந்தான். உணர்ந்த அளவோடு நில்லாமல், வாழ்க்கையில் அவற்றைப் பயன்படுத்தி அறிவு அமைதியான நிலையை அடைந்தான். தெளிவை அடைந்தான்."

அங்ஙனம் அல்லாக்கால் வள்ளுவப் பெருமான்.
ஓதி உணர்ந்தும் பிறர்க்குரைத்தும் தானடங்காப்
பேதையிற் பேதையார் இல். (குறள்-834)

என்று கூறியாங்குப் பேதையாகவன்றோ அவன் ஆகிவிடுவான்? இவ்வோர் அடியாலேயே இராவணன் சிறப்பும், அச்சிறப்பை நன்குணர்ந்த அவன் அருமைத் தம்பியின் சிறப்பும் நன்கறியக் கிடக்கின்றன. இவ்வளவு அறிவு படைத்தவனாகலின், கும்பகருணன் அவனை நோக்கி மேற்கூறியவாறு கூறுகிறான். "உனக்கு ஏற்படும் பழியை சட்டை செய்யவில்லையாயினும் குலத்திற்கு வரும் பழியைக் கூடவா மறந்துவிட்டாய்?" என்ற முறையில் அவன் பேச்சு அமைந்திருத்தல் அறிக. மேலும் அவன் கூறுகிற ஒன்பது பாடல்களுள் ஏறத்தாழப் பாடல் தோறும் குலப் பெருமையும் புகழும் பேசப்படுகின்றன. இங்ஙனம் எடுத்துக் கூறுவதாலேயே இராவணன் இவை இரண்டையும் பெரிதும் மதிக்கின்றவன் என்பது பெறப்படுகிறதன்றோ "பாவியர் உறும்பழி இதிற் பிறிதும் உண்டோ? பொன்னடி தொழத் தொழ மறுத்தல் புகழ் போலாம்" என இங்ஙனம் கூறுவதோடு அமையாமல், "என்று பிறன் மனைவியை விரும்பிச் சிறை வைத்தாயோ. அன்றே அரக்கர் புகழும் மாய்ந்தது" என்றும் கூறுகிறான். இது சற்று நின்று ஆராய வேண்டும் இடம்.

என்று ஒருவன் இல்லுறை தவத்தியை இரங்காய்
வன்தொழிலி னாய்மறை துறந்துசிறை வைத்தாய்
அன்றொழிவ தாயினது அரக்கர்புகழ் ஐய!
புன்தொழிலி னார்இசை பொறுத்தல்புல மைத்தோ? (கம்பன்-6121)

நேர் நின்று போர் செய்து பகைவனை வென்று அவன் மனைவி மக்களைச் சிறைப்படுத்தி வைத்தல் உண்டு. ஆனால், ஒருவன் மனைவியைத் தவறான எண்ணத்துடன் கொணர்ந்து சிறை வைத்தல் அறிவுடையவன் செய்கின்ற செயலன்று. எனவே, தவறு நடந்தவிடம் சிறை வைத்தவில்லை. சிறை வைக்கப்பட்ட பொருளிடத்துக் கொண்ட தவறான விருப்பமே என்பதை நன்கு அறிவுறுத்துவான் வேண்டி முதற்பாட்டில் "வேறொரு குலத்தோன் தேவியை நயந்து சிறை வைத்தாய்" என்று கூறுகிறான். இந்நயப்பே அழிவுக்குக் காரணம் என்றும் கூறுகிறான். விருப்பம் ஏற்பட்ட அப்பொழுதே அரக்கர் புகழ் அழிவதாயிற்று என்றும் கூறுகிறான். ஏனெனில்,

எளிதென இல்லிறப்பான் எய்தும்எஞ் ஞான்றும்
விளியாது நிற்கும் பழி. (குறள்-145)

என்று ஆசிரியர் கூறிப் போந்தாரல்லரோ!

இராவணனுக்குப் புகழ் மேலிருந்த காதலை நன்கு அறிந்த கும்பகருணன், மீண்டும் மீண்டும் அதனையே சுட்டிக் காட்டுகிறான். தருக்க முறைப்படியும், தவறு செய்தவன் புகழை அடைதல் இயலாத காரியம் என்பதை எடுத்துக் காட்டுகிறான்.

அண்ணன் செய்த செயல் குலத்திற்கே இழிதகைமை தேடிற்றென்ற வருத்தம் கும்ப கருணனுக்கு எல்லையற்று இருந்தது. அவன் மீண்டும் மீண்டும் அதனையே குறிக்கின்றான். "சிட்டர் செயல் செய்திலை குலச்சிறுமை செய்தான்" என்கிறான்.

கும்பகருணன் தமையனுக்கு உறும் பழியை எடுத்துக் கூறினான். பிறகு குலத்திற்கே தீங்கும் பழியும் விளையும் என்று எடுத்துக் காட்டினான். ஒருவேளை இராவணன் நிலைமை மாறிப் புகழையும் சட்டை செய்யாது இருந்து விடலாமல்லவா? மேலும், குடிக்கு வருகின்ற பழியைக்கூடச் சட்டைச் செய்யாதிருந்து விடலாம். காரணம், மனித மனம் பன்னெடுங்காலம் ஒன்றைப்பற்றி நிற்பதில்லை. எல்லையற்ற புகழைப் பெற்றுவிட்டமையின் இனிப் புகழுக்கு இடமில்லை யாதலின், 'பழி வரினும் வருக' என்று நினைத்தவிடலாமல்லவா? எனவே, இறுதியாக வேறு ஒரு கருத்தைக் கொண்டு வருகிறான். இதுவும் இராவணனை நன்கு தெரிந்து கொண்டமையின் அவன் செய்கிற இறுதி உபாயமாகும். எள்ளி நகையாடும் மூகமாக, ஒவ்வாத இரு பொருள்களைச் சேர்த்துச் சொல்கிறான், இராவணன், மானத்தோடு வாழ வேண்டுமென்று பெரிதும் விழைகிறவன் என்பதை அறிகிறோம் மானம் இழந்து உயிர் வாழ்வதை எந்த வீரனும் விரும்பான் ஏன்? சாதாரண மனிதனும் அதனை மதியான். ஆகவே 'மானம் இழந்து நீ வாழ விரும்புகிறாயா?' என்ற முறையிற் கேட்கிறான். 'மானம் இப்பொழுது இழக்க என்ன நேர்ந்துவிட்டது?' என்ற கேள்வியைத் தமையன் கேளாமலே அவன் விடை தந்து விடுகிறான். "பேசுவது மானம், இடை பேணுவது காமம்" என்று அவன் கூறுமுகத்தான் இவை இரண்டும் ஒன்றோடொன்று விரோதமானவை என்றும், ஒன்றுள்ள இடத்தில் மற்றொன்று இராதென்றும் அறிவிக்கிறான் 'ஆசை வெட்கம் அறியாது' என்ற பழமொழிப் பொருளே மேற்பாடலின் பொருளாகும்.

இந்நிலையில் இராவணன் தன் மனம் மாறியதாகத் தெரியவில்லை. உடனே தனது போக்கு மாற்றிக் கொண்ட

கும்பகருணன், 'போர் செய்தலே தக்கது' என்று முடிவு கூறிவிட்டான்.

மட்டவிழ் மலர்க்குழலி னாளைஇனி மன்னா!
விட்டிடுது மேல்எளிய மாதும்; அவர் வெல்லப்
பட்டிடுதுமேல் அதுவும் நன்று; பழி அன்றால். (கம்பன்-6123)

எனவே, தமையன் மனம் மாறாதது கண்ட தம்பி கூடுமான வரை, பழி வராமல் தடுக்க முயல்கிறான். இராவணனும் இக்கருத்தை ஏற்றுக் கொள்கிறான். கும்பகருணனது முடிவை ஏற்றுக்கொள்வதால் அவன் முற்கூறிய நியாயங்களனைத்தையும் இராவணன் ஏற்றுக் கொண்டான் என்பது கருத்தன்று. பழியளவிற்கு இராவணன் அஞ்சினான் என்ற கருத்தை யாரும் மறுப்பதற்கில்லை. சீதையின் மாட்டு எவ்வளவு காமம் கொண்டிருந்தானோ, அவ்வளவு காதல் புகழ்மாட்டு கொண்டிருந்தான் அவன். இறுதியாகத் தனது எண்ணம் நிறைவேறாது என்ற கண்ட பின்னருங்கூட அவன் போர் செய்து மாய்தலே தக்கது புகழும் ஆகும் என்று நினைக்கிறான். எனவே, அவனது சீரிய பண்பில் ஐயப்படுவதற்கு ஒன்றும் இல்லை.

இனி, இறுதியாகப் போர் மூண்டுவிடுகிறது. கும்பகருணனை எழுப்பிக் கொணர்ந்து போர்க் கோலம் பூணுகிறார்கள். மீண்டும் கும்பகருணன் தன் அண்ணனிடம் முறையிடுகிறான். ஆனால், இப்பொழுது பேசுகிற கும்பகருணன் மந்திரப் படலத்திற் கண்ட கும்பகருணன் அல்லன். எதிர்பாராத முறையில் போர் மூண்டுவிட்டது. இப்பொழுது அதைத் தடுக்க அவன் முயல்கிறான். தடுத்தாவது பழி வராமற் காக்கவே முயல்கிறான்.

சானகி துயர் இனம் தவிர்ந்த தில்லையோ!
வானமும் வையமும் வளர்ந்த வான்புகழ்
போனதோ! (கம்பன்-7350)

என்றே வருந்துகிறான் மீண்டும் தமையனை நோக்குகிறான். தமையன் செய்த ஒன்றுக்கு மேற்பட்ட தவறுகள் நினைவுக்கு வருகின்றன. இப்பொழுது இராவணன் செய்த பெருந் தவறு உலகம் தோன்றிய நாளிலிருந்து பெரும் வீரர்கள் செய்த தவறுதான். அத்தகைய தவற்றினால் எத்தனையோ சாம்ராச்சியங்கள் அழிந்தொழிந்தன. அப்பெருந்தவற்றை இராவணனும் செய்துவிட்டான். ஆய்ந்தோய்ந்து பாராமலே செய்துவிட்டான். இப்பொழுதுகூடக் கூடுமாயின் அதிலிருந்து விடுதலை பெறலாம். ஆனால், வெளிவராவிடின் குலமுழுவதும்

ஒருங்கழிந்து விடுமே என்று அஞ்சுகிறான். அப்பெருந் தவறு தான் யாது? பகைவன் வலி எத்தகையது என்றறியாது போரை வலுவில் வரவழைத்துக் கொண்ட மையே. போர் முறை தெரிந்த வீரனா இராவணன்? வலியறிதல் என்ற துறையையே அவன் கற்கவில்லையா,

வினைவலியுந் தன்வலியும் மாற்றான் வலியும்
துணைவலியுந் தூக்கிச் செயல். (குறள்-471)

என்ற கருத்தை அறவே மறந்துவிட்டான். வாலியால் தோற்றமையையும், கார்த்தவீரியன் பால் தோற்றமையையும் மறந்துவிட்டானா? அத்தகைய வாலியைக் கொன்ற அம்பு இராமன்மாட்டு இன்னும் இருக்கின்றதே காற்றின் உதவியால் கடலைக் கடந்த குரங்கு இன்னும் அவன்பால் உள்ளதே மாற்றான் வலியை இராவணன் ஆணவத்தால் நன்கு தெரிந்து கொள்ளவில்லை. கும்பகருணன் அதனை எடுத்துக் கூறுகிறான்.

காலினின் கருங்கடல் கடந்த காற்றது
போல்வன குரங்குகள்; சீதை போகிலள்;
வாலியை உரங்கிழித் தேக வல்லன்
கோலுள; யாமுளேம்; குறையுண்டாகுமோ? (கம்பன்-7357)

பகைவன் பலத்தை நான்கு அறியாத பெருங்குற்றம் இழைத்து விட்டான் இராவணன். அம்மட்டோ? துணைவலியும் ஆராய வேண்டாவா? "கொடுத்தனை இந்திரற்குக் குலமும் கொற்றமும்" என்றமையான் இனி அவர்கள் துணை இல்லை என்பதை எடுத்துக் காட்டினான்.

அஃது ஒரு புறமிருக்க, தன் வலியையாவது ஆராய்ந்தானா இராவணன்? வெற்றி மேல் வெற்றி பெற்றார் செய்யும் தவற்றையே அன்றோ இவனும் செய்துவிட்டான் இதுவரைத் தோல்வி என்பதையே காணாமையின் தன் வாழ்நாளில் தோல்வி என்பதே இல்லை என்றன்றோ ஒரு தவறான முடிவுக்கு வந்து விட்டான்.

உடைத்தம் வலியறியார் ஊக்கத்தின் ஊக்கி
இடைக்கண் முறிந்தார் பலர். (குறள்-473)

நுனிக்கொம்பர் ஏறினார் அஃதிறந்து ஊக்கின்
உயிர்க்கிறுதி யாகி விடும். (குறள்-476)

போர் வீரனுக்கு வேண்டப்படுவனவாகிய இவ்விரு பண்புகளையும் மறந்துவிட்டான். தக்க சமயத்தில் அவனுக்கு

இதனை எடுத்துக்காட்ட வேண்டாவா? இதுவே கும்பகருணன் இப்பொழுது செய்கிற செயல்.

"அண்ணா உன் வலிமைக்கும் எல்லையுண்டு. அதற்கு மேலும் செல்வாயேயாயின் உயிர்க்கிறுதி ஆகிவிடும்", என்று சொல்வானாய்.

கல்லலாம் உலகினை; வரம்பு கட்டலாம்;
சொல்லலாம்; பெருவலி இராமன் தோள்களை
வெல்லலாம் என்பது, சீதை மேனியைப்
புல்லலாம் என்பது போலு மால்-ஐய! (கம்பன்-7352)

என்றும்,

கெடுத்தனை நின்பெருங் கிளையும்; நின்னையும் (கம்பன்-7354)

என்றும் எடுத்துக்கூறினான். இவற்றாலெல்லாம் இராவணன் அறிவு பெறவில்லை. தன்பாலுள்ள நம்பிக்கையால் கும்பகருணனை இழித்துப் பேசி மனம் வருந்துமாறு கூறினான். இறுதியாகக் கும்பகருணன் மீண்டும் கூறலுற்றான். இராவணன் கொண்ட செருக்கிற்கும், அவன் இப்பொழுது செய்யும் தவற்றிற்கும் காரணம், அவன் தனது பலத்தின் மேலும், இந்திரன் பகைஞானம் இந்திரசித்தன் வன்மையின் மாட்டும் கொண்டுள்ள நம்பிக்கைதானே அதனையும் தகர்க்கிறான் கும்பகருணன். இந்திரசித்தன் மேல் இராவணன் கொண்டுள்ள நம்பிக்கைதான் எவ்வளவு? ஆம் அவ்வளவிற்கும் தகுதியானவன்தான் மைந்தன். ஆனாலும் என்ன? பகைவரை நன்கு உணரவில்லை. இவனைக் கொல்வதற்காகவே இலக்குவன் காத்துக் கொண்டிருக்கிறானே இராவணன் அதனை அறிந்தானில் லை. எனவே, தம்பி ஆணையிட்டு கூறுகிறான். "இந்திரன் பகைஞனும் இராமன் தம்பி கை மந்திர வலியினால் மடிதல் வாய்மையால்" ஒரு வேளை அவ்வாறு நேர்ந்தாலும் நேரலாம். இருப்பினும் என்ன? தன்மேல்தான் கொண்டுள்ள நம்பிக்கையைத் தகர்க்க முடியாதே எனவே, அதற்கும் விடையாக என்னை வென்று உளரெனில் இலங்கை காவல், நின்னை வென்று உயருதல் உண்மை என்றும் கூறிவிட்டான். என்ன இவ்வளவு கூறியும் அவ்இராவணன் கேட்கவில்லையே சமபலம் உடையவனும் சிறந்த போர் வீரனும் ஆகிய தம்பியே இங்ஙனம் கூறிய பிறகும் ஒருவன் கேட்கவில்லை. அதிலும் கற்றறிவும் கேள்வியறிவும் உடைய்வனும், சிறந்த கலையறிவு படைத்தவனும் ஆகிய இராவணனே கேட்கவில்லை என்றால், இதனை என்னென்று கூறுவது அவனதுஅறிவு வேலை

செய்ய மறுத்துவிடுகிறதா, அல்லது, சீதை மாட்டுக் கொண்ட காதல் அவ்வளவு வன்மையுடையதா? இவ்வினாவிற்கு விடை தர நம்மால் இயலாது. இத்தகைய சந்தர்ப்பங்களில்தான் விதியின் விளையாட்டு நடைபெறுவதாகப் பெரியோர் கூறுவர். கும்பகருணனும் அதனைக் கூறுகிறான்.

வென்று இவண் வருவான்என்று உரைக்கி லேன்; விதி
நின்றத பிடர்பிடித்து உந்த நின்றது. (கம்பன்-7367)

விதியின் விளையாட்டே தவிர, இது வேறு அன்று. இறுதியாக கும்பகருணன் போருக்குப் புறப்பட்டு விட்டான். 'நிச்சயமாக அழியப் போகிறோம்' என்பது தெரிந்தும், சுத்த வீரனைப் போலச் சாவை வரவேற்கத் துணிந்து புறப்பட்டு விட்டான். செல்லும் பொழுது இறுதியாக அண்ணனிடம் ஒரு வார்த்தை கூறுகிறான்.

இற்றைநாள் வரைமுதல் யான்முன் செய்தன
குற்றமும் உளவெனிற் பொறுத்தி கொற்றவ!
அற்றதால் முகத்தினில் விழித்தல்; ஆரிய!
பெற்றனன் விடை (கம்பன்-7369)

இத்தகைய அரும் பண்பாடு படைத்த தம்பியை அலங்கார வடிவினனாகிய இராவணன் என்ன கூறிக் கோபிக்கிறான். அவனுடைய பெருமை எங்கே, அண்ணன் வாழ வேண்டும் என்ற கருத்தோடு நல்லவற்றைச் சொல்ல, அதற்கு இலங்கையர் கோன் இறுக்கும் விடையைக் காண்க.

மானுடர் இருவரை வணங்கி மற்றும்அக்
கூனுடைக் குரங்கையும் கும்பிட்டு உய்தொழில்
ஊனுடை உம்பிக்கும் உனக்கு மேகடன்;
யானது முடிக்கிலென்; எழுக, போக. (கம்பன் 7363)

என்ன கொடுமை! இராவணனா பேசுகிறான்! வீடணனையும் கும்பகருணையும் ஒன்றாக்கி விட்டானே துரோகம் என்பதைக் கனவிலும் கருதாத கும்பகருணனுக்கு இதுவா வெகுமதி நன்று நன்று மதியிழந்தான் இலங்கை மன்னன் இதுவரை நடந்த போரில் நேரிட்ட அழிவு காரணமாக அறிவு மாழ்கி விட்டான். தன்னைத்தான் காத்து அறிவை ஒரு வழிப்படுத்தும் தன்மையை இழந்து விட்டுத்தான் பேசியிருக்க வேண்டும். இன்றேல் “இறங்கிய கண் முகிழ்ந்து இரவும் எல்லியும் உறங்குதி போய்!” என்று மனம் உறையுமாறு கூறுவானா?

இலங்கை வேந்தன் அவசரத்தில் அமைதியை இழக்கும் பண்புடையன் என்று நினைக்க வேண்டியிருக்கிறது. இதன் பிறகு தன் பிழைக்குத் தானே வருந்துகிறான். அல்லாவிடில், கும்பகருணன் 'பிழை பொறுக்க! சென்று வருகிறேன்' என்று கூறிவிட்டுச் சென்றவுடன் ஏன் கண்ணீர் பெருக்க வேண்டும்.

அவ்வழி இராவணன் அனைத்து நாட்டமும்
செவ்வழிநீ ரோடும் குருதி தேக்கினான் (கம்பன்-7370)

இன்னும் முற்றிலும் மனத்தைக் கல்லாக்கிக் கொள்ளவில்லை. காரியம் சாதிக்க வேண்டுமென்ற ஒரே முடிபால் சிறிது அவரசப்பட்டுச் சில சொற்கள் கூறிவிட்டானே தவிர தம்பி என்ற அன்பு அவனை விட்டு இன்னும் நீங்கவில்லை. தன் முன்னவன் எதிரே நின்று இத்தனை அறிவுரைகள் எடுத்துக் கூறிப் போரை நிறுத்துமாறு வற்புறுத்திய கும்பகருணன், வீடணனைக் களத்தில் கண்டவுடன் மாறிவிடுகிறான். அண்ணன் மாட்டு அவன் கொண்டுள்ள ஆராக்காதலை வெளியிடும் சந்தர்ப்பம் அப்பொழுதன்றோ வாய்க்கிறது? "வீடணா தம்பியா இன்றி மாண்டு கிடப்பனோ தமையன் மண்மேல்?" என்ற கூறுகையிற்றான் அத்தகைய அன்பு வெளிப்படுகிறது.

கும்பகருணன் கைகளிரண்டும் அறுபட்டுக் கணத்தில் கிடக்கையிற்றான், தான் எவ்வளவு தூரம் இராவணனை அறிந்திருக்கிறான் என்பதை வெளிப்படுத்துகிறான். யாவரும் தொலைதல் உறுதி என்பது புலப்பட்டுவிட்டது, வீடணனாவது மிஞ்ச வேண்டும் என்ற அவாக் கொண்டான். அவனைக் காப்பாற்ற வேண்டும் என்று இராமனிடம் கூறுமுகமாக மீண்டும் அண்ணனை நினைக்கிறான். உண்மையாகவே இராமன் போரில் வெற்றி பெறத் துணையாய் நின்றவன் வீடணன், இவன் தனக்கு உட்பகையாய் இருக்கிறான் என்பதை இராவணன் நன்கறிவான். வெற்றியை விரும்பும் அவன் இவனைப் போன்ற உட்பகையைச் சகித்துக் கொண்டிருத்தல் இயலாதன்றோ எனவே, இவனைக் காணிற் கொல்வான்.

தம்பிஎன நினைந்துஇரங்கித் தவிரான்அத் தகவில்லான்
நம்பிஇவன் தனைக்காணில் கொல்லும் இறை நல்கானால்
(கம்பன்-7627)

இங்குதான் முதன் முறையாக இராவணனைக் கும்பகருணன் 'தகவில்லன்' என்று கூறுகிறான். இதுவரை எத்தனையோ அறவுரைகள் எடுத்துக் கூறியும் அவற்றைக் கேட்கும் மதி

அவன்பாலில்லை. தன்னையும் தன் குலத்தையும் அழித்துக் கொள்ள முடிவு செய்துவிட்டான். அருமந்த குமரனையும் பலியிடத் தீர்மானித்துவிட்டான். ஒழிந்தார் எல்லார்க்கும் பிதிர்க் கடன் இயற்றாவது ஓரவன் வேண்டாவா. எத்துணைத் தவறு செய்யினும் உடன் பிறந்தார் மாட்டு நீங்காத காதலுடையவன் கும்பகருணன், இராவணன், வீடணன் என்ற இருவரும் இருவேறு முறைகளில் தவறு செய்கின்றனர். ஆனாலும் தவற்றை விட்டு அவர்கள் பால் அன்பு செலுத்தும் தன்மை உடையான் கும்பகருணன். ஆனால், இராவணன் அன்பு அவ்வளவு உயர்ந்ததன்று. அன்புடையனாயினும் தன் காரியத்திற்கு அவர்கள் குறுக்கே நிற்கிறார்கள் எனக் கண்டால், அதனைப் பொறுக்கமாட்டான். இத்துணை அன்புடைய கும்ப கருணனையே மனம் உளையுமாறு பேசி விட்டானல்லவா இன்னும் உயிரினும் இனிய மேக நாதனைக் கூட அவ்வாறே பேசுகிறானே ஏன்? தன் கருத்துக்கு மாறாக அறிவுரை கூறினமைக்கே அவ்வளவு கடிந்து கொள்வானாகில் முழுப் பகைவன் பால் சென்று சேர்ந்து கொண்டு அண்ணனுக்குப் பகையாகச் சூழ்ச்சியும் செய்கிற வீடணைக் கண்டால் சும்மா விடுவானோ அங்ஙனம் அவனை விடாமற் கொல்லினும் இராவணனைப் பெருந் தவறு செய்தான் என்று கூறவியலாதே அத்தகைய நிலை நேராதிருக்கவே கும்பகருணன் இராமனிடம் வரம் வேண்டுகிறான்.

எனவே, கும்பகருணன் கண்டும் பேசியும் பழகிய இராவணன் எத்தகையவன்? அவன் குண நலங்கள் எத்தகையன? என்பவற்றைக் கண்டோம். இனி அடுத்து அருமை மைந்தனாகிய மேகநாதன் பழகிய இராவணன் எத்தகையவன் என்று காண்போம்.

# 3. ‘குலஞ் செய்த பாவத்தாலே கொடும்பழி தேடிக் கொண்டான்’

வில்லாளரை எண்ணில் விரற்கு முன்னிற்கும் வீரன் என்பதே கம்பநாடன் இந்திரசித்தனைக் குறிக்கும் சிறந்த முறை. இந்திரசித்தன் சிறந்த வீரன். ஆனால், தந்தைக்கு ஏற்ற மகன், தந்தையை ஒத்த வீரம், வலிமை, திடம் முதலியவற்றையுடையவன். மேலும் தந்தையின் குணங்கள் பலவற்றையும் கொண்டவன். அவனது அகங்காரம் தந்தையின் அகங்காரத்துக்குச் சற்றுங் குறைந்ததன்று. தந்தை செய்த பெருந் தவற்றையே அவனும் செய்தான். அஃதாவது பகைவரது வன்மையைக் குறைத்து நினைக்கும் தவறாகும். இத்தவற்றை அவன் விரைவில் உணர்ந்ததானாயினும் போக்கிக் கொள்ள வகையில்லாது போயிற்று.

மந்திரப் படலத்தில் அவனும் காட்சியளிக்கிறான். பகைவர்களைப் பற்றி ஒருவருக்கும் ஆண்டு ஒன்றுந் தெரியாது. வீடணன் ஒருவனே தெரிந்தவன். அவன் தெரிந்து கொண்டிருக்க இன்றியமையாமையும் இருந்தது. ஏனையோர் அனைவரும் சேனைத் தலைவர் முதல் மேகநாதன் ஈறாக இராம இலக்குவர்களைக் குறைத்தே மதித்தனர். அளவுக்கு விஞ்சியதும் துன்பத்தை விளைக்கவல்லதுமான தன்னம்பிக்கையால் இத்தவற்றைச் செய்தனர். இது வரை வெற்றியைத் தவிர வேறொன்றும் காணாதவர்களாதலின், தங்களைப்பற்றி மிகுதியாக நினைத்துக் கொண்டது. இயற்கையே அறிவு முதிர்ந்த அனுவம் மிகுந்த சேனாதிபதிகளும் இன்றும் இத்தவற்றைச் செய்கின்றார்கள். நம் கண்முன் நடந்த இரண்டாம் உலகப் போரில் இரஷ்யர்களின் வன்மையைக் குறைத்துக் கணக்கிட்ட ஜெர்மானியர் பட்ட பாட்டை நாம் அறிவோம். எனவே,

பகைவனைக் குறைத்து மதித்தலினும் தவறு வேறு ஒன்றும் இல்லை. இந்திரசித்தன் கூறுகிறான்.

யானைஇலர்; தேர்புரவி யாதுமிலர்; ஏவும்
தானைஇலர்; நின்றதவம் ஒன்றுமிலர்; தாமோர்
கூனல்முது கின்சிறு குரங்குகொடு வெல்வார்
ஆனவரு மானுடர்; நம் ஆண்மையினிது அன்றோ! (கம்பன்-6133)

இதனைச் செவி மடுத்த தந்தை அவனது கருத்துத் தவறானது என்று இடித்துக் கூறினானோ? அதுதான் இல்லை.

பீலிபெய் சாகாடும் அச்சுஇறும் அப்பண்டம்
சால மிகுத்துப் பெயின் (குறள்-475)

என்ற குறட்கருத்து அவ்வீரர்கட்குத் தோன்றாதது பெருவியப்பே.

தந்தைமாட்டும் உடன் பிறந்தார் மாட்டும் எல்லையற்ற காதல் உடையனாயிருந்தான் மேகநாதன், அக்காதல் மிகுதியால் சில சந்தர்ப்பங்களில் எல்லையற்றும் சென்றிருக்கிறான். அதிகாயன் என்ற அரிய தம்பி இலக்குவன் அம்பால் உயிர் நீத்தான் என்ற செய்தியைத் தந்தையே மைந்தனாம் மேக நாதனுக்குக் கூறினான். அந்நிலையில் மேகநாதன் யாது கூறுகிறான்? வருந்தி நிற்கும், தந்தையை மேலும் பழிக்கின்றான்.

கொன்றார் அவரோ? கொலைசூழ்க எனநீ கொடுத்தாய்! (கம்பன்-8008)

என்று இம்மட்டோடு நிறுத்தினானா? சாம வேதம் பாடிய தந்தையை ஆயிர மறைப்பொருள் உணர்ந்து அறிவமைந்தான் என்று கும்பகருணனால் புகழப்பட்ட தந்தையை அறிவற்றவனே என்றும் இழித்துரைக்கிறான். அக்ஷய குமரன் அழிந்தமையை இப்போது மீண்டும் நினைத்துக் கொண்ட இந்திரசித்தன். அவனை ஆராயாது போருக்கனுப்பின தந்தையை ஏசுகிறான்.

அக்கப் பெயரோனை நிலத்தொடு அரைத்து ளானை
விக்கற் பொருவெவ் உரைத் தூதுவன் என்று விட்டாய்
புக்கத் தலைப் பெயதல் நினைந்திலை புத்தி இல்லாய்!
மக்கள் துணைஅற்றனை! இற்றது வாழ்க்கை மன்னோ! (கம்பன்-8009)

இவ்வளவு தூரம் பேசிய மைந்தனைத் தந்தை ஒன்றும் தண்டித்தானில்லை. அதுவே இராவணன் மாட்டுக் காணப்படுகிற பெருந்தன்மை மைந்தன் இழித்துழைத்தலில் அவன் தன் கருத்தைச் செலுத்தவில்லை. அங்ஙனம் கூறக்

காரணமாயிருந்த அவன் சோதர அன்பை நினைந்து வாளா இருந்து விட்டான் போலும்.

அடுத்தபடியாகத் தந்தையும் மைந்தனும் சந்திக்கின்ற நிலை, மேகநாதன் நாக பாசத்தால் இலக்குவன் உள்ளிட்ட அனைவரையும் மயக்கி வந்த நிலையாகும். போரில் ஏற்பட்ட களைப்பால் மேகநாதன் தனது அரண்மனை வந்து இளைப்பாறுகிறான். இதற்குள் கருடனது வரவால் நாகபாச மயக்கிலிருந்த வானர சேனையும் இலக்குவனும் விடுபட்டனர். உயிர் பெற்றெழுந்த வானர சேனை செய்த ஆரவாரம் இராவணன் மனத்தைக் குழப்பிவிட்டது. அவன் உடனே எழுந்து இந்திர சித்தன் அரண்மனைக்கு வந்து விட்டான். அருமை மைந்தன் தன் தந்தையை அந்நேரத்தில் கண்டு, எழுந்து அடி வணங்கல் அற்றானாய், இரு கையாலும் வணங்கிப் பிறகு போரைப் பற்றிய தனது கருத்தைத் தெரிவிக்கிறான். "இன்னும் யான் அப்போர்க்கள மாயையினின்றும் நீங்கவில்லை. இந்திரன் திருமால் முதலியவர்களோடு போர் செய்யும் பொழுதும்கூட நொந்திலென், இனையது ஒன்றும் நுவன்றிலென், மனிதன் நோன்மை மந்திரம் அனைய தோளாய் வரம்புடைத்தன்று மன்னோ" என்று அவன் கூறினான். "இலக்குவன் தன்மை இத்தகையது. அவனோ அழிந்து விட்டான். இனி எஞ்சி இருக்கும் இராமனை வென்று போரில் வெற்றி காணலாம் என்று சொல்வதற்கில்லை. போரின் முடிவிலேயே அதனை அறிய முடியும்" என்று கூறி முடித்தான்.

இந்நிலையில் இலக்குவன் முதலானவர் எழுந்த செய்தியையும் தான் இலக்குவன் வில்லின் நாணொலியைக் காதாற் கேட்டமையையும் இராவணன் கூறினான். இந்திர சித்தன் அதனை நம்ப மறுத்து, "இஃது உண்மையோ? உண்மையாயின், தெய்வஞ் சிறிதன்றோ?" என்று கூறினான்.

இவ்வளவில் போர்க்களஞ்சென்ற ஒற்றர்கள் மீண்டும் வந்து நடந்தவற்றைக் கூறினார்கள். அது கட்ட இந்திர சித்தன் ஒன்றுமே கூறவில்லை. வாய் பேச இயலாது நின்று விட்டான். எதிரே நிற்கும் இராவணனும் இராவணனாகப் பேசவில்லை. ஒரு சாதாரண மனிதன் தன் செயலொடுங்கிய நிலையில் எவ்வாறு பேசுவானோ, அவ்வாறே பேசினான். இராவணன் பேச்சைவிட மேகநாதன் அமைதியே சிறந்தது. தான் சிறிதும் எதிர்பாராத முறையில் திடீரென்று நிகழ்ந்த இச்செயலால்

மேகநாதன் பேச்சற்றுவிட்டான். சிறந்த வீரனாதலின், அது குறித்துப் புலம்பவில்லை. தான் பெரிதென மதிப்ப படைக்கலம் பழுதடைந்தமையான், பகைவர் மாட்டுக் கொண்டிருந்த மதிப்பே உயர்ந்தது. ஆனால், இராவணன் கூறிய சொற்கள் அவனுக்கே மதிப்பைக் தருவனவாயில்லை.

தூதுவன் மீண்டும் வந்து கருடனது உதவியால் நாகபாசம் வன்மை இழந்தது என்ற உண்மையை இருவரும் இருக்கும் பொழுதுதான் கூறினன். ஆனால், இராவணன் யாது கூறுகிறான்? இன்னும் தன் பகைவர் எத்தகைவர் என்பதை அவன் அறிந்து கொள்ளவில்லை. அதனை அறிந்துகொள்ள முயலவுமில்லை. மோகநாதன் எய்த நாகபாசத்தை நீக்கக் கலுழன் வந்தது. இராம இலக்குவரது தவம் முதலிய வலியால் என்பதையும் உணரவில்லை. அறிவுடையவன் அங்ஙனமன்றோ நினைத்திருக்க வேண்டும்? கலுழன் தன்னையும், வர தன் மதிப்பையும் சட்டை செய்யாது இலக்குவன் உதவிக்கு வர வேண்டுமேயானால், இலக்குவன் எத்தகையவனாக இருக்க வேண்டும் என்று நினைக்கவில்லை. அதற்குப் பதிலாகக் கலுழனை இழித்துப் பேசுகிறான். வன்மையற்ற ஒருவன், எய்தவன் இருக்க அம்பை நோவது போல், இராவணன் கலுழனை இழித்துப் பேசுகிறான். அங்ஙனம் பேசுகையிலும் வெறுப்போடு கலந்த நகைச்சுவை அமையப் பேசுகிறான்.

ஏத்தருந் தடந்தோள் ஆற்றல் என்மகன் எய்த பாசம்
காற்றிடைக் கழித்துத் தீர்த்தான் கலுழனாம் காண்மின் காண்மின்!
வார்த்தைஈ தாயின் நன்றால் இராவணன் வாழ்ந்த வாழ்க்கை
மூத்தது கொள்கை போலாம் என்னுடைய முயற்சி எல்லாம்.

(கம்பன்-8297)

இப்பாடலில், இராவணன் வழக்கமாகப் பேசும் பெருமிதத்திற்குப் பதிலாக ஆழமான அவலச் சுவை இருப்பதைக் காணலாம். மேகநாதன் மாட்டு அவன் அளவற்ற நம்பிக்கை கொண்டிருந்தான். அவ்வரிய வீரனது சிறந்த படைக்கலம் பயனற்றுப் போயின்மையாலும், மேகநாதனே பகைவர்களது வன்மையைப் பற்றிய பேசிய பேச்சுக்களாலும், ஒரு சிறிது போரின் முடிவைப்பற்றி இராவணன் கொண்டிருந்த நம்பிக்கை தளர்ந்துவிட்டது. அத்தளர்ச்சி இன்னும் முற்றிலும் வெளிப்படவில்லை. அறிவுடைய ஒருவன் தன் உணர்ச்சிகளை அடக்கி ஆளுவது போல் அவனும் தனது ஆழ்ந்த வருத்தத்தை

மறைத்து, "கழித்துத் தீர்த்தான் கலுழனாம் காண்மின் காண்மின்" என்று கூறி ஓரளவு அவ்வருத்தத்தை நகையாக மாற்றி விடுகிறான். அடுத்து இந்நிலையிலிருந்து சிறிது தாழ்ந்து விடுகிறான். 'திருமாலை'யான் துரத்திய பொழுதும், அவன்.

மண்டிலந் திரிந்த போதும் மறிகடல் மறைந்த போதும்
கண்டிலன் போலுஞ் சொற்ற கலுழன் அன்று என்னைக் கண்ணால்!
(கம்பன்-8298)

என்று இவ்வாறு கூறிக் கலுழனை எள்ளுமுகமாகத் தனது மனநிலையைப் வெளிப்படுத்துகிறான்.

இனிப் பிரமாத்திரப் படலத்தில் தந்தையும் மைந்தனும் சந்திக்கின்றனர். போரில் தான் பட்ட பரிபவமெல்லாங் கூறிய மேகநாதன், இலக்குவன் பிரமாத்திரம் தொடுக்க முயன்றமையும் இராமன் அதனைத் தடுத்தமையுங் கூறி என்னினிச் செய்வது? என்றான். இராவணன் திகைத்தான். இந்நிலை இராவணற்கு எய்தல் எளிதன்று. அத்திகைப்ப அவனது அறிவையும் மயக்கிவிட்டதை அறிகிறோம். மேல் என்ன செய்ய வேண்டுமென்று அறியாது தவித்தான் மன்னன். இதன் பிறகு பிரமாத்திரப் பிரயோகத்தால் இராமன் நீங்க அனைவரும் மாள்கின்றனர். மீண்டும் தந்தையைக் கண்டு தனயன் தன் வெற்றியைப் புகன்றான். இப்பொழுது இராவணன் தனிப்பட்ட காட்சி நல்குகிறான். இத்துணை அரும் பெருஞ் செயலைச் செய்த மைந்தனைத் தழுவினானில்லை. அவன் செய்தற்கு மகிழ்த்தானில்லை. இதற்கு மாறாக வருத்தமே கொண்டான். அவன் வருத்தமெல்லாம் ஒருவினா வடிவாக வெளிப்பட்டது.

"இறந்தி லன்கொல் அவ் இராமன்" என்று
இராவணன் இசைத்தான்" (கம்பன்-8626)

இந்நிலையில் தந்தையைக் களிப்பூட்ட வேண்டித்தனயன் சந்தர்ப்பத்திற்கேற்ற விடையொன்று மிகுமே தவிர, அவர்கள் அழிவுக்குக் காரணமானவன் மீது அவளுக்கு மனமாறுதல் ஏற்படும் என்று நினைத்த இலங்கையர்கோன் அறிவை என்னென்பது? அவன் கலங்கிவிட்டான் என்பதற்கும், வெறுப்புக்கும் பகைமைக்கும் மனத்தில் இடந் தந்துவிட்டான் என்பதற்கும் வேறு என்ன சான்று வேண்டும்?

இந்திரசித்தன் தன் தந்தைபாற் கொண்டுள்ள அன்பும், இராவணன் தன் தனயன்பாற் கொண்டுள்ள அன்பும் மிகச்

சிறந்தனவாகும். இருவரும் ஒருவரை ஒருவர் காணா வழியே அவை வெளிப்படுத்தன்மையுடையன. உண்மையன்பின் திறம் அஃதேயன்றோ?

நிகும்பலை யாகம் வீணானமையும் தான் விட்ட படைக்கலங்கள் அனைத்தும் பயனற்றுப் போனமையும் கண்டு, இவற்றிற்கெல்லாம் காரணம் தன் சிற்றப்பனே என மோகநாதன் நினைத்தான். உடனே அவனுக்குத் தன் தந்தையின் நினைவு எழுகிறது.

தந்தையை ஏமாற்றிவிட்டான் சிறிய தந்தை என அவன் உன்னுகிறான். அச்செயலின் சிறுமையை எண்ணி வருந்துகிறான். எள்ளலோடு கூடிய நகை பிறக்கிறது. எதிரே காணப்படுகிறான் வீடணன். வீடணன் சென்றது அரசைக் கருதியே என்பதைத்தான் நன்கறிவானாகலின், மனம் மறுகி அரக்கர் அனைவரும் மாய்ந்த பின்றை "ஆரளர் அரக்கர் நிற்பர் அரசு வீற்றிருக்க ஐயா" என்று கேட்கிறான். உடனே தன் தந்தையின் பெருமை நினைவுக்கு வருகிறது.

முந்தைநாள் உலந் தந்த மூத்தவா னோர்கட் கெல்லாம்
தந்தையார் தந்தை யாரைச் செருவிடைச் சாயத் தள்ளிக்
கந்தனார் தந்தை யாரைக் கயிலையோடு ஒருகைக் கொண்ட
எந்தையார் அரசு செய்வது இப்பெரும் பலங்கொண்டேயோ?

(கம்பன்-9099)

மனிதருக் கடிமை யாய்நீ இராவணன் செல்வம் ஆள்வாய்;
இனியுனக் கென்னோ மானம்! எங்களோடு அடங்கிற் றன்றே?

(கம்பன்-9100)

தன் தந்தை இறப்பது தவறாது என்ற எண்ணம் முன்னமே இந்திரசித்திற்குத் தோன்றிவிட்டது. தந்தை வேண்டுமானால் தன் தவற்றைத் திருத்திக் கொள்ளலாமே தவிர, அவனுக்கு விரோதமாகத் தான் ஒன்றும் செய்தலாகாது என்னும் உறுதி பூண்டவனாகலின், மீண்டும் வீடணனை அவன் நோக்குகிறான். நோக்குந்தோறும் தவறு செய்தவனாகிய தன் தந்தையின் பெருமையையும் வீடணன் சிறுமையையும் ஒப்பு நோக்குகிறான். அறம் காரணமாகத் தவறு செய்த தமையனை விட்டுத் தம்பி பிரிந்ததைக் கூட மேகநாதன் பாராட்டவில்லை. ஆனால், தன் குலம் முழுவதற்கும் தீங்கு செய்த பகைவர் யாராயினும் சரி அவர்களோடு சேர்ந்து கொண்டு தன் குலத்தையே அழிக்க வழி தேடிய தகைமையை அவனால் பொறுக்கக்

கூடவில்லை. அண்ணன் தவற்றை வெறுத்தானாயின், இன்று தானா அண்ணன் தவறு செய்ய முனைந்தான்? தேவரைச் சிறையிட்ட காலந்தொட்டே அண்ணனிற் பிரிந்திருக்கலாமே? அறமுடையார் பக்கம் வெற்றி தானே சென்று எய்துமாறு இருந்திருக்கலாமே அவ்வாறெல்லாஞ் செய்யாது இராவணன் குலத்தின் தீராப் பகைவரோடு சேர்ந்து அவன் குலம் அழிவதற்கு வேண்டிய வழிகள் உபாயங்கள் அனைத்தையும் கூறி, "அவன் குலம் வேர் அறுமாறு செய்தது எவ்வறத்தைக் கருதியோ?" என்று கேட்கிறான் மேகநாதன் எங்கள் குலத்தையெல்லாம்.

"கொல்வித்தும் தோற்று நின்ற கூற்றினார் குலத்தை எல்லாம்
வெல்வித்தும் வாழும் வாழ்வின் வெறுமையே விழுமி தன்றோ?"

(கம்பன்-9101)

என்று கூறி இன்னும் வீடணன் நிலை எத்தகையதாயிற்று என வருந்துகிறான். தந்தை இறக்கும் பொழுது தானிருந்து பார்த்தற்கில்லை. ஆதலால் "என் செய்யத் துணிந்தாய் சிறிய தந்தையே" என வினவுகிறான்.

எழுதியோர் அணிந்த திண்தோள் இராவணன் இராமன் அம்பால்
புழுதியே பாய லாகப் புரண்டநாள் புரண்டும் மேல்வீழ்ந்து
அழுதியோ நீயுங் கூட ஆர்த்தியோ இவனை வாழ்த்தித்
தொழுதியோ யாதோ செய்யத் துணிந்தனை விசயத் தோளாய்!

(கம்பன்-9102)

'விசயத்தோளாய்' என்ற சொல்லிலேதான் எத்துணை எள்ளற்குறிப்பை வைத்துப் பேசுகிறான் இறுதியாகத்தான் மடியினும் தந்தைக்குக் கேடு வாராமற் காக்கச் சிற்றப்பனையே ஒழித்துவிடலாமா என நினைக்கிறான். ஆனாலும் அவன் குலம் பழியை வெறுப்பதாகலின், அச்சொல் செய்ய இலேசில் மனந்துணியவில்லை.

வானிடைப் பகுதி மன்றே யான்பழி மறுக்கில்? (கம்பன்-9103)

என்று கூறி முடித்திட்டான்.

இத்துணைத் தூரம் உண்மையறிந்த இந்திரசித்தன், மேற்கூறிய செயல் நடந்த சிறிது நேரத்திற்கெல்லாம் தந்தையிடஞ் சென்று போரை நிறுத்த வேண்டுகிறான். அங்கும் அவன் தந்தையபாற் கொண்ட அன்பும் மதிப்புமே வெளியாகின்றன. அம்பிட்டுத் துன்னங்கொண்ட புண்ணுடைய நெஞ்சோடும் உடலோடும் தந்தை முன் காட்சியளிக்கிறான் வீரன். தந்தை

மனம் நீராய் உருகுகிறது. "ஐயனே நீ வேள்வியை முடிக்கவில்லை என்பதை உன்னைக் காணும்போதே அறிகிறேன்."

அழிவில் யாக்கை
நடுங்கினை போலச் சாலத் தளர்ந்தனை; கலுழன் நண்ணப்
படங்குறை அரவம் ஒத்தாய்; உற்றது பகர்தி" (கம்பன் - 9117)

என்று உசாவினான்.

"தந்தையே உன் தம்பியாகிய வீடணன் சூழ்ச்சியால் இளையோன் வேள்வியை அழித்துத் தாழ்விலாப் படைகள் மூன்றையும் பயனற்றவையாக்கிவிட்டான். யான் விட்ட மூன்று படைகளும் இலக்குவனை வலஞ் செய்து போவனவானால், அவனை யாரென்று மதிப்பது?"

குலஞ்செய்த பாவத்தாலே கொடும்பழி தேடிக் கொண்டோம்!
(கம்பன்-9119)

என்று கூறினான். மேலும் "உலகம் அழியுமென்று அஞ்சிப் பிரமாத்திரத்தை அவர்கள் பயன்படுத்த வில்லையாதலால் உயிர் பிழைத்து நின்பால் வந்தேன்" என்றான். உடனே தந்தை என்ன நினைப்பானோ என வருத்தினான். எனவே, தான் வந்த கருத்து முழுதையும் விரைவாகக் கூறிவிட்டான். முதலாவதாகத் தன்னைக் கோழையெனத் தந்தை எங்கே மதித்துவிடுவானோ என்று மறுகி,

ஆதலான் அஞ்சி னேன்என்று அருளலை; ஆசை தான்அச்
சீதைபால் விடுதி யாயின் அனையவர் சீற்றநந் தீர்வர்;
போதலும் புரிவர்; செய்த தீமையும் பொறுப்பர்; உன்மேல்
காதலால் உரைத்தேன் என்றான் உலகெலாம் கலக்கி வென்றான்
(கம்பன்-9121)

இத்தகைய அறவுரையை இராவணனுக்கீந்தவர் மூவர். மூவரும், அவன் செய்த தவற்றை நன்கு அறிவர். மூவரும், குலத்துக்கு வரும் பழியை உணர்ந்தவர். மூவரும் புகழையே பெரிதும் விரும்புபவர். மூவரும் இராவணன் நலத்தில் கருத்துடையவர். ஆனாலும், என்ன வேற்றுமை இருவர் மேற்கொண்ட வழி ஒன்று கும்பகருணனும், மைந்தன் மேகநாதனும் மேற்கூறிய அனைத்தையும் அறிவர். ஆனால், இறுதியாக மேற்கொண்ட கடமையை நிறைவேற்ற வேண்டும் என்ற ஒரே எண்ணமே அவர்களை உந்திற்று.

> கருத்திலா இறைவன் தீமை கருதினால் அதனைக் காத்துத்
> திருத்தலா மாகின் அன்றோ திருத்தலாம் தீரா தாயின்
> பொருத்துறு பொருள் உண்டாமோ? பொருதொழிற்கு உரிய ராகி
> ஒருத்தரின் முன்னம் சாதல் உண்டவர்க் குரிய தம்மா! (கம்பன்-7428)

இங்ஙனம் கூறினவன் கும்பகருணன், இறுதியாக அவனும் இராவணனுக்கு வேண்டுமான அளவு நீதி வழங்கினான். வெற்றியில்லை என்பதைப் பல வழியிலும் எடுத்துக் காட்டினான். ஆனால், தமையன் தன் வழியிலிருந்து நீங்குவதாயில்லை என்றால் முடிவென்ன? முன்னம் சாதலே உறுதி, எனத்துணிந்து சென்றான் கும்பகருணன். மந்திராலோசனை நடக்கும் பொழுதே உண்மை உணர்ந்தான் கும்பகருணன். ஆனால், தானே பொருது தோற்கும் வரை மேகநாதனுக்கு உண்மை விளங்கவில்லை. ஒருவாறு உண்மை தெரிந்ததும் மிக்க மனத் துணிவோடு தந்தைபாற் சென்று உண்மையைக் கூறுகிறான். ஒருவேளை இதனைக் கேட்பவர், மேகநாதன் போருக்கஞ்சி இங்ஙனஞ் செய்தானோ என்று தவறாக நினைத்து விடுவார்களே என்று நினைத்த ஆசிரியன், "உலகெலாங் கலக்கிவென்றான்" என்று அவனுக்கு அடைமொழி தருகின்றன.

இப்பொழுது தந்தைபாற்கொண்ட காதலால் இச்செயலை மேற்கொண்டான் மைந்தன். இதனைக் கேட்ட இராவணன் மயங்கி, அகங்கார வடிவினனாய் விடையிறுத்தான். மைந்தன் மேற்கொண்ட பாசத்தினும் கோபமே விஞ்சியது. வெறுப்பே மிகுந்தது. "நீ சென்று இளைப்பாறுக, யான் சென்று தருகிறேன் வெற்றி" என்று புறப்பட்டான்.

இந்நிலையில், மைந்தன் தன்மை, கண்டு வியக்கத்தக்கதாய் விடுகிறது. தவறுடையவன் என்று கண்டவிடத்தும், தந்தை மாட்டுக் கொண்ட காதல் வெளிப்படுகிறது. எழுந்த இராவணனை வணங்கி "எந்தாய் பொறுத்தி கோபம் தணிக யானே போருக்குச் செல்கிறேன் யான் கழிந்தனன் என்ற பின்னர் நல்ல வாக்காண்" என்று கூறிப் புறப்பட்டு விட்டான். வேண்டுமென்றிரந்தவர் அனைவர்க்கும் தானம் வழங்கிப் புறப்பட்டுப் போகிறான். கொடியோன் அவனைக் கடைக் கண்ணால் நோக்கி நோக்கி இருகணீர் கலுழப் போகிறான். வீரர் அனைவரும் அவனுக்குத்துணையாகப் புறப்பட்டனர். ஆனால், வீரன்.

வலங்கொடு தொடர்ந்தார் தம்மை 'மன்னனைக் காமின்' யாதும்
கலங்கலிர்; இனிமேற் சென்று மனிசரைக் கடப்பென்.    (கம்பன் 9130)
என்று கூறிச் சென்றுவிட்டான்.

இதுவரை கூறியவற்றான். இந்திரசித்தன் கண்ட இலங்கை வேந்தன் பண்புகள் இத்தகையன் என்பதும், அவன் கற்றத்தார் மாட்டு அன்பு பூண்டவன் என்பதும், கொண்டது விடாத கொடியன் என்பதும், தன் கருத்து முற்றுப்பெற எதனையும் செய்த் தயங்கான் என்பதும், மனத்தளர்வை அடிக்கடி பெறுகிறான் என்பதும் வெளிப்படுகிற உண்மைகளாகும்.

# 4. "இந்திரப் பெரும்புதம் இழந்தான்"

இலங்கை வேந்தன் உடன் பிறந்தான் வீடணன் என்பது யாவரும் அறிந்ததே. மந்திரப் படலத்தில் இராவணனுக்கு உறுதி கூறிய சிலருள் இவனும் ஒருவன். ஆனால், மற்றையோரினும் மாறுபட்ட முறையில் இவனது உறுதிமொழி இருக்கிறது.

வீடணன் இராவணனைப் பற்றிக் கொண்ட கருத்துகள் பலவிடங்களிலும் கூறப்படினும், சிறப்பாக இலங்கை கேள்விப் படலத்திலேயே கூறப்படுகிறது. இராமனுக்கு இராவணன் திறத்தை எடுத்துக் கூறுவதாய் அமைந்துள்ள பகுதியாகும் இது. 'மூவரிற் பெற்ற வரத்தொடும் உயர்ந்தான்' என்று வீடணன் தமையனைக் குறிக்கிறான். மேலும், 'வெள்ளியம் பெருந் தடங்கிரியை வேரொடும் வாங்கி, உலகமெல்லாம் அஞ்ச, அள்ளிவிண் தொட எடுத்தனன்' என்றும் கூறுகிறான். இன்னும், 'திசை யானைகளின் கொம்புகள் மார்பிற்பட்டு அழுந்த அவற்றை ஒடித்து உள்ளேயே இற்ற கொம்புகள் இருக்குமாறு செய்தவன்' என்றும் கூறுகிறான். காலகேயரை இராவணன் வென்ற பின்னர், இலங்கை வேந்தன் என்ற ஒலியைக் கேட்ட அளவிலேயே தானவர் தேவியர் கர்ப்பமு கலங்குவர். அளகாபுரியில் ஒளித்துக் கொண்டு வாழ்ந்த குபேரன், திரண்ட தனது செல்வத்தையும் ஏனைய போகங்களையும் துறந்து ஓடிப்போனான். எல்லாருடைய உயிரையும் வௌவுவதால் அறக் கடவுள் என்று பெயர் பெற்ற இயமனும், தன் வலியங்கினான் என்னில், வேறு கூறுவதென்னுளது? இருளைப் போக்குவதற்குரியவன் என்று எல்லாராலும் போற்றப்படுகிற அருணனும் இலங்கையின் வனப்பைக் கண்டானில், வருணனும் கடல் நீருள் மறைந்தமையின், இராவணனிடம் சிக்காது பிழைத்தான். இவ்வாறு தமையனது பெருமையை எடுத்துக் கூறி வந்த வீடணன் இறுதியாக ஒன்று கூறினான். 'அண்ணலே என்ன கூறப்போகிறேன் மலைகள் அழியினும் அழியாத

தோள் வலிமையுடைய இராவணன் இன்றழியினும், நாளை அழியினும், சிலகாலம் சென்றழியினும் உன்னாலல்லாம் பிறரால் அழிக்கப்பட்டான்' என்று கூறுகிறான்.

> என்று லப்புறச் சொல்லுகேன்! இராவணன் என்னும்
> குன்று லப்பினும் உலப்பிலாத் தோளினான் கொற்றம்
> இன்று லப்பினும் நாளையே உலப்பினும் சிலநாள்
> சென்று லப்பினும் நினக்கன்றிப் பிறர்க்கென்றுந் தீரான்    (கம்பன்-6574)

இவ்வொரு பாடலில், ஏறத்தாழ இராவணன் பெருமை முழுதும் கூறப்படுகிறது. 'குன்றுலப்பினும் உலப்பிலாத் தோளினான்' என்று கூறுவதால், அவனது புய வலிமை கூறப்படுகிறது. 'நினக்கன்றிப் பிறர்க் கென்றுந் ரான்' என்று கூறுவதால், புயவலி மட்டும் அல்லாமல், தவவலியும் உடையான் என்பதும் அறியக் கிடக்கிறது. இராவணன் இத்தகைய வலி படைத்தவன் என்பதைக் கூறச் சிலருக்கே உரிமை உண்டு. அவருள் முக்கியமானவன் வீடணன் அவனும் இதனை இப்பொழுது கூறுவது சாலச் சிறந்தது. இராவணனிடம் இருக்கும்பொழுது இதனைக் கூறியிருப்பின், அது வெறும் புகழ்ச்சியாய் முடிந்திருக்கும். எனவே, அவனை விட்டுப் பிரிந்த பின்னர்க் கூறியதே சிறப்புடையது. மேலும், இராவணனுக்கு விரோதியும் பகைவனும் ஆன இராமனிடம் சேர்ந்த பிறகு இதனைக் கூறியது. அதுவும், அவ்விராமனிடம் நேரே கூறியது சாலச் சிறந்தது. இதனால், இராவணன் மாட்டு வீடணன் கொண்டிருந்த அச்சம் வெளியாகிறது. இங்ஙனம் காரணமும் உண்டு. வீடணன் நல்ல அரசியல் ஞானமும் வருவதுணரும் ஆற்றலும் உடையவன். தமையனிடத்தில் ஒரு பெருங்குறையைக் கண்டான். பகைவனை உள்ளபடி மதியாது அவனது ஆற்றலைக் குறைத்து மதிக்கும் குறையே அது. அதனைப் பன்முறை வீடணன் எடுத்துக் கூறியும் இராவணன் பொருட்படுத்தவில்லை. அதனால், வீடணன், அதே தவற்றை இராமன் செய்துவிடக் கூடாது என்று கருதி, மீண்டும் மீண்டும் இராவணன் பெருமையை வற்புறுத்துகிறான். வீடணன் தன் தலையை வைத்துப் பந்தயம் ஆடிவிட்டான். இனி ஒரு வேளை இராமன் தோற்பானாயின், அத் தோல்வியால் இராமன் அடையும் நஷ்டத்தை விட வீடணனே அதிக துன்பம் அடைகிறவன். இராமன் தோற்பின் சீதையை மட்டிலும் இழப்பான். ஆனால் அவனோடு சேர்ந்த வீடணனோவெனில், உயிர், குடி முதலிய அனைத்தையும் இழக்க நேரிடும்.

எனவே, இராமன் வெற்றியில் அவனைவிட அதிகம் கவலை காட்டுபவனாக வீடணன் ஆகிவிடுகிறான். இதுவே அவனுடைய ஆத்திரத்திற்கு அடிப்படைக் காரணம். இராவணனைப்பற்றி இங்ஙனம் பலபடியாகப் புகழ்வதற்கும் காரணம் இதுவே. அவனை வெறுத்துத் தன்பால் அடைக்கலம் என்று வந்துவிட்ட வீடணனே இங்ஙனம் இராவணனைப் பற்றிக் கூறுவானாயின், இராகவன் தன் பகைவனை நன்கு அறிந்து கொள்ள இயலும் அல்லவா? அங்ஙனம் அறிந்து கொண்டமையின் ஒருவேளை எங்கே அச்சத்தால் போரை நிறுத்தி விடுவானோ என்று நினைத்துப் போலும் உடனே வேறு ஒரு கருத்தையும் வீடணன் கூறி விடுகிறான். அனுமனுடைய திறமையையும், அவன் இலங்கையில் செய்த அருஞ்செயலையும் இராகவன் முன்னமே அறிந்திருப்பினும், மீண்டும் அதனை வீடணன் கூறுகிறான். தனது துணை வலியையும் இராமன் உணர்ந்து மனத்து தைரியம் கொள்ள வேண்டும் என்பதற்காகவே இக்கருத்து மீண்டும் கூறப்படுகிறது.

அடுத்து நாம் வீடணனைக் காண்டற்குரிய இடம் இராவணன் மந்திரப் படலமாகும். வானரம் இலங்கையை எரியூட்டிச் சென்ற பின்னர் இராவணன் மந்திராலோசனைச் சபை கூட்டுகிறான். பகையைப் பற்றி அவரவர் கருத்தை அவரவர் தாராளமாக வெளியிடும் நேரம் அது. அந்நேரத்தில் வீடணனும் தன் கருத்தை வெளியிடுகிறான்.

ஏனையோர் கூற்றினும் வீடணன் கூற்று மாறுபட்டிருப்பதற்கேற்பவே அவன் சொற்களும் மாறுபட்டுள்ளன. ஏனையோர் அவையடக்கம் ஒன்றுமில்லாது கூறத் தொடங்க, வீடணன் மட்டும் பெரியதோர் அவையடக்கத்துடன் தொடங்குகிறான். 'எந்தை நீ எம்முனீ, தவ வந்தனைத் தெய்வம் நீ, மற்றும் முற்றும் நீ' என்று தொடங்கி, தான் மாறுபட்டுக் கூற வேண்டியதன் இன்றியமையாமையைக் கூறுகிறான். "இந்திரப் பெரும்பதம் இழக்கின்றாய் என நொந்தனன் ஆகலின், நுவல்வது ஆயினேன்" என்றதால், இராவணன் செல்வத்தை வீடணன் பெரிதும் மதித்தான் என்பது தெற்றென விளங்கும். ஒருவாறு தமையன்மாட்டு அன்பும் கொண்டிருந்தான் என்பதும் நன்கு விளங்குகிறது. இம்மட்டோடு தன் கருத்தை வெளியிடத் தொடங்காது, தான் தகுதியற்றவன் என்றும், அவ்வாறாயினும் தனது உரையைத் தள்ளாது கேட்க வேண்டும் என்றும் கூறுகிறான்.

கற்றறு மாட்சிஎன் கண்இன்று ஆயினும்
முற்றுறக் கேட்டபின் முனிதி - மொய்ம்பினோய் (கம்பன்-6144)

எனவே, தன் சொற்கள் இராவணனுக்குச் சினத்தை உண்டாக்குமென்பதை வீடணன் நன்கு அறிந்திருந்தான் என்பது இதனால் வெளியாகிறது. இதற்குக் காரணம் எதுவாயிருக்கும் என்பதை ஆராய வேண்டும். அப்படி இராவணன் வெறுக்கும் சொற்களுள் ஒன்றையும் வீடணன் கூறிவிடவில்லை. கும்பகருணன் இதைவிட மிக்க கடுமையான வார்த்தைகளைக் கூறியிருக்கிறான். சினமே வடிவான இராவணனை நோக்கி யாரும் பொறுக்க இயலாத முறையில் ஏசியிருக்கிறான். அதில் இராவணன் சினமடைந்ததாகத் தெரியவில்லை. இவை அனைத்தையும் கேட்டுக் கொண்டிருந்த வீடணன், அதனை விடக் கடுமையாகத் தான் கூறவேண்டுவது ஒன்றும் இல்லை என்று அறிந்திருந்தும், 'முனியற்க' என்று கூறுவது விந்தையே ஒருவேளை தனது உட்கருத்தை இராவணன் அறிந்துகொள்வான் என்ற அச்சத்தால் முன்னெச்சரிக்கையாக இச்சொற்கள் தோன்றியிருக்கலாமோ என்று நினைக்க வேண்டியிருக்கிறது.

இஃது ஒருபுறம் இருக்க வீடணன் கூறிய சொற்களையே எடுத்து ஆராய்வோம்.

'இலங்கைமாநகரம் வானரத்தால் வெந்தது' என்று கூறுதல் தவறுடையது. சானகியின் கற்புத் தீயினாலேயே அஃது அழிந்தது என்றும் 'உலகிடை யாருக்கும் வீழ்ச்சியென்பது மண், பெண் என்ற இரண்டில் ஒன்றாலேயே நேர்ந்துளது' என்றும் கூறினான். இதன் பிறகு நல்ல முறையில் சில காரணங்களை எடுத்துக் கூறுகிறான். அவற்றையும், அவற்றிற்கு இராவணன் கூறும் விடையையும் விருப்பு வெறுப்பின்றி ஆராய வேண்டும். விடை கூறும் வகையில் இராவணனது பண்பாட்டில் ஒரு பகுதியையும் காண்கிறோம்.

"நீ தவஞ்செய்து வரங்கள் பெற்ற காலத்தில், பலராலும் பலவற்றாலும் தோல்வி எய்தலாகாது என்று வேண்டிப் பெற்றனையாயினும், 'மனிதர்களால் அழிவு நேரக்கூடாது' என வரம் வேண்டிற்றிலை. அவர்கள் மாட்டு எவ்வாறு இப்பொழுது வெற்றிகிட்டும்? இதற்குச் சான்றும் வேண்டுமெனில், கார்த்தவீரியார்ச்சுனனிடம் நீ தோல்வி எய்தியதே சாலும்".

“கயிலை மலையை நீ தூக்கியபொழுது, நந்திதேவர் தந்த சாபத்தால் விலங்கொன்று உன்னை வெல்லும் என்பதை அறிவோம். அதற்குச் சான்றாக வாலியினிடத்து நீ தோற்றமையை அறிவோம்.”

முன்னர் வேதவதிபால் நீ தகாதது செய்து, அதன் பயனாய் அவள் தீக்குளிக்கையில், “மறு பிறப்பில் உனது அழிவுக்குக் காரணமாவேன்” என்று கூறி இறந்தாள். அவளே இப்பொழுது சீதையாய்த் தோன்றினாள்.

இம் மூன்று காரணங்களும் வீடணன் எடுத்துக் காட்டியவை. இன்னும் அவன் கூறியன வருமாறு.

“மேலும் இப்பொழுது நினக்குப் பகைவராய்த் தோன்றி நிற்பவரையும் நீ நன்கு அறியவேண்டும். இவர்களோ, முனிவரும், அமரரும், முழுதுணர்ந்தவர்களும், முற்றும் மற்றும் நினைவதற்கரியவராவார்கள். இவர்கள் தங்கள் வினையினால் மனிதராய் எளிதின் இங்குத் தோன்றி நின்றார்கள். கோசிகன், நான்முகன், எளிதின் இங்குத் தோன்றி நின்றார்கள். கோசிகன், நான்முகன், இறைவன் முதலானோர் தந்த படைக்கலங்களை ஏந்தி நிற்பவர்கள், திருமாலது அரிய வில்லையும், இறைவன் திரிபுரம் எரித்த அம்பையும், குறுமுனிவராகிய அகத்தியர் தர, பெற்று நின்றார்கள். இவர்களை நீ மதியாது விடினும், இவர்கள் படைக்கலங்களைப் பற்றி வீரனாகிய நீ அறிந்திருக்க வேண்டும். இவர்களது அம்பறாத்தூணியிலுள்ள பகழிகள் உலகையே நக்கி அழிக்கும் பாம்பு போன்றவை. ஆலகாலவிடத்தை ஒத்த விடத்தைக் கக்குபவை. நல்லோர்க்கு அழிவு செய்யும் தீயோரை அழித்து அவரை இரையாகக் கொள்வதன்றி வேறு உணவு பெறாதவை.”

“அவ்வம்புகளின் சக்தியை நீ அறியவேண்டின், அதிக முயற்சியின்றி அறியலாம். தேவ அசுரர்களால் கடைய இயலாத பாற்கடலைக் கடைந்த வாலியின் மார்பைப் பிளந்தவை அவ்வம்புகள்தாம். அம்மட்டோ? உலகையே வளைத்து கவிந்திருந்த மராமரங்கள் அழிந்ததும் அவ்வம்புளாற்றான். விராதன், கரன் முதலியோரின் மலைகளை ஒத்த சிரங்கள் கீழே உருண்டமையும் அவற்றால்தான். இவற்றையெல்லாம் கண்ட பிறகு, இவர்கட்குப் பகைவர் என்று இனித் தோன்றுகிறவர் விண்ணையே அடைவர் என்பதும் கூறவேண்டுமோ?”

இவ்வாறு பகைவரைப்பற்றி அறியவேண்டிய கருத்துகளையெல்லாம் எடுத்து அழகாகக் கூறினான். இதுவரை கூறிய சொற்கள் அனைத்தும் இராவணனிடத்திலுள்ள நல்ல அறிவிற்கும், விவகார ஞானத்திற்கும், வீர உணர்ச்சிக்கும் இலக்காகக் கூறப்பட்டவை. முன்னர்க் காட்டிய மூன்று காரணங்களும் அறிவுடைய எவனும் ஆராய்வதற்குரியவை, அடுத்து வந்த வரலாற்றுப் பகுதி, போர் செய்கிற ஒவ்வொருவனும் பகைவனை நன்கு அறிந்திருக்க வேண்டும் என்ற சாதாரணப் போர்முறைத் தந்திரத்தை அடிப்படையாகக் கொண்டெழுந்தது.

இதுவரை கூறியவற்றான் இராவணன் மனத்தில் ஆராய்ச்சி பிறக்கவில்லை என்பதைத் தன் கூர்ந்த மதியால் நன்குணர்ந்த வீடணன். தனது விவகாரத்தை மாற்றுகிறான். பகைவனைப் பற்றியே ஓயாது கூறி இராவணன் வெறுப்புக்கு ஆளாகாது, அவனது கருணைக்கு முறையிடுபவன் போலச் சிலவற்றைக் கூறப் புகுகிறான்.

"அண்ணா, இதுவரை நம் சரணங்களையன்றி வேறு புகல் காணாதிருந்த அமரர்கள், இப்பொழுது மாறிவிட்டார்கள். சானகியாகிய நஞ்சைத் தின்றவர்கள் உய்வதரிது என நன்குணர்ந்த அவர்கள், நம்பாலுள்ள அச்சம் நீங்கினார்கள். இதனை நன்குணர்ந்த நம் அரக்கர்களும் அதனை உன்பால் கூறின், நீ கோபிப்பாய் என்ற காரணத்தால் உன்பால் கூறாது இருந்துவிட்டார்கள். தேவர் முதலியோர் அச்சந் தீர்ந்ததோடு மட்டும் நிற்கவில்லை. அடிக்கடி இலங்கையை வந்து கண்டுவிட்டுச் செல்கின்றனர். இவர்கள் செயல்மட்டோடும் இது நின்றுவிடவில்லை. நமது உணவை உண்டு வளர்ந்த நன்றியறிவுடைய குதிரைகளும் யானைகளும், கோட்டையினுள் புகும் பொழுது தம் இடக்காலை முன் வைத்துப் புகுகின்றன. இவையனைத்தையும் ஆராய்ந்து பார்த்து ஒரு முடிவுக்கு வருகிறேன். அதனையும் கூறிவிடுகிறேன்" என்று கூறந் தொடங்கினான்.

இசையும் செல்வமும் உயர்குலத்து இயற்கையும் எஞ்ச
வசையும் கீழ்மையும் மீக்கொளக் கிளையொடும் மடியாது
அசைவில் கற்பின் அல் வணங்கைவிட்டு அருளுதி; இதன்மேல்
விசையம் இல் எனச் சொல்லினன் அறிஞரின் மிக்கான். (கம்பன்-6169)

இதனைக் கேட்டனன் இராவணன் கேட்ட ஆண்டகை கரத்தொடு காதலும் கிடப்பப் பூட்டி வாய்தொறும் பிறைக்குலம் வெண்ணிலாப் பொழிய கீழ்க்காணுமாறு கூறத் தொடங்கினன்.

"எனக்கு உறுதிகள் கூறுவதாகத் தொடங்கி இறுதியாக அறிவிலிகள் கூறுஞ் சொற்களையே கூறினாய். அற்ப மனிதர் வெல்வர் என்று கூறியது அவர் மாட்டு நீ கொண்ட அச்சத்தினாலா, அன்றி அன்பு காரணமாகவா? கூறுவாயாக".

'அன்பு காரணமாக இங்ஙனம் கூறினாயா?' என்று இராவணன் கேட்டது சிந்திக்கற்பாலது. இவ்வாறு அவன் நினைக்கக் காரணமென்ன? ஏனையோரிடம் காணாத சில புதுமைகளை வீடணன் மாட்டுக் கண்டமையாலேயே இராவணன் அவனிடம் ஐயங்கொண்டுள்ளான் என்று நினைக்க வேண்டியிருக்கிறது.

இனி அடுத்து வரும் பகுதிகளில் வீடணன் விவகாரம் ஒவ்வொன்றிற்கும் விரிவான முறையில் விடையளிக்கிறான் இலங்கை வேந்தன். "மானிடரை வெல்ல வரங் கொள்ளவில்லை என்று கூறினாய், என் வாழ்நாளில் செய்த செயற்கருஞ்செயல் அனைத்திற்கும் யான் வரங் கொண்டதுண்டோ? திசை யானைகளை வென்றதும், கயிலையை எடுத்ததும் எப்பெரிய வரத்தால் ஆயின என்று சற்று நினைத்துப் பார். மேலும் விரும்பியோ விரும்பாமலோ பயனற்ற சொற்கள் பேசினாய். வானோர் படைக்கலந் தந்த பெருமையைப் பலபடியாகக் கூறினாய். இதுவரை அவை என்னை என் செய்தன? யான் ஒருபுறம் இருக்க என்னோடு ஒருவயிற்றுப் பிறந்த உன்னைவிட மானிடர் வலியராம் தன்மையும் உண்டோ? கூறுக, நீ போற்றிப் பேசுந் தேவர்கள் ஒருமுறையாவது என்பால் பொருது வெற்றி என்பதைக் கண்டார்களோ, அவ்வாறிருக்க என்னையும் கிளையையும் இப்பொழுது அவர்கள் வெல்வார்கள் என்று என்ன நியாயங் கொண்டு கூறினை? கேவலம் வரபலத்தால் யான் இதுவரை வெற்றி கண்டேன் என்று நினைத்து விட்டாய். அவ்வாறாயின், தேவர்கட்குத் தலைவரான அம்மூவரையும் வென்றது. யாரிடம் பெற்ற வரத்தால் என்பதைக் கூறுவையோ?"

"இரண்டாவதாக, 'விலங்கால் ஊறு நேரும்' எனக் கூறினை, அச் சாபமும் நந்திதேவர் தந்தது என்று கூறினை, அவர் மட்டுமா? தேவர் முதல் சித்தர் வரை நம்மைச் சபியாதவர் யார்? இதுவரை அவர்கள் சாபங்கள் நம்மை என்ன செய்தன?

வாலியால் தோற்றமையை எடுத்துக் காட்டினாய், நன்று அரங்கிலாடும், பெருமானிடம் அவன் பெற்றிருந்த வரத்தை யான் அறியேன். அவன் எதிரே போர் செய்யச் சென்றால், அம்மூவருங்கூடத் தம் வலியில் பாதியை இழப்பரே இதனை நன்கு அறிந்தவனும் உன்னால் இன்று போற்றப்படுகிறவனும் ஆகிய இராமனே அவனை மறைந்து நின்று அல்லவோ கொன்றான்? மேலும், ஒப்பற்ற வலியுடைய வாலிபால் யான் தோற்றத்தைக் கொண்டு உலகிடை வாழும் குரங்குகள் எல்லாம் என்னை வெல்லும் என்று என்ன நியாயங்கொண்டு கூறுகிறாய்? உன்னால் புகழப்படும் இராமன் வலிமையை நீ அறியாய் போலும் ஏற்கெனவே முரிந்திருந்த சிவபெருமானது வில்லை முரித்து, ஓட்டையாகிவிட்ட மராமரத்துள் அம்மைச் செலுத்தி, பெறவேண்டிய ஆட்சியைக் கேவலம், கூனியினது சூழ்ச்சியால் இழந்து வனத்தை அடைந்து எனது சூழ்ச்சியால் மனைவியையும் இழந்து, இன்னும் உயிர் பெரிது என்று கருதி அதனை விடாது சுமக்கும் கேவலம் மனிதனாகிய அவனது வலிமையை உன்னையன்றி யார் மதிக்க முடியும்?" என்று கூறினான்.

இதிலிருந்து இராவணனைப் பற்றி நாம் அறிவதொன்றுள்ளது. இராகவனைப்பற்றிய முழுத்தகவலையும் இராவணன் அறிந்திருந்தான் என்பது வெளியாகிறது. இவற்றை அறிந்திருந்தும் பகைவனை எளிமையாக மதித்துவிடுகிறான். தன் செயல் ஒவ்வொன்றையும் பெரிதாகவே மதிக்கும் இராவணன் தன் பகைவன் செய்த அரிய செயல்களைக் குறைந்து மதிப்பது வியப்பே, சிவனது வில்லை உடைத்ததும், மராமரத்துள் அம்போட்டியது செயற்கருஞ் செயல்களேயாம். எனினும் இராவணனது அலட்சிய மனப்பான்மையால் இவை சாதாரணச் செயல்களாகின்றன. ஒருவன் செய்த அருஞ்செயல் அதனைக் காண்போனது மனப்பான்மைக்கு ஏற்பப் பெரிதாகவும் சிறிதாகவும் சிறப்புடையதாகவும் சிறப்பில்லாத தாகவும் கருதப்படும் என்பது நாமறிந்த ஒன்றே. ஏனையோர் கண்டு வியக்கும் ஒரு காரியத்தை இராவணன் எளிமையானதாக மதிக்கிறான். தந்தை சொல்லைத் தலைமேற்கொண்டு கானம் ஏகிய பெருமையைக் கூனி சூழ்ச்சியால் அரசை இழந்தான் என்று கூறுகிறான். தானே விட்டுக்கொடுத்த அரசியலை, இழந்தான் என்று கூறுதல் வியப்புடையதே மேலும், தான் சீதையை வஞ்சகமாக எடுத்துக் கொண்டுவந்துங்கூட,

‘இராகவன் மனைவியை இழந்தான்’ என்று கூறுதல் இன்னும் வியப்பே.

இலக்கியத்தில் இத்தகைய மற்றோர் இடம் காண்டற்குரியது. கண்ணபிரானைப்பற்றி இருவர் கூறுகின்றனர். அவனது ஒரே பண்பில் இருவரும் ஈடுபடுகின்றனர். வெண்ணெய் திருடி உண்ணும் அவனது பண்பில் ஈடுபட்ட வில்லிபுத்தூரார், ‘அலைகமழ் பவள வாயனை’ என்று புகழ்ந்து போற்றுகிறார். ஆனால் இதே பண்பில் மற்றொருவன் ஈடுபடுகிறான். அவனே துரியோதனன். ஆனால் அவன் அதில் ஈடுபடுகிற நேரமும் காலமும் வேறு. மைத்துனக் கேண்மை பற்றி, அருச்சுனன் உயிரைக் காப்பான் வேண்டி, மாயன் மாயத்தால் பகலவனை மறைத்துவிடுகிறான். அதன் பயன் நாமறிந்த ஒன்றே. இதனைக் கண்டு ஆற்றாத துரியோதனன் கண்ணனைப் பழிக்கிறான். எவ்வாறு? முன்ப வில்லியாய் போற்றப்பட்ட அதே பண்பு இப்பொழுது துரீயோதனனால் இகழப்படுகிறது.

முடையெடுத்த நவநீதம் தொட்டுஉண்டு
கட்டுஉண்டு முதனாள் நாகக்
குடையெடுத்து மழைதடுத்தும் வஞ்சனைக்குஓர்
கொள்கலமாம் கொடிய பாவி
‘படையெடுத்து வினைசெய்யேன்’ எனப்புகன்ற
மொழிதப்பிப் பகைத்த போரில்
இடையெடுத்த நேமியினால் வெயில்மறைந்தான்
இன்னம்இவன் என்செய் யானே! (வில்லி)

‘நாற்றம் எடுத்த வெண்ணெயைத் திருடி உண்டு உதைப்பட்டவன்’ என்பது முதலடியின் பொருள். இதுவும் உண்மையே திருடி உண்பவன் நாற்றமில்லாத நவநீதமாக உண்ண வேண்டுமென்றால் எங்குக் கிடைக்கும்? எனவே, துரியன் கூறுவதும் உண்மை தானே? இதிலிருந்து ஓர் உண்மை புலப்படுகிறது. நடைபெற்ற ஒரே செயலைக் காணும் இருவர் தத்தம் மனோநிலைக்கு ஏற்ப அதன் பொருளை விரிப்பர். ஒருவாறு இருவர் கூற்றிலும் உண்மை இருத்தல் கூடும் எனினும், நடுவுநிலை காண்போர் உண்மையை ஆராய்ந்து முடிவுகட்ட வேண்டும்.

இராவணன், இராகவனைப்பற்றி இவ்வளவு அறிந்திருந்தும் அவனை மதியாமற் போனதற்குக் காரணம் அவன் கொண்டிருந்த தன்னம்பிக்கையே ஆகும். இப்பண்பு உயர்வுடையதாயினும்

எல்லை கடந்து போகுந் தறுவாயில் தன்னை மேற் கொண்டானுக்குத் தீங்கையே இழைக்கிறது. வீரச்செயல் என்பது என்ன என்பதை நன்கறிந்த இராவணன் அறிவையும் அது மயக்கிவிட்டது. கண்டதும் கேட்டதுமான உண்மைகளைத் திரித்து உணருமாறு செய்துவிட்டது. 'ஏனையோர் பால் நன்மையே விளைக்கும் தன்னம்பிக்கை' என்ற இந்நற்பண்பு இராவணன் தீமைக்குத் துணை செய்கிறது. ஒரு வேளை சீதைபால் இராவணன் காமங் கொள்ளாது இருந்திருப்பின், இராமன்பாற் கண்ட இச்செயல்களைப் பாராட்டியிருப்பான். இப்பொழுது, அவன் மனம் கெட்டுவிட்டதாகலின், இப்பண்பே தீமைக்கு மேலும் மேலும் தூபம் போடுகிறது.

இனி இறுதியாக வீடணன் கண்ட இலங்கை வேந்தனை, இராவணன் இறந்த பின்னர்க் காண்கிறோம். இராவணன் இறந்து மண்மேல் கிடக்கையில், இராமன் அவனை நெருங்கிக் காண்கிறான். இராவணன் முதுகிற் புண்பட்டுக் கிடப்பதைக் காண்கிறான். உடனே தனது வீரத்தைத் தானே பழித்துக் கொள்கிறான். 'போர்ப்புறங்கொடுத்தோர் பொன்ற ஆண் தொழிலோரில் பெற்ற வெற்றியும் அவந்தம்' என்று கூறி விட்டான்.

இதனை கேட்ட வீடணனுக்கு வருத்தம் எல்லை கடந்துவிட்டது. அண்ணன் அழிவுக்கு வழி தேடினவனாயினும் இந்நிலையில் அவனுக்கு வரும் பழியை விரும்பவில்லை. வேறு யாராவது இங்ஙனம் கூறியிருப்பின் என்ன செய்திருப்பானோ, அறியோம். ஆனால், தனக்கு இலங்கைச் செல்வத்தையே அளித்த இராமன் இங்ஙனம் கூறினதால் என்ன செய்வது? ஒன்றும் சொல்லாமலும் இருக்க முடியவில்லை. எனவே, அருவிக்கண்ணன், வெவ்வுயிர்ப் போடும் நீண்ட விம்மலன், வெதும்பும் நெஞ்சினன் ஆகிய வீடணன் 'செவ்வியில் தொடர்ந்த அல்ல செப்பலை செல்வ' என்று கூறினானாம். பொருளும் சிறப்பும் அற்ற சொற்களைக் சொல்லவேண்டா அண்ணலே என்பதே அதன் கருத்து. இங்ஙனம் கூறியவுடன் அண்ணனது பெருமை வீடணன் நினைவிற்க வருகிறது. அவன் வாழ்வையும், மாட்சியையும், வீழ்ச்சி அடைந்தமைக்குக் காரணத்தையும் நினைந்து பார்க்கிறான். இராகவனை நோக்கி உடன் கூறுகிறான். "ஐயனே கார்த்தவீரியனும் வாலியும் இராவணன் வென்றது அவர்கள் சொந்த வன்மையாலல்ல. தேவர்கள் சாபத்தால் விளைந்த பயனேயாகும் அது. இனி இப்பொழுது அவன்

அ.ச.ஞானசம்பந்தன் | 87

வீழ்ச்சியடைந்ததற்கும் தக்கதொரு காரணம் உண்டு. தாயினும் தொழத் தக்காள்மேல் தங்கிய காதற்றன்மை நோயும், நின் முனிவுமே அக்காரணங்களாகும். பிறர்மனை நயந்தான் அடைந்த பேதைமைக்கு ஏற்பப் பொறையே வடிவான நீயும் கோபமுற்றனை ஆதலின், அவன் அழிவு நெருங்கியது. அன்றேல், வெல்லுவார் ஒருவருமிலர், மேலும் அவன் திக்கயங்களை வென்ற காலத்தில் அவைகளைக் களைந்து எறியாமல் மார்புக்கு அணிகலமாகக் கொண்டிருந்தான். இப்பொழுது மாருதி குத்திய குத்துக்களாலும் நீ எய்த அம்புகளாலும் அவை உருவிச் சென்று முதுகின் வழிப்போயின. அதுவே அவனது முதுகில் புண் உண்டாவதற்குக் காரணமாகும்" என்றுரைத்தான் மேலும், 'வெவ்விடம் ஈசன் தன்னை விழுங்கினம், பறவை வேந்தை அவ்விட நாகம் எல்லாம் அணுகினும், இவனைப் பகைவர் படைக்கலம் அணுக்கமாட்டார். அம்மட்டோ? உலகம் முதலியவற்றைக் காக்கும் தொழில் பூண்ட திருமால் முதலிய பல்லோரும் என்று யாம் இடுக்கண் தீர்வது?' என்கிறார். இவன் இன்று உன்னால் பொன்றினான் என்ற போதும் புலப்பட்டார். 'பொய்கொல்? என்பார்' என்று கூறி அழுகிறான் வீடணன்.

மேலும் சில கூறப் புகுகிறான் வீடணன். அண்ணனது வன்மையை நினைக்கிறான். அண்ணாவோ அசுரர்கள் தம்பிரயமே அமரர் கூற்றே என்று கூறத் தொடங்கிய அவன், தனது சொல்லைத் தமையன் தட்டியதை உடன் நினைந்து கொள்கிறான். தன்பால் மிகவும் வெகுண்டு இலங்கை வேந்தன் 'இஞ்சிமாநகர் இடமுடைத்து அஞ்சல் அஞ்சல் என்று கூறியதை நினைந்து விசை பழி என்றேன். எனை முனிந்த முனிவு ஆறித்தேறினாயோ?' என்று வருந்துகிறான். அண்ணா நி யாண்டுச் சென்றாய்? வீரர்கள் புகும் சுவர்க்கம் அடைந்தனையா? அன்றி உன் பாட்டனாம் பிரமன் உறையும் நாடு ஏகினையா? பிறை சூடும் பெருமானிடம் சேர்ந்தனையா? உனது உயிரை அஞ்சாது கொண்டு சென்றவர் யார்? இங்ஙனம் கூறி வருந்தும் வீடணனுக்குச் சிறிது சலன மதியும் தலை காட்டிவிடுகிறது. எத்தகைய தன்மை வாய்ந்த ஒருவனும், இத்தகைய ஒரு நிலையில் கீழ்க்காணுமாறு கூறமாட்டாள்.

ஆர்அணா உன்னுயிரை அஞ்சாதே கொண்டு அகன்றார்?
அதெலாம் நிற்க;
மாரனார் வலியாட்டம் தவிர்ந்தாரே! குளிர்ந்தானே
மதியம்!' என்பான். (கம்பன்-9925)

காமவேள் இராவணனைத் துன்புறுத்தியதையும், சீதை பாற்கொண்ட காமத் தீயால் வெம்பிய இராவணன் 'மதியம் சுடுகிறது' என்று கூறியதையும் இப்பொழுது நினைந்து கொண்டு கூறுதல் இறைந்தவனை எள்ளும் முறையில் அமைந்துள்ளது. இது ஒரு பெரிய தவறேயாகும். சுத்த வீரன் ஒருவனும் செய்யாத செயலை, வீடணன் மேற்கொள்கிறான். இம் மட்டோடு அவ்வெள்ளல் குறிப்பு நிற்கவில்லை. 'நல்லாரும், தீயாரும் நரகத்தார் துறக்கத்தார் நம்பீ நம்மோடு எல்லாரும் பகைஞரே யார் முகத்தே விழிக்கின்றாய்? எளியை ஆனாய்' என்றும் கூறுகிறான். இறந்தவனை, இறுதிவரை விற்போர் விளைத்துத் தன் தனியாண்மை நிறுத்திப் பொன்றிய தலைவனை, 'எளியை ஆனாய்' என்று கூறதல் அறிவுடைமை ஆகாது. இதைவிட ஒன்றும் கூறுகிறான்.

> சீர்மகளைத் திருமகளைத் தேவர்க்கும்
> தெரிவரிய தெய்வக் கற்பின்
> பேர்மகளை, தழுவுவான் உயிர்கொடுத்துப்
> பழிகொண்ட பித்தா! (கம்பன்-9927)

சீதையைத் தழுவுவாள் வேண்டி உயிரையுங் கொடுத்து நீங்கா பழியினைப் பெற்றுக் கொண்ட பைத்தியக்காரா என்று கூறுகிறான்., ஒரு வேளை இராவணன் புகழ் முழுதும் மங்கிப் பிறன் மனை நயந்தமையால் பழி சூழ்ந்துவிட்டதே என்ற கருத்தால் பைத்தியக்காரா என்று அன்பு மிகுதியினாலும் கூறியிருக்கலாம். இதனை நீக்கி விட்டாலும் முன்னர்க் கூறிய இரண்டும் எள்ளல் குறிப்பில் தோன்றியவைகளே என்பதில் ஐயமில்லை. எனவே, இராவணன் மாட்டு வீடணன் கொண்டிருந்த அன்பு கலப்பற்றது, தூய்மையானது என்று சொல்வதற்கில்லை. அவன் குடும்பமே இராவணன்பால் நிறைந்த அன்பு கொண்டிருந்தது என்ற கூறமுடியாது. திரிசடையை நாம் அறிவோம். பெரிய தந்தையின் உப்பைத் தின்று கொண்டே அவனது வீழ்ச்சியை விரும்பினவள் அவள் இது நிற்க.

வீடணன், இந்த நிலையில் இராவணனைப்பற்றிக் கூறிய இவ்விரு குறிப்புக்களும் மிகவும் தாழ்ந்த மனப்பான்மையைக் காட்டுபவை. முழு விரோதியாகியவனும், இராவணனைத் தன் பகைமை காரணமாக இழித்துப் பேச உரிமை உள்ளவனுமாகிய இராகவனே இங்ஙனம் கூறவில்லை. இங்ஙனம் கூறாதது

மட்டுமன்று, இறந்த பிறகு அவன் மாட்டும், அவனது வீரத்திடத்தும் ஐயங்கொள்வது தவறு என்றன்றோ கூறுகிறான் அவ்வீரன்?

......வீடணா! தக்கது அன்றால்
என்னதோ இறந்து ளான்மேல் வயிர்த்தல் (கம்பன்-9917)

இங்ஙனம் சுத்த வீரன் கூறுவதைக் கேட்ட பிறகும் வீடணன் மேற்கூறியவாறு கூறுவானேயாகில், அவனது அன்பை என்னெனன் கூறுவது இராவணனிடத்து அச்சத்தையே மிகுதியகக் கொண்டிருந்தான் வீடணன் என்று நினைக்க வேண்டியிருக்கிறது. மந்திரத்திலேயே தமது கருத்தை ஏனையோரெல்லாம் அஞ்சாது கூற, பெரிய முகவுரையுடன் இவன் தொடங்குகையிலேயே, இவனுடைய மனக்கருத்து ஒருவாறாகப் புலனாகிறது. இராவணனிடம் ஏனையார் கொண்டிருந்தது போலப் பயன் கருதாத அன்பைக் கொண்டிருந்தவனல்லன் வீடணன். இத்தகைய அவனே இராவணனது ஆற்றலைப் புகழ்கிறான் என்றால், அதிலும் தன்னால் போற்றப்படு இராகவன் முன்பாகவே புகழ்கிறான் என்றால், அதிலிருந்து இலங்கை வேந்தன் மாட்சியை நாம் அறியலாமன்றோ?

# 5. "நாளை வா" எனப்பட்டான்

நற்பண்புகள் பலவற்றிற்கும் உறைவிடமான இராகவன் சிறந்த வீரன். 'சேவகன்' என்ற சொல்லைக் கம்பன் பல இடங்களிலும் வேண்டுமென்றே பயன்படுத்துகிறான். வீரம் ஒன்று மட்டும் அல்லாமல் நற்பண்புகள் பலவும் உடைய இராமன், தன் பகைவனை எல்லை மீறி ஏசுகின்ற இடம் கம்பன் பாடிய இராமாயணத்தில் இல்லை. அவன் பெரிதும் நேசிக்கின்ற சுக்கிரீவன் இராவணன் மேல் பாய்ந்து விட்டான், 'தானை காண் படலத்தில்'. நீண்ட நேரம் ஆகியும் குரங்கினத் தலைவன் மீண்டானில்லை. அவனுடைய வருகையைப் பற்றியே இராமன் ஐயுறவு கொள்ளும் நேரத்தில் சுக்கிரீவன் மீண்டுவிட்டான்; வெறுங்கையோடு வரவில்லை; இராவணன் மணி முடியைக் கவர்ந்து வந்துவிட்டான். ஆனால், இராமன் அவன் அவசரப்பட்டுச் செய்த காரியம் அடாத்து என்று எடுத்துக் கூறுகிறான். அந்நிலையில் இராமன் மனம் எவ்வாறு இருந்தது என்பதை ஆசிரியனே கூறுகிறான். சுக்கிரீவனுக்கு ஏதேனும் ஊறு நேர்ந்திருக்குமேயாயின், இராமன் வந்த காரியம் என்ன ஆகியிருக்கும்? அந்நிலையிலும் இராமன் இராவணனைப் பற்றித் தவறாக ஒன்றுங் கூறவில்லை; 'கருணை இல்லான்' என்று மட்டுங் கூறுகிறான். எனவே, இராமன் மனம் இருந்த அமைதியான நிலை இதிலிருந்து விளங்குகிறதன்றோ?

வாலி மைந்தனாம் அங்கதனைத் தூதாக அனுப்புகிறான் அயோத்தி வேந்தன். அங்கதனும் இராவணனிடம் சென்று வேண்டுமளவு ஏசுகிறான். "பாவியை, அமருக்கு அஞ்சி அரண்புக்குப் பதுங்கினானை, தேவியை விடுக! என்று கூறுமாறு சொல்லி என்னை அனுப்பினான்" என்று அங்கதன் கூறுகிறானே தவிர, இராகவன் அவ்வாறு கூறியதாகக் கவிபாடவில்லை. காரணம், அவ்விதம் இராமன் கூறவியலாமையேயாம். தன் மனைவியை இழந்து நிற்கும் வருத்தத்தால் அங்ஙனம் கூற

இராமனுக்கு உரிமை உண்டேனும், அவ்வாறு கூறியிருப்பின், அவன் இராமனாக மாட்டான்.

முதற்போர்புரி படலத்திலேதான், இராம இராவணர் நேரே சந்திக்கின்றனர். அமரரும் அஞ்சத்தக்க அருஞ்சமர் நடந்தது. இறுதியில் இராமன் பல கணைகளால் இராவணன் தேர், வில் முதலியவற்றை அழித்து, அவனது மணி மகுடத்தையும் தரையில் உருட்டிவிட்டான். முடியும் வில்லும் இழந்த இலங்கையோர்கோன் நிலை, இரங்கத்தக்கதாகவே உள்ளது. 'அமர் பொருமேல், வெல்லும் அத்தனை அல்லது தோற்றிலா விறலோன்' ஆகிய இராவணன், நாணித் தலைகுனிந்து பகைவன் முன் நிற்கின்றான்: "இன்று அவிந்தது போலும் உன் தீமை!" என்று ஆரம்பித்து, முதன் முறையாக இராவணனைப் "பாவி!" என்று விளிக்கிறான். அங்ஙனம் விளிப்பதன் காரணமும் உடன் கூறப்படுகிறது.

அறத்தினால் அன்றி அமரர்க்கும் அருஞ் சமம் கடத்தல்
மறத்தினால் அரிது என்பது மனத்திடை வலித்தி (கம்பன்-7267)

என்று கூறினான். 'நன்கு கல்வி கேள்விகளிற் சிறந்தவனாய் இருந்தும் கிளையோடும் அழிய முற்பட்டது வருந்தத்தக்கதே!' என்றான். மேலும் கூறத் தொடங்கினவனாகி, 'சீதையை விட்டு, உன் தம்பியாம் வீடணனைப் பட்டத்தில் வைத்து அவனுக்கு ஏவல் செய்ய முற்படுவாயேல், உன்னை விட்டுவிடுகிறேன்' என்றான்.

ஆனால், இதற்கு விடை ஒன்றும் இராவணன் கூறவில்லை. எனவே, போரை மீண்டுஞ் செய்தலிலேயே அவனுக்கு விருப்பம் இருக்கிறதென்பதை நன்கு கண்டான் இராகவன். உடனே அவனை இழித்துப் பேசிய நிலை மாறி விடுகிறது. சம வலியுடைய ஒரு பகைவனுக்குத் தரவேண்டிய மரியாதை தந்து பேசுகிறான்:

அல்லை யாம்எனில் ஆரமர் ஏற்று நின்று ஆற்ற
வல்லை யாம் எனில் உனக்குள் வலியெலாங் கொண்டு நில் ஐயா!
(கம்பன்-7270)

'உனக்கு உள்ள படைக்கலம் அனைத்தையும் கொண்டு நில் ஐயனே' என்று கூறுகிறான். எனவே, சிறந்த ஒரு வீரனைக் கண்டவுடன் மற்றொரு வீரன் அவன்பால் ஈடுபடும் நிலைக்கு இஃது ஒரு சிறந்த உதாரணமாகும். முதன் முதலில் இராகவன்

'பாவி' என்று இராவணனைப் பழித்தமை, மனநூல் கருத்துப்படி பொருந்துவதேயாகும். தன் துன்பங்கட்கெல்லாம் காரணனான ஒருவனை நேரே கண்ட பொழுது, எத்துணைச் சிறந்த பண்புகள் உடைய ஒருவனுக்கும் மன அமைதி கெடுதல் இயற்கை. அம்முறையில் அமைதி கெட்டு, இராகவன் 'பாவி' என்று விளித்தான்; ஆனால், இதற்குள் தன்னைக் கட்டுப்படுத்தித் தன் உணர்ச்சிகளை அடக்கிக் கொண்டு விட்டான். மேலும், தான் உயிர்ப்பிச்சை தருவதாகக் கூறியதையும் இராவணன் சட்டை செய்யவில்லை என்பதையும் இராமன் நன்கு கண்டுகொண்டான்; எனவே அவனிடம் கொண்டுள்ள மதிப்பும் உயர்ந்துவிடுகிறது. இவை இரண்டுஞ் சேரவே, பேச்சு முறையும் மாறி விடுகிறது. இதனை அடுத்து வரும் பாடல் இக்கருத்தை நன்கு வலி உறுத்துகிறது. 'ஆள ஐயா!' என்னும் இச்சொற்களால் மீண்டும் இராகவன் இராவணனை விளிக்கிறான். எனவே, இராகவன் மனம் சாந்த நிலையை அடைந்துவிட்டமை அறிகிறோம். இந்நிலையில் இராமன் தன் மனைவியைக் கவர்ந்து சென்ற கள்வனைத் தன் எதிரே காணவில்லை; அதற்கு எதிராகப் போர் வீரன் ஒருவனையே, தன்னொடு பகைமை பூண்டுள்ள ஒருவனையே காண்கிறான். பகைவீரன் ஒருவனுக்குத் தரவேண்டிய அனைத்து மதிப்பையும் தந்து அவனை விளிக்கிறான்.

இறுதியாக, இராமனும் இராவணனும் போர்க்களத்தில் சந்திக்கின்றனர். நீண்ட நேரம் போர் நடைபெற்றது. இறுதியில் இராவணன் இராமன் அம்பால் துன்பமடைந்து, தேரில் சாய்ந்துவிடுகிறான். அந்த நிலையில் இராமன் சாரதியாகிய மாதலி இராவணனைக் கொல்லுமாறு இராமனைத் தூண்டுகிறான். ஆனால் இராகவன் மறுத்துவிடுகிறான். மனைவியைக் கவர்ந்து சென்றவன் என்ற காழ்ப்பு மட்டிலும் இராமனுக்கு இருந்திருக்குமாயின், இச்சந்தர்ப்பத்தைப் பயன்படுத்தி இருக்கலாம். ஆனால், தான் போர் புரிவது ஒரு சிறந்த வீரனோடாகும் என்பதை அறிந்த இராமன், அந்தச் சந்தர்ப்பத்தைப் பயன்படுத்த மறுத்துவிட்டான்; 'படை துறந்து மயங்கிய பண்பினான் மேல் நடை துறந்து உயிர் கோடல் நீதியன்று' என்று கூறிவிட்டான். இறுதியில் இராவணன் இறந்தே விட்டான். அவன் வீழ்ந்த நிலையைக் காண வருகிறான் இராகவன், இராமன் மனநிலையை ஆசிரியன் நன்கு எடுத்துக் கூறுகிறான்.

போரிடை மீண்டும் ஒருவருக்கும் புறங்கொடாப்
போர்வீரன் பொருது வீழ்ந்த
சீரினையே மனம்உவப்ப உருமுற்றுந்
திருவாளன் தெரியக் கண்டான். (கம்பன்-9903)

மனத்தில் காழ்ப்பு ஒன்றும் இல்லாமலும், பகைவன் வீரத்தை உவந்தமையின், இறந்த அவன்பால் மகிழ்ச்சியுங் கொண்டு கண்டானாம் இராமன். இராவணன் மார்பிற் குத்தியிருந்த யானைக் கொம்புகள் புறத்தே கழன்று சென்ற தழும்பைக் கண்ட இராமன், அவன் புறங்கொடுத்தான் போலும் என்று தவறாக எண்ணி மனம் வருந்துகிறான். அக்கருத்துத் தவறானது என்பதை வீடணன் எடுத்து மொழிய மனக்கவலை நீங்கிவிட்டான் இராமன். அம்மட்டோடு அமையவில்லை; சுத்த வீரனாகிய இராவணன் மேல் தான் கொண்ட ஐயத்திற்காக வருந்துகிறான்.

........வீடணா ! தக்கது அன்றால்
என்னதோ இறந்து ளான்மேல் வயிர்த்தல் (கம்பன்-9917)

என இங்ஙனம் கூறுவதால், இராமன் மனநிலையை ஒருவாறு ஊகிக்க இயலுகிறது. இதுவரை போர் செய்த முறையிலேயே இராவணனைப்பற்றி நன்கு அறிந்திருக்க வேண்டியிருக்க, அதனை விட்டு அவன் மேல் ஐயங்கொண்டதற்காகத் தன் மேல் தானே தவறு கூறிக்கொள்கிறான்.

எனவே, இராகவன் கண்ட இராவணன் எத்தகையவன் என்பதைக் கண்டோம். இனி, இலக்குவன் கண்ட இராவணனைக் காண்போமாக.

# 6. 'வழி அலா வழிமேற் செல்வான்'

இராவணன் மேல் அதிக வெறுப்புக் கொள்ள உரிமை உடையவன் இராகவனாயினும், அவனைக் காட்டிலும் இராவணனை மிகுதியாக வெறுத்தவன் இலக்குவனேயாவான். அதன் காரணம் இளையோன் இராமன்மாட்டுக் கொண்டிருந்த அன்பேயாகும். சீதையைக் காணாது வனத்தில் இராம இலக்குவர் இருவரும் தேர்க்கால் சென்ற வழி தேடி வருகின்றனர்; பல குறிகளைக் கண்டு போர் நிகழ்ந்திருக்கும் என்று ஊகிக்கின்றனர். பல் குண்டலங்களும் மணிக்கொடிகளும் கிடைத்ததால் சடாயுவோடு பொருதார் பலர் போலும் என்று கூறுகிறான் இராமன். ஆனால், பெண்ணைக் கவர்ந்து செல்லப் பலர் வருதல் இயலாதென்பதை உணர்ந்த இலக்குவன்.

> 'பொருது தாதையை, இத்தனை நெறிக்கொடு போனான்
> ஒருவனே; அவன் இராவணனாம்' என உரைத்தான் (கம்பன்-3493)

ஏறத்தாழ இத் தருணத்திலிருந்தே இளையவன் இராவணனைப்பற்றி அறிந்துகொள்கிறான்.

இலங்கையில் வந்து தங்கிய பின்னரும் இராமன் இராவணனுக்குத் தூது அனுப்ப வேண்டும் என்று முடிவு செய்து கொண்டு தம்பியின் கருத்தறியக் கேட்கிறான். உடனே இலக்குவன் சீற்றமே ஒரு வடிவாகிறான். இவன் கூறும் சொற்களிலிருந்தே இராவணனைப்பற்றி இலக்குவன் கொண்டுள்ள கருத்து வெளியாகிறது. "தேவர்கட்கும் முனிவர்கட்கும் இடுக்கண் செய்தான்; இந்திரனைச் சிறையிட்டான்; தேவியைக் கவர்ந்து சென்றான்; என்னால் விரும்பப்படும் உன்னைத் துயர்க்கடலுள் ஆழச் செய்தான்; நம் சிற்றப்பனாகிய சடாயுவைக் கொன்றுள்ளான். இத்தகைய ஒருவனைக் கொல்லாதுவிடின், அதனை விடத் தவறு வேறில்லை" என இங்ஙனம் கூறி முடிக்கிறான் இலக்குவன்.

எனவே, அவன் இராவணனைப்பற்றி மிகத் தாழ்வான கருத்துக் கொண்டிருந்திருக்கிறான் என்பதை அறிகிறோம். பெரும் பலம் உடையவனாயினும், தவறான வழியிற் செல்கிறான் இராவணன் என்பதைக் கூற 'வழி அலா வழிமேற் செல்வான்' என்று இலக்குவன் கூறுவது அனைவரும் ஒப்புக்கொள்ள வேண்டுவதே.

'முதற்போர் புரி படலத்தில்' இவர்கள் இருவருஞ் சந்திப்பதைக் காண்கிறோம். முதன் முதலாக இராவணன் இலக்குவனது வில் நாணொலியைக் கேட்கிறான். சிறந்த இயந்திரப் பயிற்சி உடையான், இயந்திரம் ஓடுகையில் உண்டாக்கும் ஒலியைக் கொண்டே, அதன் தன்மையையும் வன்மையையும் அறுதியிட்டுக் கூறிவிடுவான். அங்ஙனமே, இலக்குவன் நாண் எறிந்த ஒலி கேட்டு, அரக்கர் தலைவன் ஏற்றினன் மகுடம் என்னே இவன் ஒரு மனிசன்! என்னாக் கூறினான். எனவே, இலக்குவன் வன்மையை இராவணன் நன்கு அறிந்துள்ளான் என்பதும் நன்கு புலப்படுகிறது. ஆனால், இராவணன் மேல் தனியானதொரு பகைமை கொண்டுள்ளான் இளையோன். சீதையைத் தான் காத்துக் கொண்டு இருந்தமையின் அவளுக்கு நேர்ந்த தீங்கால் தான் அவமானம் செய்யப்பட்டதாகவே நினைக்கிறான். எனவே, இராவணனை நேரே கண்டதும் அவன் 'காக்கின்ற என் நெடுங் காவலின் வலி நீக்கிய கள்வா' என்று விளிக்கிறான். இத்தகைய மனநிலையுடைய அவன் இராவணனை நன்கு அறுதியிடுதல் இயலாத காரியமாகும்.

போர் நடக்கையில் பல சந்தர்ப்பங்களில் இராவணன் அம்பால் இலக்குவன் துன்பமடைகிறான். இராவணன் அம்பால் இளையோன் மனம் கலக்கம் அடையவில்லை எனினும் அவனை வியவாது இருக்க இயலவில்லை.

# 7. 'வெலற்கு அரியான்'

அனுமன் இராவணன் மேல் விருப்பு வெறுப்பற்ற கருத்துக் கொண்டவனல்லன். மனைவியை விட்டு வருந்தி நிற்கும் சுக்கிரீவனுக்கு அடிமை பூண்டு வாழும் சொல்லின் செல்வன், அதே நிலையிலுள்ள இராமன் மேல் பல காரணங்களாற் காதல் கொண்டவன். முதன் முறையாக இராகவனைக் கண்டவுடனே, அவன் துணைகொண்டு தன் தலைவன் பகைவனாகிய வாலியை ஒழிக்க முடிவு செய்து கொண்டான்; அந் நிலையில் இராமன்மாட்டு நன்றியும் அன்பும் கொண்டுள்ள அவனுக்கு, இராவணன்பால் பகைமை தோன்றுதல் இயல்பு. அடுத்தபடியாக இராவணனைப் பற்றி அவன் அறிவது சம்பாதியாகிய கழுகின் தலைவனாலாகும். சம்பாதியும் இராவணனைப்பற்றித் தீயவன் என்ற கருத்தையே தந்தான். எனவே, இலங்கை வேந்தனை நடுவுநிலை பிறழாது. ஆராயும் சந்தர்ப்பம் அனுமனுக்கு இல்லை. ஆனாலும், அவன் தானும் அஞ்சத்தக்க வலிமை கொண்டவன் இராவணன் என்பதை மட்டும் நன்கு அறிந்துள்ளான். சம்பாதியும் இக்கருத்தை வலியுறுத்தி உள்ளான். இம் மனநிலையோடு இலங்கையிற் குதித்தான் காற்றின் மைந்தன்.

இலங்கை முழுவதையும் தன்னைப் பிறர் காணாவகை சுற்றித் திரிந்த அனுமன், இறுதியாக இராவணன் கோயிலை அடைந்தான். இராவணன் காம நோயுற்றுப் பொய் உறக்கம் உறங்குகிறான். திசை யானைகளின் தந்தங்கள் அழுத்தப் பெற்ற மார்பினையும், பகைவர் மணிமுடி படலால் தழும்பு பெற்ற கால்களையும் கண்டான். இந்திரச் சித்தனைக் கண்ட பொழுது அவனது வீரத்தைப் புகழ்ந்த அனுமன், இராவணன் வீரத்தில் இப்பொழுது ஈடுபடவில்லை. மனத்தில் நிறைந்துள்ள பகைமை முற்றுகிறது. மேலும், 'வெவ்வமர் தொடங்கின் என் ஆய் முடியும்?' என்று முன்னமே நினைந்தவனாகலின்,

'இப்பொழுதே, இராவணனை, உறங்கும் கொன்றுவிடலாமா!' என நினைக்கிறான். 'வாள் ஆற்றற் கண்ணாளை வஞ்சித்தான் மணிமுடியென் தாளாற்றலாலிடித்துத் தலை பத்தும் தகர்த்து இன்றென், ஆள் ஆற்றல் காட்டேனேல், அடியேனாய் முடியேனே!' என்றும் கூறுகிறான். 'உறங்குகின்றவனோடு பொருதல் தகாது என்ற எண்ணம் ஏனோ கலையெலாம் கற்ற அனுமனுக்குத் தோன்றவில்லை! பின்னரும் அவன் நினைத்ததைச் செய்யவில்லை; காரணம், அறம் கருதியது அன்று; நேமியான் பணியன்று' என்று நினைத்ததாலே ஆகும். ஆனால், பிணி வீட்டு படலத்தில் இராவணன் எதிரே நிறுத்தப்படுகிறான் அனுமன். அப்பொழுது அவன் 'உறங்குகின்ற போது உயிர் உண்டல் குற்றமென்று ஒழிந்தேன்' என்று கூறுவதாகக் கவிஞன் பாடுகிறான். இக்கருத்தை முன்னர்க் கூறாது இப்பொழுது கூறுவதால், ஆசிரியன் மாருதி மனநிலையைத் தெரிவிக்கிறான். சிறந்த வீரனாகையால், தன் வலியும் மாற்றான் வலியும் தூக்கிப் பார்க்கிறான் அனுமன்; நல்லதொரு முடிபுக்கே வருகிறான்.

என்னையும் வெலற்குஅரிது இவனுக்கு ஈண்டுஇவன்
தன்னையும் வெலற்கு அரிது எனக்கு; தாக்கினால்
அன்னவே காலங்கள் கழியும்; ஆதலான்
துன்னருஞ் செருத்தொழில் தொடங்கல் தூயதோ? (கம்பன்-5866)

இதுவே அனுமன் கொண்ட முடிவு. அனுமன் போர்த் திறத்தை, அருமந்த மைந்தனாம் அட்சய குமாரனைப் பலியிட்டு, அதன் பயனால் அறிந்த இராவணன், ஒரு வீரனுக்குரிய மரியாதையோடு வினாவுகிறான். 'மூவருள் ஒருவனோ, தென்திசைக் கோனோ, யாரையோ நீ!' என்று கேட்கிறான். கேட்டவன் யார் என்றால், 'வேரொடும் அமரர்தம் புகழ் விழுங்கினான்' என்று ஆசிரியனே கூறுகிறான். இந்நிலையில் தூதன்போல் நடிப்பதே தக்கது என்று முடிவு செய்துள்ள அனுமன் கூறத் தொடங்குகிறான்; பலவகையாலும் இராவணனுக்கு அறிவுரை வழங்குகிறான்; 'உனது எல்லையற்ற வரம் முதலியவற்றைத் தீட்டிய பகழி ஒன்றால் முதலொடு நீக்க நின்றானாகிய இராமன் தூதுவன் யான்' என்று கூறுகிறான்; மேலும், வாலியைக் கொன்றவன் தூதுவன் என்று சொல்லியவுடன் இராவணன், 'குலப்பகைவனோடு உறவா பூண்டுள்ளீர்?' என்று எள்ளி நகையாடுகிறான். அந்நிலையைப் பயன்படுத்திக் கொள்ள வேண்டும் என்று நினைத்து இராவணன் சில கூறத் தொடங்கு முன், அவன் மனநிலையைத் தான்

பயன்படுத்திக் கொள்ள வேண்டும் என்று நினைந்து, அனுமன் சில பன்னினான். 'ஐயனே! கேட்பாயாக; காமச் செருக்கினால் திறந்திரும்பியவர் யாவர் பிழைத்தார்? காமத்தால் இறந்தார். களிவண்டுறை தாமத் தாரினர் எண்ணினுஞ் சால்வரோ? நீயோ, புகழைப் பெரிதும் விரும்புகிறாய்!' இச்செயல் புகழின் பாற்படுமோ? ஆராய்க!

இச்சைத் தன்மை யினில்பிறர் இல்லினை
நச்சி நாளும் நகையுற நாண்இலன்
பச்சை மேனி புலர்ந்தது பழிபடூஉம்
கொச்சை ஆண்மையும், சீர்மையிற் கூடுமோ?  (கம்பன்-5903)

இங்ஙனம் நல்லுபதேசம் செய்த அனுமன் இறுதியில், 'நீ உயிர் பெற்று வாழ வேண்டுமேயாயின், சீதையைத் தருக எனக் கூறினான். இறுதி வார்த்தைகள் இராவணற்குக் கோபம் மூட்டிவிட்டன. இதனை எனக்குச் சொல்ல ஒரு குரங்கு வந்தது, மிகவும் நன்று!' என்று கூறிச் சிரித்து, 'உனது உபதேசம் ஒருபுறம் நிற்க; தூது வந்த நீ ஏன் என் படைஞரைக் கொன்றாய்?' என்றனன் இராவணன்.

இச்சந்திப்பிலிருந்தே, அனுமன், இராவணன் படை வலியையும் மதிவலியையும் நன்கு அறிந்து கொள்கிறான். அனுமன் வேண்டுமென்றே சில குறிப்புகள் தந்தான். வாலிபால் தோற்றவன் இராவணன் என்பது யாவரும் அறிந்த தொன்றே! எனவே, 'அத்தகைய வாலியை அடுகணை ஒன்றாலே கொன்றான் இராமன்' என்று கூறினால், இராமன் வலிமையை இராவணன் அறிதல் கூடும் என்று நினைந்தான் அனுமன். அங்ஙனம் அவன் நினைந்திருப்பின், பிழைபட்டான். அவனுக்கு முன்னரே, வீடணனும் கும்பகருணனும் இதனைக் கூறிவிட்டிருந்தனர். எனவே, அனுமன் இதனைக் கூறியும் இராவணன் சட்டை செய்யவே இல்லை.

## 8. 'இடிக்குநர் இல்லான்'

**இரா**வணன் பகைவராயுள்ளார் அனைவரிலும், மிகுதியும் அவன்பால் வெறுப்புக் கொண்டவள் சீதையேயாவாள். முதன் முதலாகச் சீதை இராவணனை வனத்தில் சந்திக்கிறாள்; துறவுக் கோலம் பூண்ட அவனை இன்னானென்று அறியாது உரையாட ஆரம்பித்துவிட்டாள். அவளால் ஆசனம் தரப்பட்டு அதில் அமர்ந்த இராவணன். அவளை யாரென்று வினவுகிறான். அக் கேள்வியால் 'நம்மை முன் பின் அறியாதவர் இப்பெரியார்' என நினைந்து, சீதை விடை கூறினாள். அதன் பின்னர் அவன் யாரென்று சீதை வினவ, துறவி வேடம் பூண்ட இராவணன், நாணமற்றுத் தன் பெருமைகளைப் பலபடியாக விரிக்கின்றான்; மேலும், தான் வேறு ஒருவன் போல் நடித்து அத்தகைய இராவணன் ஊரிலிருந்துதான் வந்ததாகவும் கூறினாள். உடனே சீதையின் மன நிலையை நாம் அறிய முடிகிறது. இராவணன் பெருமைகளைப் பற்றித் துறவி பலபடியாகக் கூறியும் சீதை அதனைக் காதில் வாங்கியதாகவே தெரியவில்லை. அம்மட்டோடில்லை!

சேதன மன்னுயிர் தின்னும் தீவினைப்
பாதக அரக்கர்தம் பதியில் வைகுதற்கு
ஏது என்? (கம்பன்-3367)

என்று இவ்வாறெல்லாம் வார்த்தையாடிய பிறகு சீதையைப் பூமியுடன் பெயர்த்துத் தேரில் வைத்துக் கொண்டு இராவணன் ஆகாய வழியே செல்கிறான். அந்நிலையில், "நீ மானுடர் மாட்டு அஞ்சவில்லை எனில், தேரை நிறுத்தி அவருடன் பொருக!" என்று சீதை கூறவே, இராவணன் மானிடரொடு பொருதல் தனக்கிழிவென்று கூறிவிட்டான். உண்மையை ஆராயுமிடத்துக் கர தூடணர் பட்ட பாட்டை அறிந்த இராவணன் தன் செயல் முடியும் வரை போரை விரும்பவில்லை. மேலும், தன் பெருமைகளைக் கேட்ட மாத்திரத்துத் தனக்கு இணங்காத

பெண்ணே இருத்தலியலாதென்ற கருத்தில் ஊறியவன் என்று நினையவேண்டியுள்ளது. அதனாலேயே சீதையின் வினாக்கட்குப் பொருத்தமற்ற விடை தருகிறான்; மேலும் சீதையால் எள்ளி நகையாடவும் படுகிறான்.

......தங்குலப் பகைஞர் தம்பால்
போவது குற்றம் வாளின் பொருவது நாணம் போலாம்
ஆவது கற்பி னாரை வஞ்சிக்கும் ஆற்ற லேயாம்.        (கம்பன்-3402)

இங்ஙனம் அவள் கூற இடந்தந்து விட்டானாகலின், இராவணன் மேல் சீதைக்குச் சிறிதும் மதிப்பு இல்லாமற் போயிற்று. கர தூடணர் வதையால் ஒருவாறு அரக்கர் குலத்தைப்பற்றியே தாழ்ந்த கருத்துக் கொண்டிருந்த சீதைக்கு இராவணனும் இங்ஙனம் கோழைச் செயல் செய்தது, மேலும் அவர்கள் மாட்டுத் தாழ்ந்த கருத்தையே உண்டாக்கிற்று. இறுதிவரையில் சீதையின் மனநிலை இவ்வாறே இருக்கக் காண்கிறோம்.

இனி அடுத்துச் சீதையை அசோக வனத்தில் இராவணன் சந்திக்கிறான். பெண்கள் மனநிலையை முழுதும் அறியாதவனாக இராவணன் சீதையைக்காண வருகிறான்; ஊர்வசி உடைவாளைத் தாங்கி வரவும், மேனகை அடைப்பை தாங்கவும், செருப்பினைத் திலோத்தமை தூக்கி வரவும், அரம்பையர் குழாம் சூழ்ந்து வரவும் கங்குலும் பகல் படுமாறு தோன்றினான். இத்துணைப் பெண் மக்கள் உடன் வருதலைத் தனது பெருமையின் அறிகுறியாக இராவணன் நினைத்து அழைத்து வந்தான். சீதையைக் கண்டு நிற்கும் அவனையும், அவனைக் கண்டு நிற்கும் சீதையையும், ஆசிரியன் படம் பிடிக்கிறான்; 'கூசியாவி குலைவுறு வாள்' என்றும், 'ஆசையால் உயிர் ஆசழிவான்' என்றுங் கூறுகிறான். நின்ற இராவணன் கூசிக் கூசிப் பேசத் தொடங்கினான். அதனை ஆசிரியன், 'வெவ்விடத்தை அமிழ்தென வேண்டுவான்' என்று கூறுகிறான்.

பலபடியாகத் தன் கருத்தை எடுத்துக் கூறிய இலங்கை வேந்தனுக்குச் சீதை இறுக்கும் விடை ஆராயத்தக்கது. முதன் முதலாகத் தன் கணவனது வன்மையை விரிவாகக் கூறத் தொடங்குகிறாள் சீதை. இதுவும் அவளுடைய மனநிலையை அறிவிக்கும் பகுதியாகும். சாதாரணமாக உலகியலில் இத்தகைய தன்மையைக் காண்கிறோம். விவகாரத்தில் தளர்ச்சியுற்றவர்கள் தங்கட்குச் சாதகமான இரண்டொரு பகுதிகளை விடாமல்

உரக்கக் கூறுந் தன்மை நாமறிந்த தொன்றே. சீதையின் தளர்ந்து வருந்திய மனத்திற்கு இராகவனைப்பற்றி நினைந்து கொள்ள வேண்டியது இன்றியமையாததாகிறது. அந்த நினைவும் உரக்கப் பேசி மனத்தைச் சமாதானப் படுத்திக்கொள்ள வேண்டியதாகிறது. தனக்குத் துணை யாரும் இல்லாது அஞ்சி நிற்கும் அவளுக்குத் தானே உரக்கப் பேசும் இவ்வார்த்தைகளே ஆறுதல் தரக் கூடியனவாம். எனவே, அவள் கூறத் தொடங்குகிறாள்.

மேருவை உருவ வேண்டின் விண்பிளந்து ஏக வேண்டின்
ஈரெழு புவனம் யாவும் முற்றுவித் திடுதல் வேண்டின்
ஆரியன் பகழி வல்லது – அறிந்திருந்து. அறிவி லாதாய்
சீரிய அல்ல சொல்லித் தலைப்பத்தும் சிந்து வாயோ? (கம்பன்-5185)

இங்ஙனம் கூறத் தொடங்குவதால் இராவணன் வன்மையைத் தான் சிறிதும் மதிக்கவில்லை என்பதைக் கூறுவாளாகிறாள். இராவணனுடைய தற்பெருமையை நன்கு அறிந்து கொள்ளப் பல சந்தர்ப்பங்கள் இருந்தமையின், அவற்றையெல்லாம் ஒவ்வொன்றாய்க் கூறி, அவன் அழிவது உறுதி என்பதை எடுத்துக்காட்டுகிறாள். கேட்கும் போதும், சீதைக்கு இராமன் நினைவே தோன்றுகிறது. அவனது வன்மையின் முன்னர் இராவணன் வலியற்றுப் போவதை நன்கு அறிபவளாகலின், அதனை எடுத்துக் கூறுகிறாள். வெள்ளியங்கிரியனை எடுக்கவும் விடையின் பாகன் தன் கால் விரலால் அழுத்த, அதனால் பெருந்துன்பம் அடைந்தவன் இராவணன். அதனை எடுத்துக் கூறி, அத்தகையவனது வில்லை முரித்தவன் இராமன் என்றும் கூறுகிறாள்; இராவணனை வென்றவனாகிய கார்த்த வீரியனை வென்றவன் இராகவன் என்று இவ்வாறு வரிசையாக அவன் தோல்விகளையும் இராகவன் வெற்றிகளையும் அடுக்கிக்கொண்டே செல்கிறாள். இவை அனைத்தும் இராவணனுக்குத் தெரியாதவை அல்ல. எனினும், சீதை இவற்றை எடுத்துக்காட்டுவதில் உள்ள நியாயம் என்ன என்பதைக் காண வேண்டும். பெரும்பாலும் ஆத்திரமுடையவர்கள் பேசுவதுபோலவே அமைந்துள்ளன அவளுடைய சொற்கள். தன் மனத்திற்குத் தைரியம் கூறும் முறையிலேயே அவள் பேசுகிறாள். இங்ஙனம் பேசிக் கொண்டே சீதை, இறுதியில் அரியதொரு கருத்தையும் கூறுகிறாள். ஒரு பெரிய மன்னன் வீட்டில் பிறந்து மற்றொரு மன்னனை மணந்து வாழ்ந்த அவளுக்கு அரசனைப்பற்றிய பல இன்றியமையாத

குறிப்புகள் தெரிந்தேயிருக்கும். மன்னனுக்கு மதியமைச்சர்கள் கண் போன்றவர்கள். அமைச்சரை வைத்து நடத்தாத அரசியல் அழிந்தே தீரும். அவ்வமைச்சரும் எத்தகையவராய் இருத்தல் வேண்டும்? பொதுமறை தந்த பெரியார்.

இடிப்பாரை இல்லாத ஏமரா மன்னன்
கெடுப்பார் இலானுங் கெடும் (குறள்-448)

என்றல்லவோ கூறினார்! இத்தனை நாட்கள் அசோக வனத்தில் உறைந்த சீதை, இராவணனைப் பற்றியும் அவனது அரசியலைப்பற்றியும் அறிந்த உண்மைகள் பல. அவற்றுள் சிறந்தது அவன் அமைச்சரே இல்லாது ஆளுபவன் என்பதேயாம். பெயரளவில் உள்ள அமைச்சர்களும், இச்சகம் பேசி அவனது அழிவை நாடுபவர்களாய் உள்ளார்களேயன்றி இடித்துப் பேசி அவனது வாழ்வைப் பெருக்குபவராயில்லை. அரசியலறிந்த சீதைக்கு இது வியப்பை அளிக்கிறது. அவள் உடனே இராவணனை நோக்கி,

கடிக்கும்வல் அரவும் கேட்கும் மந்திரம்; களிக்கின் றோயை
அடுக்கும்ஈது அடாது என்று ஆன்ற ஏதுவோடு அறிவு காட்டி
இடிக்குநர் இல்லை; உள்ளார் எண்ணியது எண்ணி உன்னை
முடிக்குநர் என்ற போது முடிவன்றி முடிவ துண்டோ? (கம்பன்-5204)

என்று கூறினாள். அமைச்சராயுள்ளார் ஏது காட்டி அரசனை நல்வழிப்படுத்த வேண்டும். அவ்வாறு இல்லாமல் இருப்பது ஒருபுறமிருக்க, உள்ளவர்களும் அவன் கூறுவதையே சரியென்று கூறும் கயவர்களாகவன்றோ உள்ளார்கள்? இந்நிலையில் சீதை சொல்லும் சொற்கள் அவள் மனத்தில் தோன்றிய இரக்கக் குறிப்பையே அறிவிக்கின்றன. இராவணனுடைய தவ வலியையும் படை வலியையும் அவள் காண்கிறாள். இத்துணை வலியும் பெருமையும் உடைய ஒருவனை அவள் கண்டதில்லை. இராமனிடம் இதனினும் மேம்பட்ட வலியைக் கண்டாளேனும், அரசனாயுள்ள இராவணனைச் சுற்றியுள்ள சிறப்புக்களில் ஒரு சிறிதேனும் அயோத்தியில் இல்லை என்பதை அவள் அறிவாள். தன்னால் போற்றி வணங்கப்படும் தேவர்கள் இங்கு இராவணனுக்கு அடிமை பூண்டு ஏவல் செய்கின்றார்கள். எத்துணைத் தவம் புரிந்து இத்துணைச் சிறப்புக்களை அவன் பெற்றிருக்க வேண்டும் என்று நினைக்கிறாள் சீதை. 'இவையனைத்தும் வீணாகின்றனவே!' என்று நினைந்தவுடன்

இரக்கமே தோன்றுகிறது. அவ்விரக்கத்தாலேயே அவள் பலவாறு அவனை இடித்துக்கூறி அறிவுரை பகர்கின்றாள்.

இனி அவள் காட்டும் இரக்கத்திற்கு மற்றொரு காரணமும் உண்டு. இராவணன் தனது பெருமையைக் காட்டும் அளவில் நின்றிருப்பானேயாகில் சீதைக்கு அவன் மாட்டு அச்சமே நிகழ்ந்திருக்கும். அவன் அவ்வாறு செய்யாமல் தன் நிலையின் இழிந்த சொற்களை ஓயாது அவள் எதிரே சொல்கிறான். அவன் கூறுகிற சொற்களைக் கேட்டால் யாருக்குமே இரக்கம் தோன்றாமல் இராது.

என்றுதான் அடிய னேனுக்கு இரங்குவது இந்து என்பான்
என்றுதான் இரவியோடு - வேற்றுமை தெரிவது என்பால்? (கம்பன்-7640)

இங்ஙனம் 'தன் பெருமையையும் ஆண்மையையும் காற்றில் பேசுகிறான்!' விட்டுவிட்டுப் பேசத் தொடங்கிய அவன் மிகத் தாழ்ந்த நிலையை அடைந்துவிடுகிறான். 'இராவணனா' என்று நாம் வியக்கிறோம். யார்க்கும் வணங்காத மணிமுடி தாழ்த்தி அவன் சீதைபால் அழுவது வெறுப்பையும், நகைப்பையும், சீற்றத்தையும் ஒருங்கே உண்டு பண்ணுகின்றது.

'வஞ்சனேன் எனக்கு நானே மாதரார் வடிவு கொண்ட
நஞ்சுதோய் அமுத முண்பான் நச்சினேன் நாளுந் தேய்ந்த
நெஞ்சுநே ரானது உம்மை நினைப்புவிட்டு ஆவி நீக்க
அஞ்சினேன் அடியனேன் உம் அடைக்கலம் வந்தீர்! (கம்பன் – 7641)
தோற்பித்தீர்; மதிக்கு மேனி சுடுவித்தீர்; தென்றல்தூற்ற
வேர்ப்பித்தீர்; வயிரத் தோளை மெலிவித்தீர்; வேனில் வேளை
ஆர்ப்பித்தீர்; என்னை இன்னல் அறிவித்தீர்! அமரர் அச்சம்
தீர்ப்பித்தீர்; இன்னம் என்னென் செய்வித்துத் தீர்திர் அம்மா!'
(கம்பன்-7642)

மனித இயல்பில் காமமும் காதலும் ஒரு பெரிய இடம் பெறுதல் உண்டு. ஆனால் அவை அவனிடம் உள்ள ஏனைய பண்புகள் அனைத்தையும் அமிழ்த்தி மேலெழுந்து ஆட்சி செய்ய விரும்பினால், அச்செயல் வெறுத்தற்குரியதே. தனது பெருமையனைத்தையும் தவறான காமத்தின் முன்னிலையில் பலி இடும் இராவணனை நாம் இப்பொழுது போற்ற இயல வில்லை.

தலையின் இழிந்த மயிர் அனையர் மாந்தர்
நிலையின் இழிந்தக் கடை (குறள்-964)

என்பது பொய்யா மொழியன்றோ? இங்ஙனம் பேசும் ஒருவனை எந்தப் பெண்தான் பொறுக்க இயலும்? சீதை அதனைப் பொறாது அவனைப் பழித்தது இயல்பே அன்றோ? மேலும், பெண் தன்மையும் தாய்மையும் மிக்குடைமையின், அவளுக்குக் கோபத்தைக் காட்டிலும் இரக்கமே மிகுதியாகத் தோன்றிற்று.

இராவணனை முதலிற் கண்டபொழுது சீதை கொண்டிருந்த அச்சம் சிறிது சிறிதாக நீங்கிவிட்டது. அவன் தன்னைத் தொட்டுப் பலாத்காரமாக ஒன்றுஞ் செய்யான் என்பதை அறிந்த சீதை, அவன்பாற் கொண்ட அச்சம் நீங்கினாள். இறுதிவரை அவன் மாட்டு இரக்கமும், அவன் கூறும் தவறான மொழிகளுக்கே அச்சமும் கொண்டிருந்தா ளென்று அறிய முடிகிறது.

# 9. தன் இரக்கம்

எற்றுஎன்று இரங்குவ செய்யற்க; செய்வானேல்
மற்றஅன்ன செய்யாமை நன்று (குறள்-655)

"ஒருவன், "ஏன் இக்காரியத்தைச் செய்தோம்!" என்று பின்னர் இரங்கும்படியானவற்றைச் செய்யாமல் இருக்கக் கடவன்; தவறிச் செய்தபோதிலும், இரங்காமலாவது இருக்கக்கடவன்" என்று ஆணையிடுகிறார் வள்ளுவர். இவ்வுரையைப் பின்பற்றுவது எல்லோராலும் இயலுவதன்று. பெரும்பாலார் பின்னால் நினைந்து வருந்த நேரும் செயலைச் செய்யாமல் இருப்பதில்லை; இதைப் போலவே. வருத்தப்படாமலும் இருப்பதில்லை. 'எத்தனை விதங்கள் தான் கற்கினும் கேட்கினும் என் இதயமும் ஒடுங்கவில்லையே' என்பதும் மெய்யுரையேயன்றோ?

மூவுலகங்களையும் வென்று ஆண்ட இராவணனும் வள்ளுவர் வாய்மொழியைப் பின்பற்றி நடக்கும் ஆற்றல் பெற்றிருக்கவில்லை. சீதையை எடுத்து வந்த பொழுது அவன் ஆழ்ந்த சிந்தனை செய்யவில்லை; தங்கையின் வருணனையால் மயங்கிச் சீதையின் மீது பேச முடியாப் பெருங்காதல் கொண்டு விட்டான்; மாமன் மாரீசன், பெருமைக்குப் பங்கம் விளைவிக்கத் தக்க செயல் என்று தடுத்துச் சொல்லியும் கேளாமல், சீதையை வஞ்சகத்தால் சிறைப்படுத்திக் கொண்டு வந்தான்; பின்னர் அச்செயலின் விளைவாகத் துன்பத்தை அனுபவிக்க நேர்ந்தபோது, 'ஐயோ! இப்படியெல்லாம் நிகழ்ந்தன!' என்று ஏங்கலானான்; வள்ளுவர் வழியின் அருமை யை உலகத்தார்க்கு உணர்த்தவே இவ்வாறு செய்தானோ!

அனுமன் இலங்கையை எரித்ததோடு, அசோக வனத்தையும் அழித்துவிட்டுச் சென்றான். திக்கஜங்களின் கொம்புகளை மார்பில் தரித்தவன், தேவர்களை ஏவல் கொண்டவன், கயிலையை எடுக்கத் துணிந்தவன், ஆயிரம்

மறைகளை அறிந்துணர்ந்தவன், அனுமன் செயல்களைக் கண்டு கலங்கிவிட்டான். அனுமனால் அழிந்த இலங்கையை முன்னிலும் பன்மடங்கு சிறப்புடையதாகச் செய்வித்த பின்பும், அவன் கலக்கம் நீங்கவில்லை. இனிச் செய்ய வேண்டுவது யாது என்பதைப்பற்றி ஆராயக் கூட்டிய மந்திரி சபையில் நடந்துவிட்டவைகளையே திரும்பத் திரும்ப எடுத்துப் பேசலானான். அனுமனுடைய செயல்களின் விளைவுகள் கண்ணுக்குத் தோன்றாதவாறு மயன் இலங்கையைப் புதுப்பித்த பின்பும், இராவணன் மனக் கண்களுக்கு அழிந்த இலங்கையே தெரியலாயிற்று, இஃது அவன் மனம் எவ்வளவு புண்பட்டிருக்க வேண்டும் என்பதையே நமக்கு வற்புறுத்துகிறது.

சுட்டது குரங்கு; எரிசூறை யாடிடக்
கெட்டது கொடிநகர்; கிளையும் நண்பரும்
பட்டனர்; பரிபவம் பரந்தது எங்கணும்;
இட்டஇவ் அரியணை இருந்தது என்னுடல்! (கம்பன்-6082)

மற்றில தாயினும் மலைந்த வானரம்
இற்றில தாகியது என்னும் வார்த்தையும்
பெற்றிலம் (கம்பன்-6084)

'குரங்கு நகரைச் சுட்டது; சுற்றமும் நண்பரும் இறந்தனர்; பழி பரந்தது; இவ்வளவுக்கும் என்னுடல் இவ்வரியணையில் இருந்ததே!' இராவணன் தன் உயிரை இங்குக் குறிப்பிடாதது கவனிக்கத்தக்கது. அஃது அவமானத்திற்கஞ்சி இறந்தொழிந்தது என்பது அவன் எண்ணம் போலும்! பழிக்குப் பயப்படும் இராவணன், அடுத்து, 'அனுமன் இறந்தொழிந்தான் என்று கேட்கும் பாக்கியத்தையும் பெறவில்லையே!' என்று ஏங்குகின்றான். உயிருடனிருக்கும் குரங்கு, புதுப்பித்த இலங்கையையும் அழித்துவிடும் அன்றேயே அதன் செயல்களைத் தடுக்கும் திறம் தனக்கில்லை என்பதை இன்னும் தெளிவாக அவன் உரைக்க முடியுமா? அவன் கயிலையை எடுக்கத் துணிந்த காலத்து இருந்த தைரியம் எங்குச் சென்றது? இராவணன், பழி வந்ததற்குத் தன் செயலே காரணம் என உணர்ந்ததே, இங்கு அவன் தைரியமற்றவனாய் இருப்பதற்குக் காரணம். எத்துணை வல்லமையுடையவனேயானாலும், தானே வருவித்துக் கொண்ட இன்னல்களை எதிர்க்கும் சக்தியை அவன் எப்படிப் பெற்றிருக்கக் கூடும்? "இவன் இராவணன் தானா!" என்று நாம் ஐயப்படும்படி அவன் நடந்து கொள்வதிலிருந்தே குரங்கு

செய்த இன்னல்களின் எல்லையை ஒருவாறு உணரமுடிகிறது. இராவணனையே அதை விவரிக்கச் சொல்லுவோம்.

ஊறுகின் றனகிணறு உதிரம்; ஒண்நகர்
ஆறுகின் றிலதழல் அகிலும் நாவியும்
கூறுமங் கையர்நறுங் கூந்த லின்கூறு
நாறுகின் றதுநுகர்ந்து இருந்தம் நாமெலாம் (கம்பன்-6083)

எண்ணற்ற இராக்கதர்களைக் கொன்று குவித்துச் சென்றான் அனுமன். அவர்கள் உடம்பிலிருந்து வெளிப்பட்ட இரத்தம் ஆறாய் ஓடிக் குளம், மடு, ஏரி முதலிய நீர்நிலைகளையெல்லாம் இரத்தமயமாக்கிவிட்டது. இலங்கையில் குடிக்கத் தண்ணீர் கிடைக்கவில்லை. ஆகவே, இராவணன் கிணறு தோண்டச் செய்தான். ஆனால், பயன் பெறவில்லை. இராக்கதர் இரத்தம் பூமியில் ஊறித் தோண்டிய இடம் அனைத்திலும் இரத்தமாக ஊற்றுச் சுரக்கின்றது. தண்ணீரில்லாமல் மக்கள் எவ்வாறு காலஞ் செலுத்த முடியும்? 'அன்ன ஆப: வேதம்' (ஜலமே பிரதான உணவு). உண்டியில்லாமல் தவித்த இராவணன், தூக்கமில்லாமலும் தவிக்க நேர்ந்தது. அனுமன் இலங்கையில் வைத்த தீ அவியாமல் இருக்கிறது. வீடுகள் எரிந்து விழும் நகரத்தில் எவனுக்குத் தூக்கம் பிடிக்கும்? இத்துன்பங் களை மாற்றச் சற்று இன்பத்தைத் தரும் மெல்லியலாரோடு கலந்திருக்கலாமென்றாலோ, அவர்கள் கூந்தல் சுறுநாற்றம் வீசுகின்றது. இவ்வாறு உண்டி, உறக்கம், இன்பம் இம்மூன்றையும் இராவணனுக்கு இல்லாமற் செய்த அனுமனை, அவன் எவ்வாறு மறக்கக்கூடும்? அனுமன் உயிருடனிருக்கிறான் என்ற எண்ணமே அவன் மனத்தை ஆறுதலடையச் செய்யாமலிருக்கப் போதியதன்றோ? ஆகவேதான், அவன், இலங்கையைப் புதுப்பித்த பின்பும் என்ன அனுமனையும் அவன் செயல்களையும் மறக்க முடியாதவனாகி, அவற்றையும் அவற்றால் அவனடைந்த பழியையுமே பற்றிப் பேசிக் கொண்டிருக்கிறான்.

நமக்கு மட்டுமின்றி, இராவணனைச் சேர்ந்தவர்க்கும் அவனுடைய இந்நிலை கேலிக்கிடமாகிறது. தன் தீமையை நினைத்துத் தளர்ந்து பேசும் இராவணனை நோக்கிச் சேனாதிபதி, வள்ளுவரைப்போல் உபதேசம் செய்யத் தொடங்கி விட்டான்.

வஞ்சனை மனிசரை இயற்றி வாள்நுதல்
பஞ்சன மெல்லடி மயிலைப் பற்றுதல்

அஞ்சினர் தொழில்என அறிவித் தேன் அது
தஞ்சென உணர்ந்திலை உணரும் தன்மையோய்! (கம்பன்-6086)

தாம் கெட்டிக்காரர் என்று காட்டிக்கொள்ள எதிரி இளைத்த சமயம் பார்த்துத் தாக்குவது மனிதப் பண்பு. இவ்வுபாயத்தை உயர்ந்தோர் கைக்கொள்ளுவதில்லை. சேனாதிபதி இம் முறையைக் கையாண்டது இராவணன் மீது வெற்றி கொள்வதற்கே. அவன் விரும்பியபடியே இராவணனும், அவன் கூற்றுக்களை ஏற்றுக் கொண்டவனைப் போல், இதை மறுத்துக் கூறாமலிருந்தது. அவன் தன் தீமையை நினைந்து எத்துணைத் தளர்ந்திருக்கிறான் என்பதையே வலியுறுத்துகிறது இந்நிலையில் பிறர் கேலி செய்வதைப் பொருட்படுத்துவது பெரியோர்க்கு அழகன்று. இராவணன் சேனாதிபதியின் கூற்றுக்கு மறுமொழி கொடாதது, தவறு செய்தவனேயானாலும், அவன் தன் இயற்கை இடம் கொடாத ஒரு பிழையையே செய்தான் என்றும், அதன் தீமையை நாம் எடுத்துக்காட்டக்கூடிய அளவுக்கு அவனே உணர்ந்திருந்தான் என்றும் காட்டுகின்றது.

சுக்கிரீவன் மணிமுடியைக் கவர்ந்து சென்ற பின் இராவணன் கொண்ட தோற்றம் மிகவும் இரங்கத்தக்கதாய் இருக்கின்றது. போரில் வெற்றியும் தோல்வியும் மாறிமாறி வருதல் இயற்கை. வெற்றி கிடைக்கும் காலங்களில் மட்டற்ற மகிழ்ச்சியும், தோல்வியுறும் காலங்களில் எல்லையற்றதுன்பமும் அடைவது வீரர்க்கு உறுதி பயவாது. இராவணன் இதை உணர்ந்தவன் அல்லன். அவன் வாழ்க்கையில் தோல்விகள் ஏற்படாமல் இல்லை. கார்த்த வீரியனிடத்தும், வாலியினிடத்தும் அவன் படுதோல்வியுற்றான்; கயிலையை எடுக்கச் சென்று அவமானப்பட்டான்; ஆனால், இவைகளைத் தனக்கு நேர்ந்த அவமதிப்பாகக் கருதவில்லை. 'கயிலையை எடுத்தவன்' என்று அவனே தன்னைப் பெருமையாகப் பேசிக் கொள்ளுகிறான் என்றால், தோல்விகளைத் தைரியத்துடன் ஏற்றுக்கொள்ளும் மனோதிடம் இராவணனிடத்தில் மிகுதியாய் இருந்தது என்பதில் ஐயம் உண்டோ? இருப்பினும், இராவணன், அனுமன், சுக்கிரீவன் இவ்விருவர் செயல்களையும் குறித்து மிகமிக வருந்துகிறான். இச்செயலின் காரணத்தை ஆராய, இராவணன் மாட்சி நமக்கு விளங்குகின்றது.

கார்த்தவீரியனிடத்திலும் வாலியினிடத்திலும் அவன் தோற்றது போரில் நேர்ந்த தோல்விகள். ஆகவே, போர்

வீரனாகிய இராவணன் அவைகளுக்குக் கலங்கவில்லை. கயிலையை எடுக்கச் சென்று கைகளை இழந்ததும் வருந்தத்தக்கதன்று. தேவர்களும், நான்முகனுங்கூடக் கயிலையை எடுக்க முற்பட்டிருந்தால், அவன் கதியையே அடைந்திருப்பர். உண்மையில் எவரும் கயிலையை எடுக்கவேண்டும் என்ற எண்ணத்துக் கே இடம் கொடுத்து இருக்க மாட்டார். இராவணன், எவரும் செய்யக் கூடாத செய்ய நினைக்கக்கூடாத செயலைச் செய்ய முன் வந்ததே அவன் பெருமைக்குச் சான்று. அங்ஙனமிருக்க, அவன் தோல்வியடைந்தான் என்பது எவ்வாறு இரங்கத்தக்கதாகும். ஆகவேதான், அவன் சிறிதும் கூச்சமின்றி, மிக்க பெருமிதத்துடன் தன்னைக் 'கயிலையை எடுத்தவன்' என்று தானே பாராட்டிக் கொள்ளுகின்றான். அனுமன் கவர்ந்து சென்றதும் அவர்களுடைய ஒப்பற்ற வலிமை அன்று; இராவணனுக்கு அவற்றைத் தடுக்கும் திறம் இல்லாமையாலேயேயோம். தீங்கு தடுக்கும் திடமில்லாதவனாய் இராவணன் மாறிவிட்டதற்கு தீமையை வருவித்துக் கொண்டவன் தானே என்றுணர்ந்த அறிவே காரணம். இதை மிகவும் நன்றாக உணர்ந்திருந்தமையால் தான் இராவணன் அனுமனை எதிர்க்கவோ, அல்லது சுக்கிரீவனைத் தடுக்கவோ தான் முயற்சியொன்றுஞ் செய்யாது வாளாவிருந்தான். அவர்கள் செயல்களால் தனக்கு நேர்ந்த பழியின் எல்லையைப் பன்மடங்கு பெரிதாகக் கருதினான். அதைநினைத்து நினைத்து உருகினாள். இட்ட இவ்வரியணை இருந்தது என் உடல் என்று இராவணன் கூறியது. எவ்வளவு ஆழ்ந்த சிந்தனையோடு கூறப்பட்டது என்பது இப்பொழுது உணர முடிகிறது.

வள்ளுவர் குறளின் இன்றியமையாமையை விரும்பி நடந்து கொண்டவனைப் போலவே இராவணன் செயல் புரிந்திருக்கிறான். அவர் ஆணைக்கு நேர்மாறாக நடந்து கொண்டானேயானாலும், தன்னை உயர்ந்தவனாகவே காட்டிக் கொண்டிருக்கிறான். பின்னர் வருந்த நேரும் என்பதைச் சிந்தியாமல் ஒரு தீமையைச் செய்து விட்டான். அதன் பயனாக அழிவு நேரத் தலைப்பட்ட பொழுதும் அவன் வள்ளுவர் வழியைப் பின்பற்றவில்லை. வாழ்க்கையை இன்பமுடையதாகக் கழிப்பதற்காக வள்ளுவர் வழி கூறினார். இராவணன் இன்பம் துய்ப்பதையா வாழ்க்கையின் இலட்சியமாகக் கொண்டிருந்தான்? உயர்ந்தோன் என்று உலகோரால் போற்றப்பட வேண்டு என்பதன்றோ அவன் இலட்சியம்?

அவன் காமம் காரணமாக நெறியல்லா நெறியிலே சென்று விட்டான். சுயமதிப்புக்குப் பங்கம் நேரிடாதபடி பின்னடையக் கூடாத அளவுக்குச் சென்றுவிட்டான். இனித் தன் நோக்கம் நிறைவேறுவதற்கு வேண்டியவற்றைச் செய்யினும் தன் போக்கை மாற்றிக் கொள்ளினும் பழியே வரும் என்பதையும் உணர்ந்தான். ஆகவேதான் பழியைத் தேடித் தந்த தன் நோக்கமாவது முற்றுப் பெறட்டும் என்று எண்ணி, அதற்கு ஆவண செய்வதில் விருப்பம் காட்டினான். பழி வந்துவிட்டதே என்று எண்ணம் தோற்றுவித்த உரனின்மை காரணமாக அதையும் செம்மையாகச் செய்து முடிக்க முடியாமல் அவதிப்பட்டான். இல்லையேல், தன்னை ஏற்றுக்கொள்ளும்படி சீதையின் கால்களில் விழுந்து இறைஞ்சிய இராவணன், அவள் மறுத்ததைக் கண்டு, திராக்ஷை புளிக்கும் என்று வெறுத்துச் சென்ற நரியைப் போல் அவளைப் பழித்துக் கூறியது பொறுத்தமற்றதாகப் போய்விடும்.

அறிவினால் அவதியடைந்த பெரியோர்களுள் இராவணன் தலை சிறந்தவனாய்க் காட்சியளிக்கிறான். தான் செய்தது தீமை என்றுணர்ந்தும், அதன்விளைவாக நிகழ்ந்த துன்பங்களைத் தடுக்க முன்வராமல், அவற்றை நினைத்து ஏங்குவதே அவனுடைய இக்குணக் கூறுபாட்டை வெளிப்படுத்துகிறது. வினையை விதைத்தவன் வினையையே அறுக்க வேண்டும். என்பதை இராவணன் உணர்ந்தே செயலற்றவனாய் இருந்தான். இவ்வாறு தன்னைத் தானே தண்டித்துக்கொள்ளும் பெருந்தகைமை பேரறிவாளருக்கே பொருந்தும், இப்பண்பையே தன்னிரக்கம் என மேனாட்டார் கூறுகின்றனர். இராவணனுடைய இப்பண்பை நாம் நன்குணர வேண்டுமென்றே கவிஞன் விரும்பியிருக்கின்றான். இராவணன் சீதையை எடுத்துவரத் தீர்மானித்தபொழுது, ஒருவரையும் கலந்தாலோசிக்கவில்லை. தங்கையின் தூண்டுதலால் தான் செய்ய முற்பட்ட காரியத்தை அதை முடிக்க தனக்கு உதவியாக இருக்க வேண்டிய தன் மாமன் மாரீசனிடம் மட்டுமே தெரிவிக்கிறான். உண்மை இங்ஙனமிருக்க சேனாதிபதியைத் தான் முன்னரே சீதையை எடுத்துவர வேண்டா என்று சொன்னதாகவும் அதைக் கேட்காமல் இராவணன் தீமையைத் தேடிக்கொண்டதாகவும் கூறவைத்து, அவைகளை இராவணன் மறுத்துக் கூறாமலும் இருக்கும்படி கவிஞன் செய்திருப்பது, இராவணனுடைய மேன்மையை நாம் அறிவேண்டுமென்றே. சேனாதிபதி தன்னை இவ்வாறு பழிப்பதற்குக் காரணம்

இல்லை என்பதை உணர்ந்திருந்தவனேயானாலும், இராவணன் தான் செய்த பிழையையே அவன் சுட்டிக் கூறுகிறான் என்ற காரணத்தால், அவனை அடக்காமல் இருக்கிறான். இச்செயல் தன் பிழையின் பொறுப்பை ஏற்றுக் கொள்ள இராவணன் பின்னடையவில்லை என்பதையே வற்புறுத்துகிறது.

இராவணனைப் போலத் தங்களைத் தாங்களே நொந்து கொள்ளும் இயல்புடைய மனிதர்கள், செயல் தன் இரக்கம் 'திறமை உடையவர்களாய் இருக்கமாட்டார்கள். அவர்கள் காலம் முழுவதும் இப்படியாகி விட்டதே! என்று ஏங்குவதிலேயே கழிந்து போகுமேயொழிய, இத்துன்பத்தைத் தவிர்க்க முயற்சி செய்வோம்' என்ற எண்ணம் எழ அவர்களுக்கு அவகாசம் கிடைக்காது. இராவணன் பெருமையின் மாட்சியை நமக்கு அறிவுறுத்தக் கவிஞன் அவனுடைய இப்பண்பை விளக்கினான்; ஆனால், எதிர்பாராத முறையில் இராவணனது திறனின்மையையே குறிப்பிட்டுவிட்டான் என்று எண்ணத் தோன்றுகிறதல்லவா? இவ்வாறு நாம் இடர்ப்படுவோம் என்பதைக் கம்பன் கருதாமலில்லை; 'இராவணன் தன்னம்பிக்கை யுடையவன், செயல் புரிதலில் சமர்த்தன்' என்பதையும் வற்புறுத்தியிருக்கிறான்; அவனிடத்தில் நாம் கண்ட 'தன்னிரக்கம்' காரணமாக, நாம் ஏற்றக்கூடிய 'திறனின்மையைச் சரிக்கட்ட அவனுடைய தன்னம்பிக்கை' எல்லையற்றது என எடுத்துக் காட்டுகிறான்.

எல்லையற்ற வர பலமும், தவ வன்மையும், உடல் வன்மையுமே இராவணன் தன்னம்பிக்கையின் அடித்தளங்கள். இவ்வடித்தளங்களைக் கொண்டு, 'தன்னம்பிக்கை' என்ற கோட்டையை அவன் மிகப் பலமாகக் கட்டிவிட்டிருக்கிறான் என்பதைக் கம்பனே 'அமர் பொருமேல், வெல்லும் அத்தனை அல்லது தோற்றிலா விறலோன்' எனக் குறிப்பிடுகிறான். இராவணனே இவ்வாறு சொல்லியிருந்தால், நாம் அவன் கூற்றை முழுவதும் நம்ப மனமொப்ப மாட்டோம். அதையறிந்தே ஆசிரியனே இதனைக் குறிப்பிடுகிறான். இதனால், பின்னர் இராவணன் தன்னுடைய குறைகளை உணர முடியாத அளவுக்குத் தன்னம்பிக்கை கொண்டிருத்தலை அவன் எடுத்துக் காட்டுவதைப் பொருத்தமுடையது என்றே நம்மால் ஏற்றுக்கொள்ள முடிகிறது. எச்செயலையும் சிறப்பொடு செய்து முடிக்கத் 'தன்னம்பிக்கை' இன்றியமையாததே. 'நம்மால் கூடுமா, கூடாதா?' என்ற ஐயத்தோடு செயலில் இறங்குபவன், மடியில்

பூனையை வைத்துக்கொண்டு சகுனம் பார்ப்பவனையே ஒப்பான். அவனால் எதையும் செய்து முடிக்க முடியாமல் போய்விடும். இஃது எவ்வளவு உண்மையோ அவ்வளவு உண்மையே 'தன்னம்பிக்கை'யின் மிகுதியால் மனிதன் எடுத்த செயலைச் சரிவரச் செய்து முடிக்காமல் திகைப்பதும். இராவணன் பின்னர்க் குறிக்கப்பட்ட பிழையைச் செய்து மடிகிறான்.

'போர் மூண்டால் தோல்வி நிச்சயம்' என்று எத்தனையோ ஏதுக்களை எடுத்துக்காட்டினான் வீடணன். ஆனால், இராவணன் தன்னிடத்துக் கொண்டிருந்த எல்லையற்ற நம்பிக்கை, வீடணன் சொற்களில் பொதிந்து கிடந்த உண்மைகளை உணர முடியாமற் செய்துவிட்டது. 'வாலியை வென்றவன் இராமன்' என வீடணன் காட்டியதற்கு இராவணன் சமாதானம் கூறுவதால் இதனை அறிகிறோம். அரங்கில் ஆடுவார்க்கு அன்பு பூண்டு உடைவரம் அறியேன் என்பதே இராவணன் வாதம். தான் தோல்வியுற்றதைக் கருதாமல், தோல்விக்குக் காரணமாய் இருந்த வாலியின் வர பலத்தை இராவணன் குறிப்பிடுவதிலிருந்து, அவன் தன் வலிமை வாலியினுடைய வலிமைக்குக் குறைந்ததாகாது எனக் கருதுகிறான் என்பது விளக்கமடைகிறது. இக்கூற்று ஒப்புக்கொள்ளக் கூடியதேயானாலும், இஃது உண்மையில் மிகையே என்பதில் ஐயமில்லை. ஆனால், அவனைச் சிறந்த பலவானாகச் செய்ததற்குக் காரணமான வரங்களை அளித்தவனும், அவனால் பூசிக்கப் பெற்றவனுமாகிய சிவபெருமானே எதிர்த்தாலும் தான் வெற்றி பெறக்கூடும் என்று அவன் கருதியது அறிவுடைமையாகாது. சிவபெருமான் வீற்றிருந்த கயிலையை எடுக்க முடியாமல் இடர்ப்பட்ட இராவணனே இவ்வாறு கூறினான் என்றால், அவன் 'தன்னம்பிக்கை' அவனுடைய அறிவை அறவே மழுங்கச் செய்துவிட்டது என்பதன்றி வேறென்ன சொல்லக்கூடும்!

இராவணன் இவ்வளவு நிச்சயமாகத் தான் வெற்றியையே அடைய முடியும் என்று எண்ணியிருந்ததற்கு அவனுடைய வர பலங்களே காரணம். இதை நன்கு உணர்ந்திருந்த வீடணன், மானுடரை வெல்ல அவன் வரம் பெறவில்லை என்பதை எடுத்துக் காட்டினான். இராவணனுடைய தன்னம்பிக்கை இக்குறையையும் பொருட்படுத்த இசையவில்லை. தேவர் முதலியோரைத் தோற்கடிக்கப் பெற்ற வரத்தில், மானுடரையும்

அ.ச.ஞானசம்பந்தன் | 113

தோற்கடிக்கக் கூடிய தகுதி அடங்கியிருப்பதாக அவன் கருதி விட்டான்! இராவணன் தன்னுடைய குறைகளை உணர வொட்டாமற் செய்த அவன் 'தன்னம்பிக்கை', மாற்றார் பெருமையையும் வலியையும் உணரவொட்டா மற் செய்துவிட்டது. தன்னைத் தோற்கடித்த வாலியை வென்றவன் இராமன் என்று கருதவே அவனுக்கு விருப்பமில்லை. 'வாலியை மறைந்தல்லவா கொன்றான்?' என்று எள்ளிப் பேசுகிறான். ஒரு குரங்கு செய்த அட்டூழியங்களுக்கு மனமுடைந்து வருந்தியவன்! சாரன், 'அண்ணலே, விண்ணின் மீனினைக் குணிப்பினும், வேலையின் மீனினை எண்ணி நோக்கினும், அக்கடல் மணலினையெல்லாம் எண்ணி நோக்கினும் கணக்கில' என வானரப் படையின் பரப்பை உணர்த்தியதோடு, அப்படையில்லுள்ளோர் ஆற்றல்களை விவரமாக எடுத்துக்கூறியும், புனங்கொள் புன்தலைக் குரங்கினைப் புகழுதி போலாம்! எனச் சொல்லிச் சிறுநகை செய்தான் இராவணன்! பகைவர் வல்லமையை அனுமானத்தால் அறிய இராவணன் விரும்பவில்லை போலும் என அவன் கூற்றுக்களைப் பொருத்திக் காட்டலாம். ஆனால், முதற்போர் நிகழ்ந்த இராவணன். மாறவில்லையே!

முதல்நாட் போரிலே இராகவன் எத்தகையவன் என்பது இராவணனுக்கு மிக நன்றாய் விளங்கி விட்டது. ஆயுதங்களை இழந்து நின்ற தன்னை, 'இன்று போய் நாளை வா' என்று சொல்லியனுப்பிய வீரனது போர்த் திறமையை இராவணனே வியந்து பேசுகிறான்; "இராகவன் வாளி, ஊழித் தீமையும் தீய்க்கும்; செல்லும் திசையையுந் தீய்க்கும்; சொல்லும் வாயையும் தீய்க்கும்; உன்னின் மனத்தையும் தீய்க்குமன்றோ?" என்று கூறுவதோடு, 'ஒப்புவேறு உரைக்கலாவது ஒரு பொருளில்லை; வேதம் தப்பின போதும் அன்னான் தனுஉமிழ் சரங்கள் தப்பா' என்றும் பேசுகிறான். இவ்வாறு பகைவன் வல்லமையை நன்கு உணர்ந்து கொண்டதை அவனே எடுத்துக்கூறிய பின்னும், மகோதரன் பேச்சால் மயங்கி இராவணன் கும்பகருணனைப் போருக்கு அனுப்பியது பிழையேயன்றோ? மேலும், மகோதரன்,

முன்உனக்கு இறைவ ரான மூவரும் தோற்றார் தேவர்
பின்உனக்கு ஏவல் செய்ய, உலகொரு மூன்றும் பெற்றாய்;
புல்நுனைப் பனிநீர் அன்ன மனிசரைப் பொருளென்று உன்னி
என்உனக்கு இளைய கும்ப கருணனை இகழ்ந்தது? எந்தாய்!

(கம்பன் -7311)

என இராவணன் ஏற்றத்தையும் இராகவன் மனிதனே என்ற எண்ணத்தையும் ஒருங்கே கூறினான். இராகவன் போர்த் திறமையை வியந்த இராவணனுக்கு அவன் மனிதனே என்ற எண்ணம் வற்புறுத்தப்பட்டதும், அவனுடைய செயல் மாட்சிகளெல்லாம் மறைகின்றன. இப்பயனைப் பெற மகோதரன் முதலில் இராவணன் மாட்சியைக் கூறி, அவனை மயங்க வைப்பது கருதத்தக்கது. மூவரையும் தோற்கடித்த தன் பெருமையை நினைத்துக் கொண்டதும் இராவணன் மனமாற்றம் அடைகிறான். 'நாளை வா' என்று இராகவன் சொல்லி அனுப்பியதையும் தன்னம்பிக்கை மறக்கச் செய்துவிட்டது.

இராவணன் கும்பகருணனைப் போருக்கனுப்பி அருமைத் தம்பியை இழந்தான்; பின்னர், மேகநாதனை அனுப்பினான். மேகநாதன் இராமனோடு செய்த போரில் அனுபவம் ஏற்றபின், தந்தைக்குச் சீதையை விட்டுவிடுமாறு சொல்லுகையில், இராவணன் எல்லையற்ற சினத்தைக் கக்குகிறான். 'என்னை வென்றுளரெனில் உன்னை வென்றுயருதல் உண்மை' எனக் கும்பகருணன் கூறிய சொற்களும், மேகநாதன் அனுபவமும் அவனுக்குப் பொருளற்றனவாய்த் தோன்றுகின்றன. தன் அனுபவத்தையே புறக்கணித்தவனு க்குப் பிறர் பேச்சும் அனுபவமும் பொருளுடையனவாகுமா? 'என்னை நம்பியே இந்நெடும்பகையை நான் தேடிக்கொண்டேன்' என்று மேகநாதனுக்குக் கூறிப் புறப்படச் சித்தமாகிறான். அவனுடைய தன்னம்பிக்கைக்கு எல்லை கற்பிக்க முடியுமா? இவ்வாறு அளவற்ற நிலைக்கு அது பரந்துவிட்ட காரணத்தாலேதான்! இராவணன் தோல்வியடைய நேர்ந்தது. உயர்ந்தோர்க்குரிய இப்பண்பை இராவணன் மிகப்பெற்றிருந்தான் எனக் காட்டுவதோடு, கவிஞன், அஃது எல்லையைக் கடந்தால், நல்லதேயாயினும் தீமையைப் பயந்துவிடும் என்ற உண்மையையும் நிலைநாட்டி விட்டான். சிறந்த ஒரு பண்பாயினும் எல்லையற்றுச் சென்றமையின், இந்நற்பண்பே அவன் அவல வீழ்ச்சிக்குக் காரணமாயிற்று.

இராவணன் பெயரைக் கேட்ட மாத்திரத்தில் அவனுடைய கோபமும் கொடுமையுமே நமக்கு நினைவுக்கு வருகின்றன. இவ்விரண்டையும் மிகுதியாகப் பெற்றிருந்தவன், அன்புக்கும் உறைவிடமாய் இருந்தான். அவனுக்குத் தன் சுற்றத்தாரிடமிருந்த அன்பு அளவு கடந்தது என்பதில் ஐயமில்லை. தம்பியையும் மகனையும் அவன் கடிந்து கொள்ளுகின்றான். ஆயினும்

அவர்களிடத்து மிக்க பரிவுடையவனாயும் இருந்தான். மகோதரன் யோசனைப்படி, கும்பகருணனைக் கூப்பிட்டு 'போருக்குச் செல்' என்று உத்தரவிட்ட பொழுது கும்பகர்ணன் அண்ணனுக்குப் பல நீதிகளை எடுத்துக் காட்டுகிறான். சீதையின் மீதுள்ள காமம் காரணமாகத் தனக்கு உறுதி கூறும் தம்பியை இராவணன் நன்கு அறிந்துகொள்ளாமல், 'வீடணனைப்போல் நீயும் இராமனைப் பணிந்து உயிர் வாழ்வதை நான் தடை செய்ய விரும்பவில்லை' என்று கூறுகிறான். இதனால் கும்பகருணன், இறப்பதை இராவணன் விரும்பவில்லை என்பது தெரிகிறது. அவனைப் போருக்கு அனுப்பிய பொழுது அவன் வெற்றியுடன் திரும்பி வருவான் என்ற நிச்சயத்துடனே அவனை அனுப்பினான்; எனினும், 'நான் திரும்புவது நிச்சயமன்று; இறப்பது திண்ணம்' என்று கூறிக் கும்பகருணன் விடை பெற்றுக் கொண்டதும், இராவணனுடைய இருபது கண்களும் நீரைச் சொரிந்தன.

அவன் எதிர்பார்த்ததற்கு மாறாகக் கும்பகருணன் இறந்தான் என்ற செய்தியைக் கேட்க நேர்ந்தது. அச்செய்தி அவனுக்குச் சீதையின் முன் நிற்கையில் எட்டுகிறது. அவளைத் தனக்கு இணங்கும் படி மாயா சனகனைக் காட்டி மருட்டிக் கொண்டிருக்கும் சமயத்தில், தம்பியின் சாவைக் கேட்டதும், இராவணன் சீதையை அறவே மறந்தான். யாரை அடைய அவன் கும்பகருணனைப் போருக்கு அனுப்பினானோ, அவள் எதிரிலேயே அவளையடையச் செய்யும் முயற்சியையும் கைவிட்டு, தன் தம்பியின் சாவுக்கு வருந்தியது, அவன் கும்பகருணனிடத்தில் வைத்திருந்த அன்பின் அளவையே காட்டுகிறது.

தந்தேன் பிரியேன் தனிபோகத் தாழ்க்கிலேன்
வந்தேன் தொடர; மதக்களிறே! வந்தேனால். (கம்பன்-777)

என்ற அவனைப் பின்னும் வாழச் செய்தது இயற்கையேயன்றி அவனுடைய அன்பின்மையன்று.

கும்பகருணன் இறந்ததும் அக்கபாதன் அழிந்தான். மேகநாதன் போருக்குச் சென்றான்; நாகபாசத்தினால் இலக்குவனைப் பிணித்துவிட்டுக் களைத்துத் திரும்பினான்; வெற்றி தந்தேன்! என உவகையோடு உரைக்கத் தந்தையை நோக்கி வந்தான். ஆனால், அவன் இராவணனைக் காணச் சென்ற சமயத்தில், கருடனால் பகைவர் விடுதலை

பெற்றுச் செய்த ஆரவாரம் கேட்டது. இராம இலக்குவரைக் கொல்லாவிட்டாலும், அவர்களை எதிர்த்து அடக்கக் கூடிய ஆற்றலைப் பெற்றிருந்ததை மேகநாதன் வெளிக் காட்டிவிட்டான். அவன் நிகும்பலை யாகத்தைச் செய்து முடித்தால் வெற்றி திண்ணம் என எண்ணினான். யாகம் தொடங்கியது. ஆனால், அது முடிவு பெறுவதற்கு முன் இலக்குவன் அதை அழித்து விட்டான். பின்னர்ப் போர் மேகநாதனும் இறக்க நேர்ந்தது. அவனைப் போருக்கு அனுப்புகையில், அவனால் வெற்றி அடையக்கூடும் என்றே இராவணன் எண்ணினான். கும்பகருணனால் வெற்றி கொள்ள முடியாதவரை, மேகநாதனோ தானோ, வெற்றிகொள்ள முடியாது என்ற எண்ணத்துக்கு இராவனை இடமளிக்கவில்லை. மேகநாதன் பகைவரைப் பிணித்தது. இராவணனுக்கு வெற்றி கிடைக்கும் என்று நம்ப உறுதி அளித்தது. ஆனால், எதிர்பார்த்ததற்கு மாறாக மேகநாதன் இறக்கவே, இராவணனது சோகம் எல்லை கடந்து செல்கின்றது.

சினத்தொடும் கொற்றம் முற்றி இந்திரன் செல்வம் மேவி
நினைத்தது. முடித்து நின்றேன்; நேரிழை ஒருத்தி நீரால்
எனக்குநீ செய்யத் தக்க கடனெலாம் ஏங்கி ஏங்கி
உனக்குநான் செய்வ தானேன்! என்னின் யார் உலகத்து உள்ளார்?

(கம்பன்-9224)

சினமும் வலிமையும் சிறக்கப்பெற்று, இந்திரன் நிலையையே அடைந்து, நினைத்ததைச் செய்து முடிக்கும் ஆற்றல் பெற்றவனாய் இருந்தான் இராவணன். சினமுடையார் செயல்கள் நல்ல முறையில் முடிவடையமாட்டார். ஆனால், இராவணன் சினத்தைப் பெற்றிருந்ததோடு செயல் திறமையையும் மிகுதியாகப் பெற்றிருந்தான். இருந்தும், இப்பொழுது தான் நினைத்தபடி செய்யக்கூடாமல், மகனை இழந்துவிட்டான். ‘ஒரு பெண்ணுக்கு ஆசைப்பட்டு உன்னை இழந்துவிட்டேனே!’ என்று ஏங்கும் இராவணன், அதன் பின்னர்த் தன் காம இச்சையை அறவே நீக்கியது. அவன் அவ்வார்த்தைகளை உணர்ந்தே கூறினான் எனக் காட்டுவதோடு அவனுக்குத் தனயனிடத்திலிருந்த அன்பின் எல்லையையும் காட்டுகிறது. முன்னர் மாலியவானிடத்தில் “சீதை காமனையும் நம்மையும் நாயென மதிப்பாளன்றோ?” எனக் கூறியவன், பின்னும் அவளைப் பெறக்கூடும் என முயற்சி செய்த பேதைமை இங்குக் கவனிக்கத்தக்கது.

"இராவணன் தனக்காக உயிர் துறந்த கும்பகருணனிடத்தும், மேகநாதனிடத்தும் அன்பு பாராட்டியது இயற்கையேயன்றோ? அதைப் பாராட்டுவது எதற்கு!" என்னும் ஐயம் எழலாம். அவன் தூய்மையான அன்பைத் தன் சுற்றத்தாரிடம் செலுத்தினான் என்பதை இவர்களுக்காக அவன் ஏங்கியதால் உணர முடியாதுதான். ஆனால், வீடணன் தனக்குக் கேடு சூழ்கிறான், தன் அரசுக்கு ஆசை கொண்டிருக்கிறான் என்பதை நன்குணர்ந்த பின்னரும். அவனை ஒன்றும் செய்யாமல், "நீ பிழைத்துப் போ!" என்று போக விட்டது கைம்மாறு கருதா அன்பன்றோ?

தஞ்செ‌ன மனிதர்பால் வைத்த சார்பினை
வஞ்சனை மனத்தினை; பிறப்பு மாறினை
நஞ்சினை உடன்கொடு வாழ்தல் நன்மையோ?         (கம்பன்-6371)

என்கிறான் இராவணன். 'இவ்வளவு உணர்ந்தவன் வீடணனைக் கொல்லாவிட்டாலும், அவனை ஏன் சிறைப்படுத்தி வைத்திருக்கக்கூடாது? உட்பகையே பகைவரைக் காட்டிலும் கொடியது என்பதை உணராதவனா இராவணன்? தன் தம்பியை தன்னால் வளர்க்கப்பட்டவனை துன்புறுத்த இராவணன் மனம் இடந்தரவில்லை. நமக்குக் கேடு வந்தாலும் வரட்டும்; அவனைத் துன்புறுத்தினோம் என்ற பழி வாராமல் இருந்தாற்போதும்' என்று எண்ணி வீடணனை வெளியேறச் சொன்ன இராவணனுடைய அன்பு எத்துணைத் தூய்மையானது!

# இராவணன் வீழ்ச்சி

## 1. சூர்ப்பணகைப் படலம்

'பகலோ!' என்று ஐயுறக்கூடிய ஒளிவீசும் அரியணையில் வீற்றிருக்கிறான் அரக்கர் கோமான். அவையில் இந்திரன் முதலிய தேவர் பலரும் வீற்றிருக்கின்றனர். அங்கியங்கடவுளே நின்று ஒளிதருகின்றான். 'மக்கோடி வாணாளும், முயன்றுடைய பெருந்தவம், உலகின் எத்திக்கிலும் உள்ளவர்களால் வெல்லப்பட்டாய்' என்ற இறைவன் தந்த வரபலமும் பொலிந்து விளங்கும் முகத்தோடு வீற்றிருக்கிறான் இலங்கை வேந்தன். வெற்றியின் பெருமிதமும், யாவர்க்கும் தலைவன் என்ற எண்ணங் காரணமாகத் தோன்றிய செருக்கும், அவன் பத்துத் திருமுகங்களிலும் பிரதிபலிக்கின்றன. யாழின் ஒலியும், முழவின் விம்மலும், குழலின் ஓசையும் கலந்த இசையையே என்றும் கேட்டுப் பயின்ற இலங்கை வேந்தன் செவிகளில் அழுகுரல கேட்கின்றது. அறுந்த மூக்குடனும், சிதைந்த மார்புடனும், அலமந்த கண்களுடனும் தோன்றிய அவன் தங்கை சூர்ப்பணகை, மலையை அடிபணியும் மேகத்தைப் போல அவன் கால்களில் விழுந்து புரண்டாள். தங்கையின் அலங்கோலத்தைக் கண்ட இராவணன் முகத்தில் சினத்தின் குறி தென்பட்டது. ஆதிசேடன் நடுநடுங்கினான். குலமலைகள் அதிர்ந்தன. திக்கஜங்கள் மூலைக்கொன்றாய் ஓடின. அவன் புருவம் நெரிந்ததைக் கண்ட தேவர் அஞ்சினர். எமனே 'இன்று இறுதிக்காலம் வந்துவிட்டது போலும்' என்று அஞ்சினான். இராவணன் சினம் ஓங்கியது.

மடித்தபில வாய்கள்தொறும் வந்துபுகை முந்தத்
துடித்ததொடர் மீசைகள் சுறுக்கொள உயிர்ப்ப
கடித்தகதிர் வாள்எயிறு மின் கஞல, மேகத்து
இடித்தஉரும் ஒத்துஉரறி 'யாவர் செயல்?' என்றான் (கம்பன்-3115)

சூர்ப்பணகை 'மானுடர் தடிந்தனர்கள் வாளுருவி என்றாள்' இராவணன் சினம் அளவு கடந்து சென்றது. அவன் ஒரு கணம் திகைத்துப்போய்விட்டான். சூர்ப்பணகையின் சொற்களை எட்டுத் திக்குகளும் எதிரொலித்தனபோல் அவனுக்குத் தோன்றிற்க 'மானுடர் தடிந்தனர்' என்றதன் எதிரொலி அவனைக் கேலி செய்வது போல் இருந்தது. இத்தோற்றம் உண்மையா, பொய்யா? என்பதை அவனால் நிதானிக்கக் கூடவில்லை, திகைப்பு நீங்கச் சற்று நிதானித்தான். கண்கள் நெருப்பைக் கக்கின. அவள் கூறியவை உண்மையாய் இருக்க மாட்டா என்றே அவனுக்குத் தோன்றியது. இவள் அச்சங் காரணமாகப் பொய் கூறுகிறாயோ என்றும் அவன் ஐயமுற்றான். 'பொய் தவிர் பயத்தை ஒழி புக்க புகல்' என்றான்.

அண்ணன் 'மானுடர் செயல்' என்ற பேச்சை ஏற்றுக்கொள்ளவில்லை என்பதைச் சூர்ப்பணகை தெளிந்தாள். அவளை அவமானத்திற்கு ஆளாக்கிய ஆடவரைப் பற்றி விரிவாகக் கூறுகிறாள். 'அழகு நிரம்பியவர் வில் வித்தையில் தேர்ந்தவர். வேதம் ஓதுபவர், உன்னைச் துச்சமாக மதிபபவர் இவ்வுலகில் இராக்கதர் குலத்தை வேரோடு களையச் சபதம் பூண்டவர். ஒரோருவரே இறைவர் மூவரையும் ஒப்பார் தசரதன் மக்கள் இராம இலக்குவர் எனப் பெயர் படைத்தோர்' என்று விவரமாகக் கூறக் கேட்ட பின்னரே இராவணன் தன் தங்கையை அவமானப்படுத்தியது வாயிலாய்த் தன் வலிக்குப் பங்கஞ் செய்தவர் மானுடரே என்பதை ஏற்றுக்கொள்ளுகிறான்.

மருந்தனைய தங்கையின் மானம் நீங்கிய நிலையைக் கண்டவுடனே கோபங் கொண்டவன், தேவர்களும் எமனும் நடுங்கும்படி சீனத்தீயைத் தன் கண்களில் தோற்றுவித்தவன், இன்னும் சும்மா இருக்காரணமென்ன? தங்கையின் நிலைக்குச் சொல்லொணாத வருத்தம் அடைந்தவன், யாவர் செயல்? என்று கேட்டதில் குற்றமில்லை. 'மானுடர் தடிந்தனர்' என்று கூறக் கேட்டும் வாளா இருந்தது வியப்பைத தருகிறது. முதலில் அவன் 'மனிதர்கள், இவ்வணம் துணிந்து செய்திருக்க மாட்டார்கள்' என்று தன் பெருமிதம் காரணமாகக் கருதியதால்,

உடனே கோபித்து எழாது, அது நடந்த விதத்தைத் தங்கையை விவரிக்கும்படிக் கேட்டான் என்று கூறவோமேயானாலும், சூர்ப்பணகை, அவர்கள் மனிதர்களே என்று மயக்கம் நீங்கும் முறையில் அவர்கள் பெயர்களையும், பரம்பரையையும், அவர்கள் காட்டுக்கு வந்த காரணத்தையும் விவரமாகக் கூறிய பின்னரும், இராவணன் போருக்கு எழவில்லையே திக்கயங்களையும் தேவரையும் வென்ற அவன் புயவலி என்ன ஆயிற்று கயிலையை எடுக்கத் துணிந்த அவன் மனவலி மடிந்துவிட்டதா, இல்லை என அவனே கூறுகிறான். இத்தகைய வலி படைத்த இராவணன் இன்னும் உயிரோடிருக்கின்றான் என்று அவன் தன் தங்கையைத் தேற்றும் முறையில் கூறிய சொற்களே அவன் இறைமாட்சியின் மாண்பை அறியும் வாயிலாய் அமைகின்றன.

சூர்ப்பணகை அழுதவாறு அண்ணன் கால்களில் வந்து விழுந்தது, தன்னை அவமதித்தவரை அவன் பழி வாங்க வேண்டுமென்று கேட்டுக் கொள்வதற்கே. இதை இராவணன் உணராமல் இல்லை. தங்கையின் நிலையைக் காண அவனுக்கு வருத்தமும், அவளை அந்நிலையையடையச் செய்தவர் மீது கோபமும் ஏற்பட்டன. ஆனால், தன் மனப்போக்கின்படி அவனை நடந்து கொள்ள முடியாமற் செய்தது அவனுடைய ஆண்மைக் குறைவன்று, அவன் வீற்றிருந்த அரியணையே தங்கைக்காக வருந்தி, அவள் விருப்பப்படி அவளுடைய பகைவரை அழக்க உறதி கொண்ட இராவணன், இறைவனாயும் இருக்கின்றன அன்றோ? அத்தகையவன் தங்கையினிடத்துள்ள அன்பு காரணமாக, அவள் ஏன் அவமானப்படும்படி நேர்ந்தது என்று ஆராயாமல், செயலில் இறங்குவது அவன் நிலைக்கு ஏற்புடைய தாகுமா? இதை வற்புறுத்தக் கம்பன், ‘கேட்டனன் உரை கண்டிலன் எழுந்தான்’ எனக் கரன், சூர்ப்பணகை கூறியதைக் கேட்டவுடன் போருக்கு கெழுந்ததைக் கூறுகிறான். கரன் எல்லையைக் காவல் புரியம் படைத்தலைவன், அந்நிலைக்குத் தக்கபடி தன் தங்கையை அவமானப்படுத்திய வரைக் கொல்ல உடனே எழுந்தான். ஆனால், இராவணன் வேந்தனன்றோ? அவன் எவ்வாறு ஆராய்ச்சியில்லாமல் பழி யாருடையது என்று தீர்மானிக்காமல் போருக்கு எழக்கூடும்?

அரசன் என்ற நிலையில் இராவணன் செயலை நாம் ஏற்றுக் கொள்ளுகிறோம். ஆனால், சூர்ப்பணகை இதை அறிந்து கொண்டு ஆறுதலடைவாளா? மூக்கையிழந்து வருந்தும்

நிலையில், அவளை இவ்வளவு மேம்பட்ட பண்பாட்டைப் பெற்றிருக்குமாறு வற்புறுத்துவது நமக்கே அழகுடையதாகாது. இதை நம்மைப் போலவே நன்கு உணர்ந்த இராவணன்,

எத்துயர் உனக்குளது? இனிபழி சுமக்க
பத்துள் தலைப்பகுதி, தோற்கள்பல அன்றே? (கம்பன்-3127)

'இனி உனக்கேன் கவலை? உனக்கு நேர்ந்த பழி என்னையே சேரும். என்னை விசாரப்பட விட்டு விட்டு, நீ ஆறுதலடை என்று தேறுதல் கூறியதோடு அவன் நின்றுவிடவில்லை. இவற்றாலும் அவள் ஆறுதல் பெறமாட்டாள் என்பதை அவன் அறியாமலிருந்திருப்பானா, ஆகவே, அவள் தனக்காகத் தன் சகோதரன் எதையும் செய்வான்' என்று ஆறுதலடையட்டும் என எண்ணி 'கரன் உனக்கு உதவி செய்யவில்லையா?' என்று கேட்டான்.

தங்கையின் நிலைக்கு உண்மையாய் வருந்திய இராவணன், அரசன் என்ற முறையில் தான் ஒன்றுஞ் செய்யக் கூடாமலிருப்பதை அவள் அறிந்து கொள்ள வேண்டா என்ற நோக்கத்துடனேயே, அவள் நிலைக்குத் தான் வருந்துவதை விவரித்துவிட்டு, என் தம்பி உனக்கு உதவி செய்யவில்லையா? என்றும் கேட்டான். ஆனால், சூர்ப்பணகை இராவணன் மன நிலையை உணரவில்லை. அவன் இன்னும் போருக்குகெழாதது அவளுக்கு மிகுந்த மனக் கசப்பைத் தந்தது. அதை அவள் கூசாமல் வெளியிட வாய்ப்பளித்து இராவணன் கேள்வி.

சொல்என்றன் வாயிற் கேட்டார் தொடர்ந்தெழு சேனை யோடும்
கல்லென்ற ஒலியிற் சென்றார் கரன்முதல் காளை வீரர்;
எல்லொன்று கமலச் செங்கண் இராமன்என்று இசைத்த ஏந்தல்
வில்லொன்றில் கடிகை மூன்றில் ஏறினர் விண்ணில் என்றாள்
(கம்பன்-3130)

அவள் வாய்ச்சொல் கேட்டவுடன், ஆலோசனையின்றிப் போருக்கெழுந்த கரன் முதலியோர் காளை வீரராம் இராவணனைப்பற்றிய அவள் அபிப்பிராயத்தை, அவள் இன்னும் தெளிவாக எப்படி உரைத்திருக்கக்க கூடும்? இராவணன் அவள் குறிப்பை உணராமலில்லை. இருதலைக்கொள்ளி எறும்பு போல அகப்பட்டுக்கொண்டு திண்டாடும் அவன் நிலை மிக இரங்கத்தக்கதொன்றே தன்னைக் கரனைப் போல அவளிடத்து அன்பில்லாதவனாக அவர் கருதும்படி செய்துவிட்ட தன் நிலைக்கு வருந்தினான். இதுவரை கோபத்தையே வெளிக்

காட்டிய அவன் கண்களனைத்தும், இப்பொழுது மின்னலொடு சேர்ந்த மழையைப் போல, சினத்தீயின் பொறிகளோடு நீரையும் பொழிந்தன எனக் கூறுவதன் மூலம் 'கம்பன்' அவன் மனநிலையை நன்கு வெளிக்காட்டுகிறான். தங்கை அவமானப் பட்டதற்கே கண்ணில் நீரைச் சொரியாதவன், கரன் முதலிய வீரர் இறந்ததற்காக அழுதான் எனக் கூறுவது பொருந்தாது இதைத் தெளிவாக வற்புறுத்த விரும்பியே கவிஞன்

தாருடைத் தானை யோடும் தம்பியர் தமியன் செய்த
போரிடை மடிந்தார் என்ற உரைசெவி புகாத முன்னம்
காரிடை உருமின் மாரி கனலொடு பிறக்கு மாபோல்
நீரொடு நெருப்புக் கான்ற நிறைநெடுங் கண்க ளெல்லாம்!(கம்பன்-3131)

என அவன் கரன் முதலிய வீரர் இறந்ததைக் கேட்கு முன்னரே கண்ணீரைச் சொரியத் தலைப்பட்டான் என்று அறிவிக்கிறான். இவ்வாறு அவள் நிலைக்க வருந்தி அபத இராவணனுக்குக் கரன் முதலியோர் இறந்த செய்தி மேலும் திகைப்பைத் தந்தது. இப்பொழுது தங்கை பரிபவப்பட்டதோடு, தம்பியர் இறந்ததற்கும் அவன் வருந்த வேண்டிய நிலை ஏற்பட்டு விட்டது.

ஆயிடை எழுந்த சீற்றத்து அழுந்திய துன்பம் மாறி
தீயிடை உகுத்த நெய்யின் சீற்றத்துக்கு ஊற்றம் செய்ய
நீயிடை இழைத்த குற்றம் என்னைகொல் நின்னை இன்னே
வாயிடை இதழும் மூக்கும் வலிந்தவர் கொய்ய? (கம்பன்-3132)

தங்கையின் நிலை தோற்றுவித்த அவமானம், அவள் விருப்பப்படியே அவளுக்கு உதவி செய்ய முன் வர முடியாமலிருப்பதைக் குறித்த இரக்கம், அவள் தன்னிலையை உணராது, தன்னைக் குற்றஞ்சாட்டப் புகுந்ததற்கு வெறுப்பு, தன் நிலையைச் சற்றும் சட்டை செய்யாது மானிடர் தன் தங்கைக்கும் தனக்கும் பங்கம் விளைவித்தால் ஏற்பட்ட கோபம், இத்தகைய பல மனநிலைகளில் மாறிமாறி வீழ்ந்து மயங்கியிருந்த இராவணனுக்கு, கரன் முதலியோர் இறந்ததைக் கேட்டதும் பெருந்துன்பம் ஏற்பட்டது. 'தான் அவமானப்பட்டதோடு, என்னையும், வருந்தச் செய்து, என் தம்பியையும் கொல்வித்தானே இவள் இவ்வாறு செய்வதற்குத் தகுதியுடையவள் தானா? என்ற ஆராய்ச்சி இராவணனுக்கு ஏற்பட்டது. முன்னர் அவள் நிலைக்கு இரங்கி அவளைக் கேட்கக் கூசியவன், இப்பொழுது தன்னை அவள் அன்பிலானாக மதித்ததையும், கரனைக் கொல்வித்ததையும் கருதி, இவ்வாறு உன்னை அவர்கள்

அவமானப்படுத்த அவர்களுக்கு என்ன குற்றம் செய்தாள்' என்று கேட்டு விட்டான்.

இராவணன் தன் கடமையை உணர்ந்த வேந்தன் மட்டுமல்லன் மிகச் சிறந்த அறிவு நுட்பமுள்ளவன் என்பதை அவர்கள் ஏன் இவ்வாறு செய்தார்கள்? என்று கேட்காமல், நீ என்ன குற்றம் செய்தாய்? என்று அவன் கேட்ட கேள்வியாலேயே அறிய முடிகின்றது. காணாதவரிடத்தில் குற்றம் சாட்டுதல் அறிஞனுக்கு அழகன்று, சூர்ப்பணகை தன் உடன் பிறந்தவளாதலால், இராவணன், அவள் குணத்தை நன்குணர்ந்தவனாயிருக்க வேண்டுமன்றோ? அவள் இப்பொழுது தன்னைப் பழித்ததைக் கொண்டே அவள் குறையுடையவள் எனத் தெளிவாகத் தெரிந்து கொண்டிருக்கலாமன்றோ, இவ்வாறு உணர்ந்தும், அவன் தங்கையினிடத்து வைத்த அன்பால் குற்றமிழைக்காது, நடுவுநிலை வழுவாது நடந்து கொண்டது, அவன் அறிவின் எல்லைக்கு ஓர் எடுத்துக்காட்டு. வாயிடை இதழும் மூக்கும் வலிந்து அவர் கொய்ய என்று அவன் கூறிய தொனியே, இவ்வாறு செய்ய எவரும் முன் வாரார் என்றும், செய்திருப்பதைக் கண்ணாற் காண்கிறானாகையால், செய்த வாக்குச் சூர்ப்பணகை பெருங்குற்றம் செய்திருக்க வேண்டும் என்றும் இராவணன் கருதினான் என்பதைக் காட்டுகின்றது இத்தகையவனன்றோ இறைவன்!

சூர்ப்பணகை இராவணன் கேள்விக்குப் பதில் கூற மழுப்புவதை நோக்க, அவன் நியாயத் திறன் நுட்பம் விளங்குகின்றது. அவள் அண்ணன் இவ்வாறு கேட்பான் என்று எதிர்பார்க்கவில்லை. முன்னரே சீதையைப் பற்றிக் கூறி இராவணனை மயங்கச் செய்ய வேண்டும் என்ற சூழ்ச்சி செய்து கொண்டு வந்தவளேயானாலும், இப்பொழுது எதிர்பாராத விதத்தில் தாக்கப்படவே அவள் திகைப்படைந்தாள். எனினும், அவள் பெண்ணாய் இருந்ததோடு, இராவணனுடனும் தோன்றியவள் அல்லளோ,

'என்வயின் உற்ற குற்றம் யாவர்க்கம் எழுதொ ணாத
தன்மையின் இராம னோடும், தாமரை தவிரப் போந்தாள்
மின்வயின் மருங்குல் கொண்டாள் வேய்வயின், மென்றோள் கொண்டாள்
பொன்வயின் மேனி கொண்டாள் பொருட்டினால் புகுந்தது' என்றாள்
(கம்பன்-3133)

இராவணன் கேள்வி சூர்ப்பணகைக்குத் திகைப்பளித்ததைக் காட்டிலும், அவள் பதில் அவனைத் திகைக்கவைத்தது. இதுவரை இராம இலக்குவர், கர தூடணர், தன் தங்கை இவர்களே சம்பந்தப்பட்ட வழக்கு இஃது என்று எண்ணி இருந்தவனுக்குத் திடீரென்று ஒரு பெண் புகுத்தப்பட்ட தோடு, துன்பம் எதனையும் தோற்றுவிக்கக்கூடாத இயல்புடைய அவளே இவ்வழக்குக்கு மூலகாரணம் எனக் கூறப்படவே, அவன் நிலை தடுமாறினான். வழக்கின் விவரங்கள் அனைத்தும் அவன் மனத்தை விட்டு மறைந்தன. அவன் 'ஆரவள்?' என்று ஆவலோடும் பரபரப்போடும் கேட்டான்.

சூர்ப்பணகையின் சூழ்ச்சி வெற்றி பெற்றது. தான் பெற்ற வெற்றியை அவள் நன்கு உணர்ந்து கொண்டாள் போலும் சீதையின் எழிலைச் சித்திரிக்க அவள் ஐம்பத்திரண்டடிகள் பேசியதே அதை உணர்த்துகின்றது. இராவணன் இவ்வளவையும் பொறுமையோடும், வியப்போடும் ஆவலோடும் கேட்டான். முடிவில் இவற்றைத் தனக்குச் சொல்லிய சூர்பப்ணகையையே மறந்துவிட்டான்.

கரனையும் மறந்தான்; தங்கை மூக்கினைக் கடிந்து நின்றான்
உரனையும் மறந்தான்; உற்ற பழியையும் மறந்தான்; வெற்றி
அரனையுங் கொண்ட காமன் அம்பினால் முன்னைப் பெற்ற
வரனையும் மறந்தான் கேட்ட மங்கையை மறந்திலாதான். (கம்பன்-3149)

இராவணன் அறிவு நுட்பம் எங்கே! அவள் இறைமாட்சி எங்கே! இவைகளைச் சுட்டுப் பொசுக்கிய சூர்ப்பணகையின் சூழ்ச்சியின் திறத்தை என்னென்று வியப்பது!

கோதாவரி நதிக்கரையில் இராகவனைக் கண்டாள் சூர்ப்பணகை, கண்டதும் காதல் கொண்டாள், இராக்கதர்களை யே கண்டிருந்த அவள் கண்களுக்கு எழில் முற்றிய இராமன் வடிவழகு, மன்மதனுடைய உருவமாய்த் தோன்றியதில் வியப்பென்ன தன்னந் தனியளாய்க் காட்டில் உழன்று திரிந்து வந்த தனக்குச் சிறந்த பற்றுக்கோடு ஒன்று கிடைத்துவிட்டது என்று எண்ணினாள். இறும்பூது கொண்டாள், அழகிய உருவத்தைக் எடுத்துக் கொண்டு அண்ணலின் முன் அன்னமென நடந்து சென்றாள். காட்டில் மிக்க எழிலையுடைய ஒரு பெண் நாணத்தின் உருவெடுப்பாய்த் தன் முன் வந்ததைக் கண்ட இராகவனுக்குத் தன்னையே நம்பக்கூடவில்லை. அவன் உன் வரவு நல்வரவாகுக நீ யார்? என்று அவளைக் கேட்டபடி

வரவேற்றான். அவனைத் தன் வழியே இழுக்க எண்ணிய சூர்ப்பணகை, தன் பரம்பரையே மிக்க பெருமையுடையதாகக் கூறிக்கொண்டு தன்னை ஒரு கன்னி என்றும் அறிமுகப்படுத்திக் கொள்கிறாள். 'இராவணன் தங்கை' என்ற சொற்களை கேட்ட இராமனுக்கு ஐயம் எழுந்தது, 'ஆயின் நீ இவ்வளவு அழகுடையவளாய் இருக்கக் காரணமென்ன?' என்று அடுத்துக் கேட்டான் இராகவன். 'தவத்தின் தன்மையால் இந்நல்லழகு பெற்றேன்' என்றான் நங்கை. நீ இராவணன் தங்கையாயின் அவனோடு செல்வத்தில் அழுந்திக் கிடக்காமல், இக்காட்டிற்கு என் தனியே வந்தாய்? என்று மேலும் கேட்டான் இராமன். அவள் அரக்கர் வாழ்க்கை நெறி தனக்குப் பிடிக்கவில்லை என்றும், ஆகவே முனிவர் உறையும் தபோவனத்தைத் தான் சார்ந்ததாகவும் கூறினாள். இராகவனுக்கு அவள் உரையை ஏற்றுக் கொள்வதா மறுப்பதா என்பதை நிச்சயிக்க முடியவில்லை. எனினும், அவளோடு உரையாடுவதை அவனால் நிறுத்தக் கூடவில்லை. என்னிடம் என்ன காரியம் பற்றி வந்தாய்? என்று கேட்டான் அவன்.

இராமன் மிகச் சிறந்த வாழ்க்கை நெறியை மேற்கொண்டவனேயாயினும், அவனால் மனித இயற்கையின் பிடிப்பினின்றும் மீறி நடக்க முடியவில்லை. சூர்ப்பணகையின் எழிலும் பேச்சும் அவனைக் கவர்ந்தன. அவளோடு அளவளாவும் அளவுக்கு அவன் தன்னிலையை மறந்து நடந்து கொண்டதைக் காமவிகாரத்தால் பீடிக்கப்பட்ட சூர்ப்பணகை, தான் வெற்றி பெறுவதாகக் கொண்டதில் இழுக்கென்னை? இவள் அரக்கி நீதி நிலையிலாள் வேறு நோக்கத்தோடு வந்தவள் என்று எண்ணிய இராகவன், நான் உன்னை மணக்க விரும்பவில்லை என்று தீர்மானமான பதிலைத் தாராது 'அந்தணர் பாவை நான் அரசரில் வந்தேன்' என்று ஏன் கூற வேண்டும்? முள்ளை முள்ளால் எடுப்பது போலச் சூழ்ச்சியைச் சூழ்ச்சியால் வெல்ல வேண்டும் என்பது கருதியா?

சூர்ப்பணகை தன்னைப் பற்றிக் கூறியவை அனைத்தும் பொய் என்பதை நாமறிவோம். ஆனால், அவள் இராமனிடத்துக் கொண்ட காதல் புனிதமானது. இதை அவள் அடுத்துக் கூறும் விடையே உறுதிப்படுத்துகிறது. என் தகப்பன் அந்தணனே யொழியத் தாய் அரச வமிசத்தைச் சேர்ந்தவளே. நீ என்னை மணந்து கொள்ள முடியாததற்கு இதுவே காரணமானால், நான் உயிர் துறக்காமல் வேறென்ன செய்யக் கூடும்?

என்றாள். இதுவரை இராமன் பேசி வந்த போக்கைப் பொருட்படுத்தாமல் விடினும் இப்பொழுது சூழ்ச்சிக் காரியாய் உள்ள சூர்ப்பணகை தூய உள்ளத்தோடு பேசியதை இராகவன் உணராமல் இருந்திருக்க முடியாது. இதுவும் ஒரு சூழ்ச்சி என்று கொண்டான் என்றாலும், அவன், நான் மணம் ஆனவன், எனவே என்னை ஏற்றுக் கொள்ளும் நிலையில் இல்லை என்று உண்மையை உணர்த்தியிருக்க வேண்டும். வேறொரு பெண்ணை மணந்தவனை விரும்புவது பேதைமை எனச் சூர்ப்பணகை அறிந்திருக்கமாட்டாள், என இராகவன் எண்ணினால் என்றால், அஃது, அவன் குறைவைக் காட்டுமேயொழிய, அவன் நடத்தைக்கு விளக்கமாகாது. அரக்கரை மானுடர் மணப்பது பொருத்தமுடையதன்று எனப் பெரியோர் கூறுவர் என்று இராமன் வாதம், அவனுக்கு அவளிடத்தில் விருப்பம் உண்டு என்றும், ஆனால் பிறருக்கஞ்சி, அவன் அவளை மணக்க இசையக்கூடாத மனநிலையை உடையவனாய் இருக்கிறான் என்றும் அறிவிக்கின்றதன்றோ?

இராகவனுடைய இப் பொருத்தமின்மையாகிய வாதத்திற்குச் சூர்ப்பணகை தகுந்த பதிலளிக்கிறாள், நான் முன்னரே இராக்கதர் பழக்க வழக்கங்களைக் கைவிட்டுவிட்டு தபோதனரைச் சார்ந்து, அவர்களுடைய மேலான ஒழுக்க முறைகளை மேற்கொண்டேன் என்று கூறினேனே என்றாள். இன்னும் இராமன் தன் விளையாட்டை விடவில்லை. உனக்குக் குபேரனும் இராவணனுமாகிய அண்ணன்மார் இருக்கையில், அவர்கள் 'கொடுக்கக் கொள்ளலாமே யொழிய நீயே என்னைத் தேர்ந்தெடுப்பதை நான் விரும்பமாட்டேன்' என்றான். 'கந்தர்ப்ப முறையில் நடக்கும் மணத்தை வேதங்களும் ஒப்புகின்றன' என்றாள் சூர்ப்பணகை, மேலும், அவளை மணம் புரிவதால், அராமன் உலகில் ஒப்புயர்வற்ற வல்லமையுடையவனாகவும் தேவர்களை ஏவல் கொள்ளத்தக்கவனாகவும் ஆதல் கூடும் என்றும் சொன்னாள்.

நிருதர்தம் அருளும் பெற்றேன் நின்னலம் பெற்றேன் நின்னோடு
ஒருவருஞ் செல்வத்து யாண்டும் உறையவும் பெற்றேன் ஒன்றோ
திருநகர் தீர்ந்த பின்னர் செய்தவம் பயந்தது!' என்னா
வரிசிலை வடித்த தோளான் வாளெயிறு இலங்க நக்கான். (கம்பன்-2787)

அவளை நையாண்டி செய்வதற்காக இராமன் இவ்வாறு கூறினான் எனக் கம்பன் கூறுவதால் நாம் ஒப்புகிறோமேயொழிய

உண்மையில் அவன் விரும்பியே இவ்வாறு கூறியிருப்பான் என்றே அவன் நடத்தை அறிவிக்கின்றது. கம்பன் கூறுவதைப் போல, இராமன் விளையாடினானேயானால் அவன் விளையாட்டுச் சாதாரணமான விளையாட்டன்று என்றே கூறவேண்டும். அதன் விளைவுகளில் கருத்தைச் செலுத்தாது இராமன் அவ்விளையாட்டில் ஈடுபட்டது மனித இயற்கையன்றோ? ஜானகி எதிர்பாராமல் அங்கு வந்தது. இக்காதல் நாடகத்தைத் திடீரெனத் தடைப்படுத்தியது.

ஜானகியின் தீர்ந்த அழகைச் சூர்ப்பணகை கண்டாள் இராமன் தன்னைக் கண்டு மாமோகம் கொள்ளாததற்குக் காரணத்தையும் உணர்ந்தாள். காட்டுக்கு வந்த அரசன், மனைவியை உடன் அழைத்து வருவான் என்று யாரால் எதிர்பார்க்கக் கூடும் ஆகவே, ஜானகி இராமனுடைய ஆசை நாயகி என அவள் எண்ணிக் கொண்டாள். அவளை அப்புறப்படுத்தினால்தான் அவன் தனக்கருளுவான் என்று தீர்மானித்தாள். நினைத்தபடி செய்து முடிக்க அடுத்த நாள் முயன்றபோது, இலக்குவனால் மூக்கரியப்பட்டாள்.

மூக்கையும் காதையும் இழந்த வருத்தத்தில் சூர்ப்பணகை தன் அண்ணனை நோக்கி இரங்கியழுதாள், 'உன் தோற்றமும் பெருமையும் என்னால் சிதைவுற்றனவே' என ஏங்கினாள்? கரதூடணர்களைக் கூட்டிவர எழுந்தாள். அவமானத்துடன் அவர்கள் எதிரே செல்ல நாணியவளாய், நிலத்தில் வீழ்ந்தாள். அறுபட்ட மூக்கைத் தொட்டுப் பார்த்துக் கண்ணீர் வடித்தாள். இந்நிலையில் இராகவன் எதிரே வரக்கண்டாள் உன் திருமேனியைக் காதலித்ததன் பரிசால் என் அழகிழந்தேன் என்று கூறி அழுதாள். இராமன் அவளை அடையாளங் கண்டு கொள்ளவில்லை நீ யார்? என்று கேட்டான். சூர்ப்பணகை வெறுப்படையவில்லை. இராவணன் தங்கை என்று மறுமொழி தந்தாள். அப்பொழுதும் இராமன் அவளைத் தெரிந்து கொண்டதாகக் காட்டிக் கொள்ளவில்லை சூர்ப்பணகையும் மனம் தளரவில்லை. உம் மீது மோகங் கொண்டு நேற்று வந்தேனன்றோ? என் ஞாபகமூட்டினாள்.

'செங்கயல்போல் கருநெடுங்கண் தேமருதா மரைஉறையும்
நங்கையிவர் எனநெருநல் நடந்தவரோ நாம்' என்ன    (கம்பன்-2850)

இராமன் அவளை அடையாளம் கண்டுகொண்டதாக அறிவிக்கும் இப் பகுதி அவளை நையாண்டி செய்கிறது.

ஆனால், இதை அவள் உணர்ந்தாள் இல்லை. காமத்தின் தன்மை இதுவோ.

'நீங்கள் என் மூக்கை அரிந்தபோதும், உங்களை நான் பகையாகக் கொள்ளவில்லை. என்னை ஏற்றுக் கொள்ளும்' என்று சூர்ப்பணகை கேட்டுக் கொண்டது, அவளுடைய காதலின் தூய்மையையும் ஆழத்தையும் காட்டுகிறது. இவ்வளவில் சீதை இராமனுடைய மனைவி என்று உணர்ந்து கொண்டாள் சூர்ப்பணகை 'என்னை இளையவனையாவது ஏற்றுக் கொள்ளச் செய்' என வேண்டுகிறாள். இவ்வேண்டுகோளும் புறக்கணிக்கப்பட்டதோடு, அவளைக் கொல்லவும் இராமன் இசைந்தபினர், அவளுக்குக் கோபம் எழுகிறது. 'உங்களுக்குக் கூற்றுவனாகிய கரனை இதோ அழைத்து வருகிறேன்!' என்று சொல்லிச் சென்றாள்.

'இராவணனுக்காக ஒரு பெண்ணைத் தூக்கிச் செல்லச் செய்த முயற்சியில் இவ்வாறு பரிபவப் பட்டேன்!' எனச் சூர்ப்பணகை கூறியதைக் கேட்டவுடன், கரன் தன் சேனையைத் திரட்டிக் கொண்டு வந்தான். இராம இலக்குவர்களோடு போர் புரிந்து மாண்டான். கரனும், தூடணனும், கணக்கற்ற சேனை வீரரும் மாய்ந்தொழிந்ததைப் பார்த்த பின்பும் சூர்ப்பணகையின் காதல் அவியவில்லை. அஃது அதிகமாயிற்று. எப்படியாவது இராமனை அடைய வேண்டும் என்ற எண்ணத்தைத் திடப்படுத்திக் கொண்டாள் அவள். இவ்வெண்ணம் ஈடேற ஒரு சூழ்ச்சி செய்தாள்.

சீதையை அப்புறப்படுத்திய பின்னே இராமனைத் தன்னைப்பற்றி நினைக்கச் செய்யக்கூடும் என்பதைச் சூர்ப்பணகை உணர்ந்திருந்தாள். அதைத் தானே செய்துவிட முயன்றதில் பரிபவப்பட்டாள் அவமானமடைந்த ஆத்திரத்தில் கர தூடணர்களை இராமனோடு போர் புரியும்படித் தூண்டினாள். போரில் கரனும், தூடணனும் அவருடைய சேனை வீரரும் மடிந்ததை கண்டதும், அவளுக்கு இராம இலக்குவர்களின் ஆற்றல் ஒருவாறு விளங்கிற்று. ஆகவே, சீதையை அப்புறப்படுத் துவதைச் சூழ்ச்சியால் செய்து முடிக்கலாமே யொழிய, தன்னால் இனி ஒன்றும் செய்ய முடியாது என உணர்ந்தாள். இராவணன் காரணன் அல்லன் எனினும், தன் புருடன் கொலையுண்டதற்கு அவனே காரணன் எனச் சூர்ப்பணகை தவறாக எண்ணியிருந்ததோடு, அதற்காக

அவனைப் பழி வாங்க வேண்டுமென்றும் எண்ணியிருந்தாள். தன்னால் காதலிக்கப்பட்ட இராமன் வன்மை எத்தகையது என்பதைத் தன் மூக்கையும் கரதூடணர்களையும் பலியிட்டு உணர்ந்து கொண்டாள். அண்ணனைத் தொலைக்கக் கூடிய பேராற்றலுடையவன் இராமன் ஒருவனே என நன்குணர்ந்து கொண்ட சூர்ப்பணகை, தொடர்பில்லாத இராம், இராவணருக்குள் பகையை மூட்டிவிடத் துணிவு கொண்டாள். இதனால் இராவணன் இறப்பது திண்ணம்! அதை அவள் வரவேற்றாள். இராமன் வெற்றியடைவது உறுதி! அதுவும் அவள் வேண்டியதே இராவணன் பராக்கிரமம், இராமனை வெற்றி கொள்ள உதவியளிக்காவிடினும், சீதைக்கு ஊறு செய்யப் போதியதாய் இருக்குமன்றோ? சூர்ப்பணகையின் சூழ்ச்சித் திறமை சாமானியமானதன்று.

'இரைத்தநெடும் படையரக்கர் இறந்ததனை
மறந்தனள் போர் இராமன் துங்க
வரைப்புயத்தின் இடைக்கிடந்த பேராசை
மனங்கவற்ற ஆற்றா ளாகித்
'திரைப்பரவைப் பேரகழித் திண்ணகரில்
கடிதோடிச் சீதை தன்மை
உரைப்பன்' எனச் சூர்ப்பணகை வர இருந்தான்
இருந்தபரிசு உரைத்தும் மன்னோ. (கம்பன்-3067)

கரதூடணர் இறந்ததை அவள் மறந்தாள். இராவணன் படப்போவதைச் சிந்திக்க மறுத்தாள், இராமன் தோள்களின் மீது கொண்ட காதல் உந்தியதால், அண்ணனுக்குச் சீதையின் தன்மையை விரித்துரைக்க விரைவாய்ச் சென்றாள்.

மூக்கறுபட்டதற்காக அழுவதை, இராமனைக் கண்டவுடனே சூர்ப்பணகை நிறுத்திவிட்டாள். பின்னர் அவன் அவள் கருத்துக்க இசைய மறுக்கவே, கரன் முதலியோரைக் கொண்டு அவனைத் தண்டிக்க வேண்டுமென்று உறுதி கொண்டாள். போர் அவள் எதிர்பார்த்தபடி முடியவில்லை. கரனுக்கு ஒரு குரல் அழுதுவிட்டு, இப்பொழுது மீண்டும் இராவணனைக் காணச் செல்லுகையில், மீண்டும் மூக்கிழந்த துக்கத்தை நினைத்துக் கொண்டவள் போல் ஒப்பாரி வைத்தபடி அவள் சென்றாள். உண்மையில் அவள் மனம், 'இராவணனை மயக்கி அவனைவிட்டுச் சீதையை அப்புறப்படுத்தச் செய்து, நாம் இராமனை அடைவோம்?' என்ற இன்பக் கனவைக்

கண்டபடியே இருந்தது. இந்நிலையை மறைக்கவே, அவள் ஒப்பாரியுடன் இராவணனைக் காணச் சென்றாள். அழுகைக் குரலையே என்றும் கேட்டறியாத இலங்கையின் மாந்தர் அனைவரும் கண்டு இரங்கும்படி, அவள் இராவணனுக்கு நேர்ந்த பழியைத் தன் ஒப்பாரியால் பறை சாற்றிக் கொண்டு போகத் துணிந்திருப்பாளா? அளவு கடந்த துக்கம் காரணமாக, அவள் அவ்வாறு செய்ததாகப் பிறர் எண்ணிக் கொள்ள வேண்டுமென்பதே அவள் நோக்கம்.

கரனைப் போலவே இராவணனும் தன் தங்கையைக் கண்டதும், 'இது யாவர் செயல்?' என்று கேட்டான். மூக்கரியப்பட்டவுடன்.

நசையாலே மூக்கிழந்து நாணமிலா நான்பட்ட
வசையாலே நினதுபுகழ் மாசுண்டது ஆகாதோ?
திசையானை விசைகலங்கச் செருச்செய்து மருப்பொசித்த
இசையாலே நிறைந்தபுகழ் இராவணவோ! இராவணவோ! (கம்பன்-2841)

என்று அரற்றியவள், இங்கு இராவணன் கேள்விக்குப் பதில், கூறும் முறையே விநோதமாய் இருக்கிறது அவன் கேள்விக்களுக்கு ஏற்ற அளவே விடை கூறுபவளைப் போல அவமானஞ் செய்வித்தவரை மட்டும் குறிப்பிட்டாள். அதனையும், இராவணன் செருக்கிற்குத் தூபம் போடுபவளைப் போல மானுடர் தடிந்தனர்கள் வாளுருவி, என இகழ்ச்சிக் குறிப்புத் தோன்றக் கூறினாள்.

இராவணனுக்குச் சூர்ப்பணகை கூறியது அதிசயமாய் இருந்தது. மனிதர்கள் இவ்வாறு செய்யத் துணிவார்களா? என்ற அவன் எண்ணம், தங்கை கூறுவனவற்றை ஏற்க மறுத்தது. விவரமாகக் கூறும்படி அவன் அவளுக்குப் பணித்தான். அவள் மீண்டும் அவன் கேட்ட கேள்விக்குச் சரியானபடி பதிலளிக்காமல் இராம - இலக்குவர், அழகு வீரம் முதலியவற்றைப் பற்றிப் புகழ்ந்து பேசுவது குறிப்பிடத்தக்கது.

ஆறுமனம் அஞ்சினம் அரக்கரை எனச்சென்று
ஏறுநெறி அந்தணர் இயம்பஉல கெல்லாம்
வேறுமெனும் நுங்கள் குலம் வேரொடும் அடங்கக்
கோறுமென முந்தையொரு சூளுறவு கொண்டார் (கம்பன்-3122)

என்று இராக்கதர் குலத்தை அவர்கள் வேரறுக்க ஏற்றுக் கொண்ட சபதத்தைக் குறிப்பிட்டாள். அவர்களுடைய ஆற்றலையும், பெயரையும், பரம்பரையையும் கூறினாள்.

இராவணனைக் காண வரும்பொழுதே சீதையைப் பற்றிக் கூறி அவனை மயங்கச் செய்ய வேண்டும் என்று திட்டம் போட்டுக் கொண்டு வந்த சூர்ப்பணகை, ஏன் இவ்வாறு இராமனைப் பற்றிப் பேசுவதில் காலந்தாழ்த்த வேண்டும்? அவளால் இராமனை மறக்க முடியாதது முக்கியமான காரணம். அதுவேயுமன்றி இராவணனைத் தன்னிலைக்காக இரங்க வைத்துப் பின்னர் அவனுக்கு இன்பத்தைத் தேடச் சென்று தான் பரிபவப்பட்டதாகக் கூறுவது, அவள் சூழ்ச்சி வெற்றி பெறுவதற்குத் துணையாய் இருக்குமன்றோ? அவள் முதலில் மானுடர் தடிந்தனர் எனக் கூறிவிட்டு, அதன் பின்னர் எவ்வளவுக் கெவ்வளவு அவர்களைப் புகழ்ந்து கூறுகிறாளோ, அவ்வளவுக்கவ்வளவு இராவணன் கோபம் அதிகமாகும். அவர்களிடத்தில் தன் தங்கை பரிபவப்பட நேர்ந்ததே என்ற ஏக்கமும் அதிகமாகும். எத்துணைப் பராக்கிரமசாலிகளாயிருப்பினும் அவர்கள் மனிதரே அல்லரோ? மேலும், ஒருவனைக் கோபிக்க வைப்பதற்கு, அவனுடைய மாற்றானைப் புகழ்வதினும் சிறந்தவாயிலும் இல்லை அன்றோ?

சூர்ப்பணகை எதிர்பார்த்தபடியே இராவணன் அவள் நிலைக்குப் பெரிதும் இரங்கினான் ‘கரன் உதவி செய்ய முன் வரவில்லையோ?’ என்று கேட்டான். சூர்ப்பணகை மீண்டும் இராவணன் கேள்விக்கு விடை கூறுபவளைப்போல, அவன் ஆணவத்தக்கும் தூபம் போட்டாள்.

‘சொல்என்றன் வாயிற் கேட்டார் தொடர்ந்தெழு சேனை யோடும்
கல்லென்ற ஒலியிற் சென்றார் கரன்முதல் காளை வீரர்;
எல்லொன்று கமலச் செங்கண் இராமன் என்று இசைத்த ஏந்தல்
வில்லொன்றில் கடிகை மூன்றில் ஏறினர் விண்ணில்’ என்றாள்

(கம்பன்-3130)

கரன் முதலியோர் அவள் சொல்லைக் கேட்டு எழுந்தனர் என்பது, ‘நீ இன்னும் இங்கு இருக்கின்றாயே’ என்று இராவணனைப் பழிப்பது போல அமைந்திருக்கிறது. அவர்கள் இறந்தபடியைக் கூறுவது வாயிலாக, சூர்ப்பணகை மீண்டும் இராமன் ஆற்றலை வற்புறுத்திவிட்டாள். இவ்வளவும் நிகழ்ந்த பின்பே, இராவணன் அவளை நீ என்ன குற்றம் செய்தாய்?

என்று கேட்டான். சூர்ப்பணகையின் பதில் மிகச் சாதுரியமாய் அமைந்திருக்கிறது. நான் செய்த தவறு எழுதொணாத அழகுடையவள் ஒருத்தியால் ஏற்பட்டது என்றாள். இராவணன் ஆவலோடு 'ஆரவள்?' என்றான். சூர்ப்பணகை வெற்றி பெற்றாள். தான் வீசிய வலையில் இராவணன் விழுந்து விட்டான், என்பதை மிக நன்றாக உணர்ந்தாள். சீதையின் அங்க அழகுகளை விவரமாகக் கூறினாள். இடையிடையே நீ அவளை அடைந்தால்தான் பெருமையடைவாய் என்று வற்புறுத்தினாள். அவன் அயர்ந்திருந்த சமயம் நோக்கித் தன் வார்த்தைகளை நம்பி அவன் சீதையைக் கவரச் செய்யும் முயற்சியில் இராமனுக்கு ஊறு எதுவும் செய்ய வேண்டா என்றும் கேட்டுக் கொண்டாள்.

'மீன்கொண்டுஊ டாடும் வேலை மேகலை உலகம் ஏத்தத்
தேன்கொண்டுஊ டாடும் கூந்தல் சிற்றிடைச் சீதை என்னும்
மான்கொண்டுஊ டாடு நீஉன் வாள்வலி உலகம் காண
யான்கொண்டுஊ டாடும் வண்ணம் இராமனைத் தருதி' என்பால்

(கம்பன்-3145)

நீ பிறந்ததன் பயனை இனியே இவளைப் பெற்ற பின்பே அடையப் போகிறாய் என்று பேசியவள், இத்தகையவளை உனக்காகக் கவரச் செய்த முயற்சியில் நான் அவமானமடைந்தேன் எனக் கூறி முடித்தாள்.

கரன் முதலியோரைப்போல் இராவணன் தன்னிடத்தில் மிக்க அன்புடையவன் அல்லன் என்று சூர்ப்பணகை எண்ணியிருந்தாள். அவன் அரசன் என்ற முறையில், கரனைப் போலத் தங்கையைக் கண்டவுடன் போருக்கு எழாதது அவள் எண்ணத்துக்கு உறுதியளித்தது, இதுவன்றியும் அவள் சீதையைப் பற்றிப் பேசத் தொடங்கியது. அண்ணனைக் கவிழ்க்கச் செய்த சதியாகையால் தன் உண்மையான மன நிலையை அவன் எங்குக் கண்டு கொள்வானோ என்ற ஐயுற்ற அவள் வள்ளலே உனக்கு நல்லே. நின் மனையில் வாழும் கிள்ளை போல் மொழியார்க்கெல்லாம் கேடு சூழ்கின்றேன் அன்றோ என்று கூறுகிறாள்.

இராவணனுக்கு உடன் பிறந்தவளாகையால் சூர்ப்பணகை அவனைப்பற்றி மிக நன்றாய் அறிந்திருந்தாள். பல்லாயிரம் ஆண்டுகளாகப் போரின்மையால் சோம்பலுற்றப் பொழுது போக்காக இராவணன் விரும்பித் திளைத்த பெண்ணின்பத்தில்

அவனுக்குள்ள பற்றுதலைச் சூர்ப்பணகை தன் சூழ்ச்சிக்கு அடித்தளமாக அமைத்துக்கொண்டாள். அவள் வெற்றி பெற்றிருப்பது அவனுடைய குண விசேடத்தை அவள் எத்துணை நுட்பமாக அறிந்திருந்தாள் என்பதையே காட்டுகிறது. சீதையின் வருணனையைக் கேட்ட இராவணன் அனைத்தையும் மறந்தான்- சீதையின் பெயர் ஒன்றே அவன் மனம் முழுவதையும் பற்றிக் கொண்டது.

மயிலுடைச் சாய லாளை வஞ்சியா முன்னம் நீண்ட
எயிலுடை இலங்கை நாதன் இதயமாம் சிறையில் வைத்தான்!
(கம்பன்-3151)

ஆயிரம் மறைப்பொருள் உணர்ந்தவன், தங்கை அவமானத்தைக் கண்டும் அரச நீதி வாழாதவன். இப்பொழுது பெண்ணின்பம் காரணமாக அயலான் மனைவியின் மேல் மையல் கொண்டான். இராவணன் வீழ்ச்சியின் முதற்படி இதுவே என்பதைக் கும்பகருணன்.

என்றொருவன் இல்லுறை தவத்தியை இரங்காய்
வன்றொழிலி னாய்மறை துறந்துசிறை வைத்தாய்
அன்றொழிவ தாயின அரக்கர் புகழ் ஐய! (கம்பன்-6121)

எனக் குறிப்பிடுகின்றான்.

## 2. தீமையின் முதற்படி

மனிதனுக்கு இயற்கையாய் உள்ள உணர்ச்சிகள் அனைத்தினும் காமவுணர்ச்சி வன்மை வாய்ந்தது என்பதை நாம் அறிவோம். உலகம் தோன்றிய நாளிலிருந்து இவ்வுணர்ச்சியை அடக்கியாள வழி தெரியாமல் அல்லலுற்றழிந்தார் பலர். இயற்கையிலேயே அமைந்து கிடக்கும் இவ்வுணர்ச்சியைக் கல்வி என்னும் சாணையில் தீட்டிய, அறிவாகிய வாளைக் கொண்டு அறுத்தொழித்தாலன்றி வாழ்க்கை பயனற்றதாய் முடியும். இவ்வணர்ச்சியின் வன்மையை வியவாத புலவர் உலகத்திலில்லை. இதனை அவருள் பலரும் பலபடியாகப் கூறியுள்ளனர். ஆசிரியர் சாத்தனார் மணிமேகலையின் கூற்றாக இவ்வுணர்ச்சியின் வன்மையை எடுத்துக்காட்டியிருக்கிறார். பளிக்கறையில் ஒளிந்திருந்தாள் மணிமேகலை வெளியே நின்ற உதயகுமாரன், அவ் அறைக்குள் செல்ல வழி காணமுடியாமல் தவித்துத் திரும்பிவிட்டான். அவன் சென்றபின் வெளியே வந்த மணிமேகலை, தோழி சுதமதியை நோக்கி,

> 'கற்புத் தானிலள் நற்றவ உணர்விலள்
> வருணக் காப்பிலள் பொருள்விலை யாட்டி' என்று
> இகழ்ந்தனன் ஆகி நயந்தோன் என்னாது
> புதுவோன் பின்றைப் போனதுஎன் நெஞ்சம்;
> இதுவோ அன்னாய் காமத் தியற்கை? (மணிமேகலை-5:86-90)

எனக் கேட்கிறாள். இத்தகைய வன்மையும் தன்மையும் உடையதுதான் காமம். பகைவரிடத்தும் நட்பினரிடத்தும் வேற்றுமையின்றிச் செல்லும் தகைமையது இஃது ஒன்றே. எனினும், என்ன? மணிமேகலை இதனை அடக்கி வெற்றி பெறவில்லையா? நன்னெறிக்கண் சென்ற இயற்கை உணர்ச்சியையே அவள் அடக்கிவிட்டாளே? தவறானது எனத் தான் உணர்ந்திருந்ததோடு, பலரும் புகழுக்குப் பங்கம் விளைவிக்கும் எனத் தடுத்துரைத்தும், இராவணன் இதனை

வளர விட்டானே! மனிதனுக்குள்ள ஓருணர்ச்சி காமம் என்றில்லாமல், இராவணன் அதனையே தன் வாழ்க்கையின் தத்துவமாகவன்றோ கருதிவிட்டான்! அரசியல் நெறி பிறழ்ந்து, தன் கடமைகளையும் மறந்து, முயன்று பெற்ற பெருமை, புகழ், கல்வி முதலிய அனைத்தையும் துறந்து, பஞ்சையாம் ஒரு பெண்மகள் போலப் பரிதவிக்கத் தொடங்கிவிட்டானே! செய்யத்தக்கது இது, தகாதது இது என்ற ஆராய்ச்சி சிறிதும் இல்லாமல், மனம் செலுத்திய வழியில் வாழ முற்படுகிறான் இலங்கை வேந்தன். இல்லை! அவனை அங்ஙனம் வாழ முற்படச் செய்தது காமம். இதோ காணலாம் அவன் வாழ்க்கை முறைமையை

'ஆக்கை தீய உள்ளம் நைய ஆவி வேவ தாயினான்' (கம்பன்-3156)

'ஊதுவன் துருத்தி போல் உயிர்த்து யிர்த்து உயங்கினான்.' (கம்பன்-3157)

'உரங்கு டைந்து நொந்து நொந்து உளைந்து உளைந்துஒ துங்கினான்' (கம்பன்-3159)

'தென்றல் வந்து எதிர்த்த போது சீறு வானும் ஆயினான்' (கம்பன்-3160)

இவற்றால் அவனுடைய வாழ்க்கையே சீதையின்பால் கொண்ட காமத்தின் உருவெடுப்பாய் மாறிவிட்டதைத் தெளியலாம்.

“இத்தகைய மனநிலை கற்றறிவமைந்த ஒருவனுக்கு ஏற்படக் கூடுமா?” என ஐயுறலாம். அவ் ஐயத்தில் உண்மை இல்லாமல் இல்லை. சாதாரண நிலையிலுள்ள மனிதனுக்கு எல்லாப் பண்புகளும் ஒவ்வோர் அளவில் அமைந்திருக்கும். இவற்றுள் ஒன்று சிறிது மிகின், வேறொன்று தாழ்ந்து கொடுக்கும். ஆனால், ஒரு சிலரிடத்து இரண்டொரு பண்புகள் மேலோங்கியிருப்பதோடு அமையாது, இயல்பாய்த் தம் எழுச்சிக்கு விட்டுக்கொடுக்கும் பிற பண்புகளை மேலும் அடக்கி, அவற்றை வேரறுத்துத் தம் ஆட்சியைத் தாபிக்க முயலும். இவ்வாறு நேரும் சமயங்களில் உயர்ந்தெழும் பண்புகளுக்கும் பிற பண்புகளுக்கும் போராட்டம் நிகழும். இதுவே அவலச் சுவையை கலப்பற்ற செம்மையான அவலச் சுவையை பயக்கும் பண்பு வாய்ந்தது.

இயற்கை வரைந்த எல்லையை மீதூர்ந்து செல்லும் பண்புகளையுடையவரே பெரியோராய்த் திகழ்வர். அவ்வாறு மீதூர்வது நற்பண்பாயின் ஆத்துமாக்கள் மகாத்துமாக்களாகவும்,

தீப்பண்பாயின் துரத்துமாக்களாகவும் மாறுகின்றன. நற்பண்புகள் மீதூர்வதால் மக்கள் மகாத்துமாக்களாக மாறுகின்றார்களேயன்றி, அவர்கள் வாழ்க்கையுள்ளும் அந்நற் பண்பு இயற்கையை இறந்த அளவுக்கு வளர்ந்து விடுவதால், அது முதலில் தன்னோடு போரிடும் பிற பண்புகளை அழித்துவிட்டுப் பின்னர் இலக்கு ஒன்றும் அகப்படாமல், தன்னை வளரவிட்டவனையே பலி கொள்ளும். இதுவே அவலச் சுவையின் மாட்சி. இக்காரணம் பற்றியே அவலச் சுவை மிகச் சிறந்த இன்பத்தைப் பயக்கும் பண்புடையதாய்த் தோன்றுகிறது. இன்பத்தையேயன்றி மறக்க முடியாத படிப்பினையையும் இது மக்களுக்கு அறிவுறுத்தும் வல்லமையுடையதாகையால், கவிஞர் அனைவரும் இச் சுவையைச் சிறந்ததாக மதிக்கின்றனர். இதனைச் சித்திரிக்கும் நூல்கள் திறனாய்வாளரால் சிறந்தனவாக மதிக்கப்படுகின்றன.

இராவணன், உலகத்துப் பெரியோர்களுள் ஒரு தனிப்பட்ட பெருமையை உடையவனாகக் காட்சி அளிக்கிறான். அவனிடத்து, இரண்டொன்று மட்டும் ஏன்? பல நற்பண்புகள் இயற்கையான எல்லையைக் கடந்து ஓங்கிக் காணப்படுகின்றன. ஆகவேதான், காமம் என்ற அழிக்கும் பண்புக்கு இராவணன் வாழ்க்கையில் தீ நெறிக்கட்சென்ற பண்புக்கு அவன் இடமளித்து அழிந்தானேனும், கவிஞன் அவன் திரு முகங்கள் இறப்பால் மும்மடங்கு பொலிந்தன எனப் பாராட்டிப் பேசுகின்றான்.

பல்லாயிரம் ஆண்டுகளாகப் போரிடுவதற்குத் தகுந்த எதிரி இன்மையால், இராவணன் வாழ்க்கையில் சோம்பல் புகுந்தது; வெறுப்புத் தோன்றிற்று. இயற்கை அவனை ஏதானுமொரு செயலில் ஈடுபடத் தூண்டிற்று, கல்வி, தவம், போர் முதலிய துறைகள் எல்லாவற்றிலும் துறைபோகத் துய்த்தவனாகி விடவே, அவன் வாழ்க்கையை இன்பம் உடையதாகச் செய்ய, வேறு வழியின்றி, மகளிர் இன்பத்தில் மயக்கங் கொள்ளவேண்டி வந்தது. கலைகள் பலவும் இன்பத்தைத் தருமானாலும், ஓரளவுக்கு மேல் சலிப்பைத் தருவதும் அவற்றின் இயற்கையே. கலைகளனைத்தையும் சலிப்பைச் சிறக்கத் தரும் அளவுக்குக் கற்றுத் தேர்ந்த பின் சலிப்பை அவ்வளவு இலகுவாக அளிக்காத போருமின்மையால், இராவணன் மகளிரிடம் பெறும் இன்பத்தில் முழு மனத்தையும் செலுத்தினான் என்றும், சலிப்பேயின்றித் தோயத் தோயக் கவர்ச்சி அதிகமுடையதாய்த் தோற்றும் தகுதி வாய்ந்தது உலகத்தில் இது ஒன்றே அன்றோ? பிறகலைகளிற்

போலவே, இதிலும் துறைபோக இராவணன் முயன்றதில் வியப்பென்ன?

இராவணன் வாழ்க்கையில், இயற்கையின் கட்டாயத்தால் ஏற்பட்ட இப்போக்கை நன்கறிந்தாலன்றி நாம் அவன் மேன்மையை உணர்ந்தவர்களாக மாட்டோம். இதை நன்குணர்ந்த கவிஞன் நம்மை விழிப்புடன் இருக்கச் செய்ய, இராவணனைப் புகுத்தும் காலங்களிலெல்லாம், அவனைச் சூழத் தேவமாதர் இருந்ததை வற்புறுத்துகின்றான். அரியணையில் வீற்றிருக்கும் போதும், சேனையைக் காணச் செல்லும் பொழுதும், அவனுடன் அரம்பையர் தோற்றமளிக்கின்றனர். தன்னை ஏற்றுக்கொள்ளும்படி சீதையைத் தூண்டச் சென்ற காலத்திற்கூட நிந்தனைப் படலம் இராவணன் மேனகை, உருப்பசி முதலியோரை உடனழைத்துச் சென்றான் என்று கவிஞன் கூறுவானானால், இராவணன் மனத்தில் மகளிர் பெற்ற இடம் எவ்வளவு அகல ஆழங்களை உடையது என்பதை எளிதில் அறியலாம். அவன் மந்திரப் படலத்துள்ளும் அரம்பையர் கவரியோடு ஆடும் தாரினானாய் இருந்தவனல்லனோ! சீதையை எடுத்து வரச் செல்லுகையில், அச்செயலை வஞ்சனையால் செய்ய முற்பட்டானாகையால், அவன் மகளிர் துணையின்றிச் சென்றான் எனக் காரணம் காட்ட வேண்டிவருகிறது!

இராவணனுடைய உடன் பிறந்தவளாய் இருந்தமையால் சூர்ப்பணகைக்கு அவனது இப் பண்பு நன்றாகத் தெரிந்திருந்தது. ஆகவேதான், இராமனை அடைவதற்குத் தடையாய் உள்ள சீதையை அப்புறப்படுத்துவதற்கு அவனே தகுந்தவன் என்று முடிவு கட்டினாள்; அத் தீர்மானத்துடனேயே அவனைக் காண வந்தாள்; வந்ததும், அதைப் பற்றிப் பேசினால் அவன் எங்குத் தன் சூழ்ச்சியைத் தெரிந்து கொண்டு விடுவானோ என்றஞ்சி அவன் கேட்கக் கேட்க ஒவ்வொன்றாக தான் பரிபவப்பட்ட வரலாற்றைப் பகுத்துக் கூறி, பின்னர் முடிவில் சீதையை வருணித்து, அவளிடத்தில் அவன் ஈடுபட்டதை உணர்ந்த பின்னரே, அவளை அவனிடம் சேர்க்கச் செய்த முயற்சியே தன்னை அவமானத்திற்காளாக்கியது எனக் கூறி முடித்தாள். சூர்ப்பணகை நினைத்தபடியே இராவணன், சீதையை அடைய வேண்டும் என்ற எண்ணத்தை மிக்குடையவனாய், அவளே நினைவாக வருந்தியிருந்தான். அவள் உருவைக் கண்டது போன்ற உணர்ச்சி தோன்றியதும், சூர்ப்பணகையை வரவழைத்து நான் கண்ட இவ்வுருவம் சீதையினுடையதா?

என்று கேட்டான். அவன் சீதையைக் குறித்து வருந்தியது போல் அவளும் இராமனைக் குறித்து வருந்தியிருந்தாளாகையால், 'இஃது இராமன் உரு' என்று கூறினாள். இராவணன் திகைத்தான். அவள் ஏன் மாறாட்டமாகப் பேச வேண்டும் என்பது அவனுக்கு விளங்கவில்லை. 'நீ ஓயாது சீதையின் நினைவாய் உழல்வதால், நீ கண்டது உன் மனக் கற்பனையே' என்று சூர்ப்பணகை விளக்கினாள். ஆயின், 'நீ எப்படி இராமன் என்று சொன்னாய்?' என அவன் கேட்டான். என்று என்னை அவமானப்படுத்தினானோ, 'அன்று தொட்டு என்னாலும் அவனை மறக்க முடியவில்லை' என்று கூறினாள் வஞ்சி. அவள் சமாதானத்தை அண்ணன் ஏற்றுக்கொண்டான்; 'என்னை வருத்தும் சீதையின் நினைவினின்றும் யான் எப்படி விடுபடுவேன்?' என்று அவளையே கேட்டான். சூர்ப்பணகை காட்டும் வழி கருதற்குரியது.

கோமான் உலகுக்கு ஒரு நீ குறைகின்றது என்னே?
பூமாண் குழலாள் தனைவவ் வுதிபோதி என்றாள். (கம்பன்-3219)

இங்குச் சூர்ப்பணகை சீதையை வஞ்சத்தால் கவர்ந்து வர வழி கூறுகிறாள். இவ்வாறு நிகழ்ந்தால் தான் இராமனுக்கு ஊறு நேராமல் இருப்பதோடு, தனக்கு உதவியாகச் சீதையும் நீக்கப்படுவாள். பேரறிஞனாகிய இராவணன் பெண்ணின்பம் காரணமாகத் தகாத நெறியில் சீதையை மனத்தில் சிறைவைத்துத் தன் அழிவுக்கு ஏற்பட்ட பாதையில் முதலடி வைத்தான்; இப்பொழுது இன்னொரு பெண்ணின் பேச்சைக் கேட்டவனாய், ஆராய்ச்சியின்றி இரண்டாம் படியில் காலை வைக்க உறுதிகொள்ளுகிறான்.

சீதையை வஞ்சத்தால் கவர்ந்து வரத் தீர்மானித்த இராவணன், மாரீசன் உதவியை நாடி அவனிடம் சென்றான். அவனுக்குச் செய்தி சொல்லுமுன், தனக்கும் அவனுக்கும் மாறாத பழி நேர்ந்துவிட்டது எனக் கூறிப் பின், 'இராமன் மனைவியைக் கவர்ந்து வர உன்னைத் துணையாகக் கொள்ள வந்தேன்' என்று கூறுகின்றான்.

வெப்பழி யாதென் நெஞ்சு முலர்ந்தேன் விளிகின்றேன்
ஒப்பழி வென்றே போர்செயல் ஒல்லேன் உடன்வாழும்
துப்பழி செவ்வாய் வஞ்சியை வெளவத் துணைகொண்டிட்டு
இப்பழி நின்னால் தீரிய வந்தேன் இவண்' என்றான். (கம்பன்-3242)

மாரீசனுக்கு இந் நோக்கம் சற்றும் பிடிக்கவில்லை. சிறந்த நிலைக்குத் தன்னை முயன்று உயர்த்திக் கொண்டவன், தானே பழியையும், பாவத்தையும், இறுதியையும் தேடிக்கொள்வது அவனுக்கு மிக்க வருத்தத்தை அளித்தது.

திறத்திற னாலோ செய்தவம் முற்றித் திருவுற்றாய்
மறத்திற னாலோ சொல்லுதி சொல் ஆய் மறைவல்லோய்!
அறத்திற னாலே எய்தினை அன்றோ அதுநீயும்
புறத்திற னாலே பின்னும் இழக்கப் புகுவாயோ? (கம்பன்-3246)

என வினவுகிறான் மாரீசன். மாரீசனுக்குத் தெரிந்த அளவு கூட அறம், மறம் இவைகளின் வேறுபாடு இராவணனுக்குத் தெரியவில்லையா? அதுவன்று; காம மயக்கம் இராவணனை இவைகளுக்குள்ள வேறு பாட்டை உணரவொட்டாமற் செய்துவிட்டது. 'நான் வேண்டியபடி செய்யாவிட்டால், உன்னைக் கொல்வேன்!' என்று தான் உதவி வேண்டிச் சென்ற மாமனையே எச்சரிக்கத் தூண்டிற்றென்றால், அதன் வன்மை எத்தகையது! மாரீசன், 'இவனுக்கு நன்மை தீமைகளை எடுத்துக் கூறுவதில் பயனில்லை' என்று உணர்ந்து கொண்டான்; 'இவன் கையால் உயிரிழப்பதினும் இராமன் அம்பால் உயிர் துறப்பது சிறந்தது' என முடிவு செய்து கொண்டான்; எனினும், நல்லவனாய் வாழ்ந்து பெருமை பெற்ற இராவணன், பழி எய்துவதைத் தடுக்க மீண்டும் முயற்சி செய்தான்; 'நன்மை தீமைகளை மறந்தாலும், இராவணன் தன் வீரத்தைப் பழிப்பதைப் பொறுக்க மாட்டான்' என்று எண்ணியவனாய்,

'புறத்தினி உரைப்ப தென்னே புரவலன் தேவி தன்னைத்
திறத்துழி அன்றி வஞ்சித்து எய்துதல் சிறுமைத் தாகும்;
அறத்துளது ஒக்கு மன்றே அமர்த்தலை வென்று கொண்டுன்
மறத்துறை வளர்த்தி மன்ன!' என்னமா ரீசன் சொன்னான் (கம்பன்-3272)

சுத்த வீரன் என்று எண்ணிக்கொள்ளும் எவனுக்கும் புலப்படாமல் இராது. இராவணனோ, சற்று முன்னரே,

திக்கயம்ஒ ளிப்பநிலை தேவர்கெட வானம்
புக்கவர்இ ருக்கைபுகை வித்துஉலகம் யாவும்
சக்கரம் நடத்தும்எனை யோதயர தன்தன்
மக்கள்நலி கிற்பர்? இது நன்றுவலி யன்றோ! (கம்பன்-3264)

எனக் கூறி மார் தட்டிக்கொண்டான். இருந்தும், மாரீசன் கூறிய செந்நெறியிற் செல்ல அவனுக்கு விருப்பமில்லை. அதற்கு அவன் கூறும் காரணமும் விநோதமானது.

ஏனையர் இறக்கின் தானும் தமியளாய் இறக்கு மன்றே
மானவள்? ஆத லாலே மாயையின் வலித்தும்' என்றான் (கம்பன்-3273)

இராமன் இறந்தது கேட்டால், அவளும் உடனே இறந்துபடுவாளாம்! அவளைப் பின்னர் அடைவது எப்படி? இராவணன் காம மயக்கத்தால் அறிவற்றவனாகிவிட்டான் என்பதற்கு வேறு சான்று எதற்கு? 'புருடன் இறந்தது கேட்டு இறக்கும் கற்புடையவள், பிற புருடனை ஏற்றுக்கொள்ள மனம் ஒப்புவாளா?' என அவன் சிந்திக்காதது ஏன்?

காமமும் கள்ளும் ஒரே தன்மையையுடையன. அவை தம்மை விரும்பினார் அறிவை முதலிற் பற்றிக் கொண்டு, பின்னர் அவர் உயிருக்கு உலை வைக்கும் பண்புடையன. காமத்தால் பீடிக்கப்பட்ட இராவணன், முதலில் தன் அறிவை இழந்து, சானகியை மனத்தே சிறை வைத்தான். பின்னர், அரச நீதி, புகழ், பெருமை முதலியவற்றை மறந்தான்; சூர்ப்பணகையை மந்திரியாக ஏற்றுக்கொண்டான். மாரீசனை, நீ மந்திரித் தொழிலை ஏற்றுக்கொள்ள வேண்டாம். நான் கட்டளையிடுகிறபடி 'நட' என்று ஆணையிட்டான்; தன் வீரத்தையும் மறந்து, இப்பொழுது வஞ்சனையால் சானகியைக் கவர முற்பட்டான்; தன்னால் ஒரு பொருளாக நினைப்பதற்கும் தகுதியற்ற மானுடன் என்று இராமனைக் கருதும் இராவணன், அவன் மனைவியை வஞ்சனையாற் கவர்ந்து செல்வதற்குக் காரணமும் கற்பிக்க முன்வந்தது, அவன் அழிவை நோக்கி இரண்டாம் படியில் காலை ஊன்றி விட்டான் என்பதையே எடுத்துக் காட்டுகிறது.

# 3. தீமையின் வளர்ச்சி

ஒரு கல்லை நீரில் எறிந்தால், உடனே அலைகள் தோன்றும். எறியப்பட்டது எத்துணைச் சிறிய கல்லோ அதற்குத் தக்கவாறு அலைகளின் தோற்றம், வேகம், அளவு முதலியவைகள் மாறுமேயொழிய, அவை தோன்றாமலே இருக்கமாட்டா. இத் தத்துவத்தைப் போன்றதே மக்கள் செயல்கள் விளைவுகளைத் தோற்றுவிப்பதும். கல்லால் தோற்றுவிக்கப்படும் அலைகளில் நல்லவை தீயவை என்ற பாகுபாடு இல்லை. ஆனால், மக்கள் செயல்களிலும் அவை தோற்றுவிக்கும் விளைவுகளிலும் இப்பாகுபாடு உண்டு. கல்லும், அது தோற்றுவிக்கும் அலைகளும் அஃறிணைப் பொருள்களாகையால், அவைகளில் நன்மை, தீமை என்ற பாகுபாடுகளுக்கு இடம் இல்லை. ஆனால், செயல்கள் மக்களைக் கருத்தாவாகக் கொண்டு தோன்றுவனவாகையால், அவைகளைப் பாகுபாடு செய்து உபசரிக்கிறோம். அவ்வாறே செயல்களின் விளைவுகளும் பாகுபாடு செய்யப்படுகின்றன.

இராவணன் பிறன் மனைவியினிடத்தில் காதல் கொண்டது ஒரு தீச் செயல். இதை அக் காவியத்தில் பங்கெடுத்துக் கொள்பவர் அனைவரும் வற்புறுத்திக் கூறுகின்றனர். அவன் செய்த தீமை, மனத்தால் தீமையை நினைத்ததோடு நின்று விடவில்லை. நினைப்பு, காரியப்படும் அளவுக்கு அதிகரிக்கிறது. இம்மட்டோ! இராமனை வஞ்சித்துச் சீதையைக் கவரும் அளவுக்கு விரிவடைகின்றது. மாரீசன் இத் தீச்செயலின் திறத்தை நன்குணர்த்திருந்தான், ஆனால், இராவணன் மனத்தை அவனால் மாற்ற முடியவில்லை. இருப்பினும், மாரீசன் இராவணனுடைய தீச்செயலின் எல்லையையாவது குறைக்கலாம் என நம்பிச் சீதையை வஞ்சனையாற் கவர்வது அவனுடைய வீரத்துக்கு ஏலாதது என்று கூறினான். ஆனால், இராவணன் அசைந்து கொடுக்க வில்லை.

ஒரு பழம் கெடத் தொடங்கினால், அதை உடனே கவனித்து, அழுகிய பகுதியுடன் அதை ஒட்டிய பகுதியையும் அறுத்தெறிந்தால்தான் எஞ்சியுள்ள பழமாவது மிஞ்சும். இல்லையேல், பழம் முழுவதும் சிறிது சிறிதாக அழுகிக்கொண்டே வரும். சீதையை இராவணன் மனத்தில் சிறை வைத்தது ஒரு தீச்செயல். இதன் விளைவினின்றும் அவன் தப்ப வேண்டுமானால், அவ்வெண்ணத்தை முற்றிலும் கைவிடுவதோடு, சில காலம் அதற்குத் தன் மனத்தில் இடங் கொடுத்ததற்குப் பரிகாரமும் செய்ய வேண்டும். இவ்வாறு இராவணனைச் செய்விக்க மாரீசனால் முடியவில்லை. ஆகவே, அவன் சீதையைப்பற்றிக் கொண்ட கருத்தோடு இராவணன் பொறுப்பு நிற்கட்டும் என எண்ணி, அவன் வீரத்தைப் பழித்தான். இங்கு மாரீசன் கையாண்ட விரகு. ஓடும் குதிரையை நிறுத்த முற்படும் ஒருவன், அதை அதன் இச்சைப்படி ஓடவிட்டுப் பின் நிறுத்துவதை ஒக்கும். மாரீசன் நோக்கம், இயற்கையின் போக்குக்கு ஒத்ததே. ஆனால், 'நாம் முரட்டுக் குதிரையை வசப்படுத்த நல்ல குதிரையை வசப்படுத்தும் வழியைக் கையாளுகிறோமே!' என்று எண்ணாமல் இருந்ததுதான் செய்த பிழை. இது காரணமாக இராவணன் மனத்தை மாற்ற முடியாமற் போனதோடு, அவனும் உயிர் இழக்க நேர்ந்தது.

இராவணன் தான் எண்ணியபடியே செய்து முடித்தான். இயற்கையும், அதன் தவிர்க்க முடியாத நெறியே சென்றது. அவன் செய்த தீமைகளுக்குத் தக்கபடி விளைவுகள் தோன்றின. அவைகளைக் கண்டு இராவணனே கலங்கினான் என்றால், அவற்றின் தீமையின் எல்லைக்கு அளவு கற்பிக்கக் கூடுமா? அனுமன் அசோக வனத்தை அழித்தான்; இலங்கையை எரித்தான். மூன்று உலகங்களையும் வென்று ஆண்டவனாகிய இராவணனே இவ் அழிவுகளைக்கண்டு கலங்கினான். மயனைக்கொண்டு, அனுமன் இழைத்த இன்னல்களுக்குப் பரிகாரம் தேடிக் கொண்ட பின்னரும், இராவணன் கலக்கம் நீங்கவில்லை.

மிகப் பெரிய பொருள்களைப்பற்றிச் சிந்திப்பதற்கே அரசர் மந்திரி சபையைக் கூட்டுவர். அனுமன் இலங்கையை அழித்ததற்குப் பயந்தே இராவணன் மந்திரி சபையைக் கூட்டினான். மிகச் சிறந்தவர்களை மட்டுமே அச் சபையில் இருத்தி, நண்பரைக்கூட வெளியேற்றி, உலகு ஒருங்கே வந்தாலும் பிசைந்தழிக்கும் ஆற்றல் வாய்ந்த காவலாளரை நியமித்ததோடு

வண்டுகளையும் காற்றையும் கூட வரவொட்டாமல் தடுத்தான் என்றால், இராவணனுக்கு அனுமன் செயல்கள் எத்தகைய அதிர்ச்சியைத் தந்திருக்க வேண்டும்!

இராவணன் சபையைக் கூட்டியது, 'இனி நடக்க வேண்டுவது என்ன?' என்று ஆராய்வதற்கு. அதைப் பற்றித் தான் ஒன்றும் பேசாமல், அவன் நடந்துவிட்டவைகளைக் குறித்து ஏங்குவதோடு, இவ்வாறு நடக்கவிட்டமையைக் காட்டிலும் தனக்குத் தாழ்வு வேறு உண்டோ எனக் கேட்கிறான். அழிவைச் செய்த அனுமன் இன்னும் இருக்கின்றான் என்ற எண்ணம் அவனைப் பெரிதும் வருத்துகின்றது. இராவணனுடைய செயல், 'இவன் ஒரு வீரனா?' என்று கேட்க நம்மைத் தூண்டுகிறது. அழிவுக்குத் துன்பமோ, ஏக்கமோ அடைவது வீரருக்குப் பெருமையன்று. இராவணன் இதற்காக மந்திர சபையைக் கூட்டியதே அவன் மனம் சரியான நிலையில் இல்லை என்பதைக் கட்டுகிறது. அச்சபையில் அவன் கழிந்ததற்கு இரங்குவது, வீரம் அவனை விட்டுச் சென்றுவிட்டது என்பதை எடுத்துக் காட்டும் அறிகுறியேயன்றி வேறன்று. எனினும், இராவணன், பின்னர் வீடணனுக்குப் பதில் கூறுகையில், 'நான் கயிலையை எடுத்தவனாயிற்றே! திக்கயங்களை வென்றவனன்றோ? மூவரும் சேர்ந்து வந்தாலும் மயங்குவேனோ?' என்றெல்லாம் இறுமாப்புடன் பேசுகிறான். அவனது இப்பொழுதைய நிலையை நன்குணரும் நமக்கு அவ்விறுமாப்புச் சிரிப்பையே விளைக்கின்றது. இவற்றால் இராவணன், ஒரு காலத்தில் மிகச் சிறந்த வீரானாய் இருந்தான் என்றும்,ஆயினும், இப்பொழுது, பழம் பெருமையைப் பிதற்றும் பேதையாய் மாறிவிட்டான் என்றும் உணர்கிறோம். வீரத்துக்கு இருப்பிடமாய் இருந்தவன் இவ்வாறு முழு மாற்றம் அடையக் காரணமென்னை?

நல்நகர் அழிந்ததென நாணினை நயத்தால்
உன்னுயிர் எனத்தகைய தேவியர்கள் உன்மேல்
இன்னகை தரத்தர ஒருத்தன்மனை உற்றாள்
பொன்னடி தொழத்தொழ மறுத்தல்புகழ் போலாம்! (கம்பன்-6120)

என்பது கும்பகருணன் கூற்று.

இராவணனைத் தங்கள் உயிரைப்போல நேசிக்கும் தேவியர்கள், அவன் காம மயக்கத்தில் ஆழ்ந்து அல்லற்படுவதைக் கண்டிரங்கி, அவனை முன்னிலும் பன்மடங்கு அதிகமாக நேசிக்கின்றனர். ஆனால், அவை இராவணனை ஆற்றுவதை

விட்டு, அவனுடைய தாபத்தை அதிகப்படுத்தவே பயன் படுகின்றன. அவன் சீதையின் கால்களில், அவள் மறுக்க மறுக்க, மேலும் மேலும் வீழ்ந்து தன்னை ஏற்றுக் கொள்ளுமாறு வேண்டுகிறான். 'இது புகழ் தரும் செயலா? இத்தகைய தாழ்வை இன்பமென ஏற்றுக் கொள்ளும் நீ, நகரின் அழிவைக் கண்டு நாணுவானேன்? உனக்கு நாணம் என்ற உணர்ச்சி இருக்குமேயானால், இம்மயக்கத்திலிருந்து விடுபட மாட்டாயா?' எனக் கும்பகருணன் கேட்கிறான். இதனால், காம மயக்கம் காரணமாக, இராவணன் தன் வீரத்தை மட்டும் இழந்துவிடவில்லை; புகழையும் போக்கிக் கொண்டான் என்பது விளங்குகின்றது.

மனவுரம் மிக்குடைய எவரும், எக்காரியத்தைச் செய்ய எடுத்துக்கொண்டார்களோ அக்காரியத்தை வெற்றியடைச் செய்வதிலேயே தம் முழு ஆற்றலையையும் செலவிடுவர். இப்பண்பு காரணமாகவே அன்னார் மக்களுள் உயர்ந்தோராக மதிக்கப்படும் பெருமையை அடைவர். இராவணன், சீதையின் நினைவால் உழந்து வருந்துவதும், அவளை வெற்றி கொள்ளச் செய்யும் முயற்சியில் மற்றெல்லாவற்றையும் கவனிக்காமலிருப்பதும், இயற்கையான மனிதவுணர்ச்சிகளுக்குக்கூடத் தன் மனத்தில் இடமளிக்காமல் இருப்பதும் அவன் மனவுரம் பெரிதும் படைத்தவன் என்பதைக் காட்டுகின்றன. ஆனால், அவன் அதனைச் செயற்கரிய செயலைச் செய்வதற்குப் பயன்படுத்தாமல், செயற்கு உரியதல்லாத செயலைச் செய்வதில் செலுத்துகிறான். ஆகவேதான் வெற்றியடையாததோடு, தான் ஏற்கெனவே ஈட்டியிருந்த புகழையும் இழக்கிறான். வீரம், மானம் என்ற உணர்ச்சிகள் மழுங்கி விடுகின்றன. இல்லையேல், மந்திர சபையில் இருந்த ஒவ்வொருவனும், 'நான் அப்பொழுதே சீதையைக் கவர்ந்து வருதல் பழிச்செயல் என்று சொன்னேனே! அதற்கு நீ செவி சாய்க்காமல் இப்பொழுது அழுகிறாயே!' என்று பழித்துக் கூறியும், அவன் அதைப் பொருட்படுத்தாமல் இருந்திருப்பானா?

உள்ளினும் தீராப் பெருமகிழ் செய்தலாற்
கள்ளினும் காமம் இனிது                    (குறள்-1201)

கள், குடித்த பின்பே மயக்கத்தைத் தரும்; அம்மயக்கமும் சிறிது நேரம் கழித்து நீங்கிவிடும். ஆனால், காமம், நினைத்த

மாத்திரத்திலேயே மயக்கத்தைத் தரும். அம் மயக்கம் நீங்குவதும் அரிது. நினைக்குந் தோறும் மயக்கம் மிகுதியாகுமன்றோ? கிடைத்தற்கரிய ஒரு பெண்ணிடத்தே காதல் கொண்டான் இராவணன். நல்லதோ, தீயதோ அவளைத் தன் அரண்மனைக்குக் கொண்டு வந்தாயிற்று. அவள் உடலை அவன் சிறைப்படுத்தியாயிற்று. இவ்வெற்றி, 'இனி அவள் மனத்தையும் முயன்றால் சிறைப்படுத்தி விடலாம்' என்ற நம்பிக்கையை இராவணன் மனத்தில் தோற்றுவித்துவிட்டது. இந் நம்பிக்கையால் சிறைப்படுத்தப் பட்ட இராவணன், தன் வீரம், புகழ் முதலியவை அழிவதைக் காணும் சக்தி இல்லாதவனாய் இருந்ததில் வியப்பென்ன?

வீரம், மனவுரத்தை நிலைக்களனாகக் கொண்டது. இராவணன் மனம் இப்பொழுது முற்றிலும் சீதையைத் தன் வசப்படுத்துவதில் ஈடுபட்டிருப்பதால், அதைப் பற்றுக்கோடாகக் கொண்டு வளர்ச்சி பெற்றிருந்த வீரம், நிலைக்களன் இல்லாத காரணத்தால் அழிந்தது. வீரம், இம்மைப் புகழையே பயக்கும் தன்மையுடையது; ஆகவே, இராவணன் அதை இழந்ததால், இம்மையில் பெறும் பயனை இழந்தான். புகழும் வீரத்தைப் போன்றதொன்றே. அதுவும் மனத்தையே நிலைக்களனாகக் கொண்டது. வீரம், புகழ் என்னும் இரண்டும் அவாவைக் காரணமாகக்கொண்டு தோன்றுவன. வீரம், இம்மை இன்பத்தை அளிப்பதோடு நின்றுவிடுகின்றது. ஆனால் புகழ், மறுமை இன்பத்தையும் அளிக்கவல்லது. வீரத்தைப் போல் முற்றிலும் மனத்தின் திரிபாகவே அமையாமல், புகழ் அறிவையும் பற்றுக்கோடாகக் கொண்டு, செயற்கரிய செய்தலை மேற்கொண்டு அதைச் செய்வதால் ஈட்டப்படுவதனாலேயே வீரத்தினும் பெரும் பயனுடையதாய் இருக்கிறது. இராவணன் வீரவுணர்ச்சியை மங்கச் செய்ததால் இம்மை இன்பத்தை இழந்ததோடு, இதுவரை ஈட்டிய புகழை இழந்ததால் மறுமை இன்பத்தையும் தொலைத்துவிட்டான். இவ்விரண்டையும் அவன் இழக்க நேர்ந்தது, உடலின்பமாகிய ஒருவகை இம்மை இன்பத்தை விரும்பியே, வீரத்தையும் புகழையும் இழந்ததோடு அவன் எத்துறையை விரும்பி இவற்றை இழந்தானோ, அத்துறையிலும் வெற்றி பெறாமல் கலங்குவதே அவலச் சுவையைப் பயக்கின்றது.

வீரம், புகழ் இவைகளை மட்டுமா இழந்தான் இராவணன்? மானம், குலம் என்ற இரண்டையுங்கூட

இழந்துவிட்டான். குடிப்பிறப்புக்கு ஒவ்வாதவற்றைச் செய்ததோடு, பிறர் பழிப்பதை நேரில் உணர்ந்தும், அவற்றைத் தொடர்ந்து செய்வதில் ஊக்கங்காட்டியது, அவன் இவை இரண்டையுங்கூட இழந்துவிட்டான் என்பதை உணர்த்துகின்றது. இவையனைத்தையும் இழந்த பின்னும், இராவணன் முற்றிலும் இழந்து விட்டான், என்று சொல்வதற்கில்லை. ஏனெனில், அவன் இதுவரை பாடுபட்டுத் தேடிச் சேர்ந்தவற்றை மட்டிலுமே இழந்துவிட்டிருக்கிறான். 'முக்கோடி வாணாளும் முயன்றுடைய பெருந்தவமும்' உடையவன், இனித் தன் போக்கை மாற்றிக் கொண்டாலும் இழந்தவற்றை மீண்டும் அடையப் பெறுவதோடு, மேலும் புகழ் ஈட்டலாம் அன்றோ?

உலகத்தில் உள்ள எல்லாப் பொருள்களிலும் நன்மை தீமை என்ற இரண்டின் கூறுபாடுகளும் அமைந்திருக்கின்றன. நன்மையைப் பயப்பதும் தீமையைத் தருவதும் அவற்றின் இயற்கையல்ல; அவற்றைப் பயன்படுத்தும் மனிதன் அறிவைப்பற்றியே அவை நல்லவற்றையும் தீயவற்றையும் பயக்கின்றன. 'முக்கோடி வாணாளும் முன்றுடைய பெருந்தவமும் எல்லையற்ற புகழை ஈட்டப் பயன்படும்' என்பது உண்மையே: ஆனால் இராவணன், அவற்றைப் புகழ் ஈட்டப் பயன்படுத்தாவிட்டால் அதற்காக அவை பொறுப்பேற்றுக்கொள்ளுமா? புகழ் ஈட்டுவதற்கு வேண்டிய சாதனங்களைப் பெற்றிருந்தும், இராவணன் ஈட்டிய புகழையும் இழந்துவிட்டிருக்கின்றான். பின்னர்ப் புகழ் ஈட்டவேண்டும். என்ற எண்ணமும் அவனுக்கு எழவில்லை. இதற்குக் காரணம். அவன் தன் அறிவையும் இழந்துவிட்டிருந்தமையே!

வீடணன், சீதையைத் திருப்பித் தந்துவிடுவதே சிறந்தது என்ற கொள்கையை வற்புறுத்தினான். இராமனுடைய வல்லமையை முதலில் வற்புறுத்தி, பின்னர் இராவணனுடைய தோல்விகளைக் குறிப்பிட்டு, அவனுக்கு ஏற்பட்ட சாபங்களையும் விவரிக்கிறான் வீடணன். காம வெறியால் இராவணன், பகைவன் பலத்தைப் பொருட்படுத்தவில்லை. தான் வஞ்சனையால் சீதையைக் கவர்ந்து வந்ததை உணராமல், "யானிழைத்திட இல்லிழந்து இன்னுயிர் சுமக்கும் மானுடன் வலி நீயலாது ஆருளர் மதிப்பார்?" எனத் தன் வெற்றியை இராமன் தடுக்க முடியாதிருந்தது போலத் திரித்துக் கூறுபவனுக்கு அறிவின் கூறு ஓரளவாவது இருந்தது என எவர் ஒப்புவர்? கார்த்தவீரியனும் வாலியும் தன்னை வென்றது அவர்கள் வர பலத்தாலேயே ஆகையால்,

அவர்களுக்குத் தான் தோற்கவில்லை என்பதே இராவணன் வாதம். நந்தியின் சாபத்தைக் குறிப்பிட்டு, அதன்படியே குரங்கு இலங்கையை அழித்தது என்று கூறிய வீடணனுக்கு. அவன் பதிலளித்திருப்பது விந்தையினும் விந்தை! சற்று முன்னர் அனுமன் செயல்களுக்கு அழுங்கிக் கிடந்தவன், இப்பொழுது வாய் கூசாமல், "எத்தனையோ சாபங்களை நாம் பெற்றிருந்தும், அவை நம்மை என்ன செய்து விட்டன?" என்று திருப்பிக் கேட்கிறான். மனிதர்களை வெல்ல வரம் பெறவில்லை என்று குறிப்பிட்ட வீடணனை எள்ளி நகையாடுகிறான் இராவணன். "திக்கயங்களை வெல்வதற்கு வரம் பெற்றேனோ?" என்று கேட்டுவிட்டு, "மானுடர் எப்படி வல்லமையுடையவராய் இருத்தல் கூடும்?" என்று வாதாடுகிறான். தேவர்கள் தாம் அளித்த வரங்களுக்குக் கட்டுப்பட்டு வாளா இருந்ததைத் தன் வல்லமைக்கு அடங்கி அவர்கள் சும்மா இருந்ததாகச் சொல்லிக் கொள்கிறான் இராவணன். அவன் அறிவைக் காமம் அறவே அழித்து விட்டது என்றறிய வேறு சான்றும் வேண்டுமோ?

பகைவருடைய வல்லமையை இராவணன் பொருட்படுத்தாதற்கு அவன் தன்னைப்பற்றிப் பெருமையாக எண்ணிக் கொண்டிருந்தது மட்டும் காரணமாகாது; அப்பகைவர் வல்லமையை வீடணன் எடுத்துக் கூறியதும் ஒரு காரணமேயாகும். "என்னுடன் ஒரு வயிற்றிற் பிறந்த உனக்கு மட்டும் மானுடர் வலிமையுடையவராகத் தோன்றுவது ஏன்?" என்று அவன் வீடணனை நோக்கிக் கேட்கிறான். உண்மையில் று இக் கேள்வியை இராவணன் தன் நெஞ்சையே நோக்கிக் கேட்டிருக்கவேண்டும். அவன் அவ்வாறு செய்யாததற்குக் காரணம், வீடணன் தன்னைக் காட்டிலும் இராமனிடத்து மிக்க அன்பு கொண்டவனாகவும், அவன் உதவியால் இலங்கையின் அரசை அடைய ஆசைப்படுபவனாகவும் அவனுக்குத் தோன்றினமையே!

பாழிசால் இரணியன் புதல்வன் பண்பு எனச்
சூழ்வினை முற்றியான் அவர்க்குத் தோற்றபின்
ஏழைநீ என்பெருஞ் செல்வம் எய்திபின்
வாழவோ கருத்து? அது வரவற் றாகுமோ? (கம்பன்-6368)

வீடணன் தன் இச்சைக்கேற்றவைகளைக் கூறாததால் இராவணன் இவ்வாறு கூறினானா, அல்லது உண்மையிலேயே தன்னெஞ்சறிந்ததை உள்ளவாறு கூறினானா என்பதை

ஆராய்ச்சி செய்யத் தேவையில்லை. ஏனெனில், அடுத்த ஐந்து பாடல்களில் அவன் தன் கருத்தை வலியுறுத்தும் வீடணன் செயல்களை எல்லாம் விவரமாகக் கூறுகிறான். இவ்வளவு உணர்ந்து கூறுபவன், 'திண்ணிதுன் செயல்! பிறர் செறுநர் வேண்டுமோ?' என்றும், 'நஞ்சினை உடன்கொடு வாழ்தல் நன்றாரோ!' என்று கூறுபவன், வீடணனை ஏன் பகைவரைப் போய்ச் சேர விட்டு விட்டான்? பழியினை உணர்ந்து அவனைக் கொல்ல விரும்பாதது இராவணன் பெருமைக்குச் சான்றே. ஆனால், உட்பகைவனாய் இருந்தவனைத் தன்னெஞ்சறிய உட்பகைவன் எனக் கண்டவனைச் சிறையிலாவது அடைத்து வைத்திருக்கலாமன்றோ? இவ்வாறு செய்திருப்பின், இராமாயணத்தின் முடிவு முற்றிலும் மாறுபட்டிருக்கக்கூடும்.

காம மயக்கம் காரணமாக இராவணன் "குலம், மானம், வீரம், புகழ் முதலியவற்றை இழந்ததோடு, இவற்றை இழந்துவிட்டோமே!" என்ற உணர்ச்சியும் இன்றி, இனி மீண்டும் நல்லாற்றிற்சென்று புகழ் ஈட்டப் பயன்படக்கூடிய அறிவையும் இழந்து விட்டிருக்கிறான். அவன் இனி எவ்வாறு உய்யக்கூடும்? அவனுடைய வீழ்ச்சியில் பகைவர் பலத்தை உணர முற்படாததும், தன் பலத்தைப் பெரிதாக மதித்ததும், உட்பகையை அறிந்து ஒழிக்காததும் ஆகிய செயல்களைச் செய்வித்த அறிவிழப்பு மூன்றாம் படியாய் அமைகின்றது.

பெரியார் ஒருவருடைய வீழ்ச்சிக்கு உலகமே ஏங்கும் அன்றோ? இதனை இயற்கையின் மேலேற்றிக் காட்டுதல் கவிமரபு. இயற்கையில் நிகழ முடியாத சம்பவங்களை நிகழ்ந்தனவாகச் சித்திரித்து, 'இவை தலைவன் அழிவுக்கிரங்கி இவ்வாறு நிகழ்ந்தன' என உணர்த்துவது எந்நாட்டுக் கவிஞரும் விரும்பிக் கையாளும் ஒரு விரகு.

ஜூலியஸ் ஸீஸர் கொல்லப்படுவதற்கு முந்தின இரவே, மக்கள் இயற்கையை இறந்த (Super natural) பல நிகழ்ச்சிகள் நிகழக்கண்டார்கள். ஸீஸரின் மனைவியான கல்பூர்னியா, துன்னிமித்தங்களைக் கண்டாள்; கணவனை அன்று மட்டும் 'அரசவை செல்ல வேண்டா' என்று வேண்டிக் கொண்டாள். அவனும் தன் மனைவியை மகிழ்விக்க, அவ்வாறே செய்ய ஒப்புக் கொண்டான். ஆனால், கொலைகாரர் அவ்வாறே செய்வது அவனுக்குப் பழியைத் தரும் என்று வற்புறுத்தினர்.

பழிக்கஞ்சி ஸீஸர் தன் மனைவியின் வேண்டுகோளைப் புறக்கணித்துவிட்டுச் சென்றான்; கொலையுண்டு மாண்டான்.

கோவலன் கொலையை ஆய்ச்சியர் அறிந்து கொள்வதற்கு தோன்றின என்றும், முன், இடைச்சேரியில் பல உற்பாதங்கள் கண்ணகி வழக்காட வருவதற்கு முன்னரே கோப்பெருந்தேவி பல துன்னிமித் தங்களைக் கண்டாள் என்றும் சிலப்பதிகாரம் கூறுகின்றது.

இராவணன் அழிவை முன்னரே அறிவிப்பவை போல இலங்கையில் பல உற்பாதங்கள் தோன்றின. அவற்றை வீடணன் விளக்கமாக எடுத்துக் கூறி, இராவணனை எச்சரித்தான். வீடணன் மேலிருந்த வெறுப்பால், இலங்கையர்கோன் அவன் கூறிய உற்பாதங்களைப் பற்றிய பேச்சைக்கூட ஏற்றுக்கொள்ளவில்லை. ஆகவே, இயற்கை மீண்டும் பல உற்பாதங்களைத் தோற்றுவித்து, இராவணனுக்கு வரவிருப்பனவற்றை ஒருவாறு உணர்த்துகின்றது. பெரியோரைக் காக்க இயற்கை மேற்கொள்ளும் முயற்சிதான் எத்தகையது! இரண்டாவதாக இப்பொருளைப்பற்றி இராவணனிடம் பேசியவன் மாலியவான்.

ஆயிரம் உற்பா தங்கள் ஈங்குவந்து அடுத்த என்றார்;
தாயினும் உயிர்க்கு நல்லாள் இருந்துழி அறியத் தக்கோன்
ஏயின தூதன் எற்ற பற்றுவிட்டு இலங்கைத் தெய்வம்
போயின தென்றுஞ் சொன்னார்; புகுந்தது போரும் என்றார்

(கம்பன்-6825)

இலங்கையைக் காத்து நின்ற தெய்வமே, அவ்விடத்தை விட்டகன்று விட்டது. இதையும் பொருட்படுத்தாத அறிவுடையவன் இருப்பானோ! முன்னர் வீடணன் குதிரைகள் இடக்கால்களை எடுத்து வைத்துக் கூடத்திற் புகுந்ததைத் துன்னிமித்தமாகக் கூறினான். அப்பொழுது இராவணன் அழிவு, வெகு தொலைவில் இருந்தது. ஆகவே, பெரும்பாலோர் பொருட்படுத்தாத துன்னிமித்தமே தோன்றியது. ஆனால், இப்பொழுது இராவணன் அழிவு நெருங்கிவிட்டதால், துன்நிமித்தமும் அதற்கேற்றபடி எவரும் புறக்கணிக்க முடியாத தன்மையுடையதாய்த் தோன்றுகின்றது.

இயற்கையின் பொறுப்பு நீங்கிற்று. அஃது இராவணனுக்குத் தன் உள்ளக்கிடக்கையையும், அவன் அழிவெய்துவான் என்ற குறிப்பையும் உணர்த்தி விட்டது. இனி, அழிவடையாமல்

தன்னைக் காத்துக் கொள்வது இராவணன் பொறுப்பு. அவன் செருக்குக் காரணமாக இதைப் பொருட்படுத்தாதிருந்தால், இயற்கை என் செய்யும்?

> ஒன்றல பகழி என்கைக்கு உரியன உலகம் எல்லாம்
> வென்றன ஒருவன் செய்த வினையினும் வலிய வெம்போர்
> முன்தரு கென்ற தேவர் முதுகுபுக் கமரின் முன்னம்
> சென்றன இன்று வந்த குரங்கின்மேற் செல்க லவோ? (கம்பன்-6830)

இராவணன் ஒருவனைத் தவிர ஏனையோர் அனைவரும் பெரும் போர் வரப்போகின்றது என உணர்ந்திருந்தனர். இராவணன் மட்டுமே, குரங்குகளை அழைத்துக் கொண்டு இராமன் இலங்கைக்க வந்தது. சீதையைத் தானடைவதைத் தடுக்கத் தோன்றிய ஒரு சிறு இடையூறு எனக் கருதினான். மனிதர்களையும் குரங்கையும் அவன் தனக்குரிய பகைவர்களாகக் கருதாததற்கு, அவன் தன் பலத்தில் கொண்டிருந்த பெருநம்பிக்கையும், பகைவரைப் பலமுடையவராக வீடணன் கூறியதுமே காரணமாம். மாலியவானைப் போன்ற பொருட்படுத்த வேண்டியவர், பகைவருடைய வல்லமையையும் உற்பாதங்களின் தோற்றத்தையும் எடுத்துக் கூறியது அவனுக்கு அவர்கள் தன்னுடைய பெருமையையும் பலத்தையும் பழித்துக் கூறுவதாகவே தோன்றிற்று. ஆகவேதான் மீண்டும் மீண்டும் தன்னைப்பற்றிப் பிறர் அறிந்திருந்தவைகளையே கூறுவதோடு மூர்க்கத் தனத்துடன் அவர்கள் பொருளுரைகளையும் புறக்கணிக்க முற்படுகிறான்.

வீடணன், மாலியவான் முதலியோரும், இயற்கையும் இரு திறத்தாருடைய வல்லமைகளையும் அளந்து பார்த்துத் தீர்ப்பளிப்பதை, இராவணன் உணரவொட்டாதபடி செய்தது அவனுடைய தன்னம்பிக்கை. இல்லையேல், பகைவர் நகர்ப்புறத்தில் சூழ்ந்திருக்க, அவர்களை எதிர்க்க எழுந்த சேனையைக் காணச் சென்றவன் பெண்களை உடனழைத்துக் கொண்டு செல்வானா? பொறுப்பற்ற முறையில் இராவணன் நடந்து கொள்வதை அவனுக்கு உணர்த்துவது போன்றே மகுட பங்கம் நேர்ந்தது! எனினும், இராவணன் மாறவில்லை. இல்லையேல், அங்கதனிடம் 'சீதையைப் பெற்றேன்; உன்னைச் சிறுவனுமாகப் பெற்றேன்; ஏதெனக்கரியது?' எனப் பெறாதவைகளைப் பெற்றதாகவும், 'அந் நரர் இன்று நாளை அழிவதற்கு ஐயமில்லை' என உறுதியுடனும் கூறுவானா?

அ.ச.ஞானசம்பந்தன் | 151

தன்னம்பிக்கை காரணமாகத் தோன்றிய செருக்கும் மூர்க்கத்தனமும் அவனை இன்னும் எந்நிலைக்குக் கொண்டு செல்லுமோ!

இராவணனுக்கு உண்மையை விளக்க இயற்கை இருமுறை துன்னிமித்தங்களைத் தோற்றுவித்ததைப் போலவே, அவன் தன் பலத்தில் கொண்டிருந்த நம்பிக்கையைத் தளர்த்த இரு சம்பவங்கள் நிகழ்ந்தன. சுக்கிரீவனால் மகுட பங்கம் செய்யப்பட்டது ஒன்று. இதைப் பொருட்படுத்தத் தவறியவன். அங்கதன் கூறிய 'இங்கு நின்றார்கட்கெல்லாம் இறுதியே என்பதுன்னி, உங்கள் பால் நின்றும் எம்பாற் போந்தனன் உம்பி' என்ற குறிப்பையாவது உணர்ந்து கொண்டிருக்கலாம். ஆனால், 'அது வீடணன் அபிப்பிராயம்' என்ற எண்ணம் அவன் தன்னம்பிக்கையைத் தழைக்கச் செய்தது. ஆகவே, அசட்டை, பகைவரைத் துச்சமாக மதித்தல், செருக்கு ஆகிய குணங்களின் உருவெடுப்பாய் இராவணன் போருக்குச் சென்றான்.

அவன் நினைத்தபடி இராமன் அவனைக் கண்டு பயந்து விடவில்லை; ஓடவும் இல்லை; போர் செய்தான்; இராவணன் பொருட்படுத்த வேண்டிய முறையிலும் போர் செய்தான். இராவணன் தன்னம்பிக்கை தளரவில்லை. 'கரதூடணர்களை வென்றவன் இவ்வளவு பலவானாய் இருப்பதில் வியப்பென்னை?' என்ற எண்ணம் அவன் தன்னம் பிக்கையைத் தளரவிட வேண்டாம் என உணர்த்திற்று. இவ்வெண்ணத்தோடு போர் புரிந்து வந்தவன், திடீரென்று படைக்கலம் அனைத்தையும் இழந்து தான் தனியே நிற்றலையும் இராமன் அம்பு விடுவதை நிறுத்தி விட்டுத் தனக்கு உபதேசம் செய்வதையும் உணர்ந்தான். உபதேச முடிவில், 'இன்று படைக் கலங்களை இழந்துவிட்டாய்; நாளை வா' என இராமன் கூறிய சொற்கள் இராவணனைச் சுட்டன.

செருக்கினால் தன்னிலை தெரியாமல் ஆகாயத்தில் சஞ்சரித்துக்கொண்டிருந்த இராவணன் திடீரெனக் கீழே விழுந்தான். நிலத்தில் கிடப்பதை உணர்ந்ததும், அவன் மயக்கம் தெளிந்தது; அறிவு ஓங்கிற்று; பகைவனுடைய வல்லமையை உணர முடிந்தது. மாலியவானிடம்,

முப்புரம் ஒருங்கச் சுட்ட மூரிவெஞ் சிலையும் வீரன்
அற்புத வில்லுக்கு ஐய! அம்பெனக் கொளலும் ஆகா;

> ஒப்புவேறு உரைக்கலாவது ஒருபொரு ளில்லை; வேதம்
> தப்பின் போதும் அன்னான் தனுஉமிழ் சரங்கள் தப்பா! (கம்பன்-7297)

எனக் கூறினான். வேதங்களை நன்குணர்ந்தவன் இராவணன். அவை ஒருபொழுதும் தப்பா என்பதையும் அவன் உணர்வான். எனினும் 'அவையும் தப்பலாம்; ஆனால் இராகவன் அம்பு தப்பாது!' என்று கூறினான் என்றால், பகைவன் வல்லமையை இராவணன் மிக நன்றாக உணர்ந்து கொண்டான் என்றே கூற வேண்டும். அவன் ஜானகியைப் பற்றிக் கூறுவதும் இதனையே வற்புறுத்துகிறது.

> போயினித் தெரிவ தென்னே பொறையினால் உலகம் போலும்
> வேயெனத் தகைய தோளி இராகவன் மேனி நோக்கித்
> தீயெனக்கொடிய வீரச் சேவகச் செய்கை கண்டால்
> நாயெனத் தகுது மன்றே காமனும் நாமும் எல்லாம்? (கம்பன்-7301)

இராவணன் தெளிந்த அறிவுடன் பேசுகின்றான் என்பதற்கு வேறு சான்று வேண்டுமோ? அவனுடைய மயக்கம் அறவே நீங்கிவிட்டது; 'அறிவு பெற்றான்! இனி அவனுக்கு அழிவு இல்லை' என்றே எண்ணத் தோன்றுகிறது.

இராவணன் மனம் ஆகாயத்தில் சஞ்சரிக்கத் தொடங்கியது, இன்று நேற்று அன்று. வெகு காலமாக அவன் மனவுலகத்திலேயே கற்பனை உலகிலேயே வாழ்ந்து வருகின்றான்; சீதையை வஞ்சனையால் கவர்வதற்குக் காரணம் கற்பித்தான்; பகைவரைப் பொருளாக மதிக்க மறுத்தான்; வீடணன் மாறுபாட்டை ஆராயாமல் விட்டான்; உற்பாதங்களைப் புறக்கணித்தான். முன்னர், இராமன் இறந்தால் சீதையும் இறந்துவிடுவாளோ என்று மாரீசனிடம் ஏங்கியவன். இப்பொழுது அங்கதனிடம், 'நாளைக்குள் இராமன் இறப்பான்; நான் சீதையை அடைந்து விட்டேன்!!' என்று கூறுகின்றான். இவ்வாறு முன்னுக்குப் பின் முரணான எண்ணங்களுக்கு இடமளிப்பவனாய், உலக அறிவு ஒரு சிறிதும் இல்லாதவனாய், இராவணன் காம மயக்கத்தில் கட்டுண்டு, அதுவும் கிடைக்கப் பெறாமல், அதை அடையச் செய்யும் முயற்சியிலேயே மனம் உள்ளவனாய், வேறொன்றிலும் பற்றில்லாத வாழ்க்கை உடையவனாய் இருந்து வந்தான். இத்தகையவன் போரை முன்னின்று நடத்துதல் எவ்வாறு கூடும். ஆகவே, தோல்வியுற்றான். தோல்வி அடைந்தவுடன், அதற்குக் காரணத்தை ஆராய முற்பட்டான். பகைவன் பலம் ஒன்றுதான் அவனுக்குக் காரணமாகத் தோன்றிற்று. தன் எண்ணத்தைப்

அ.ச.ஞானசம்பந்தன் | 153

பாட்டனிடம் அறிவித்தான். இந்நிலையில் மகோதரன் புகுந்து 'தோல்வியைக் கண்டு மனம் வெதும்புவது வீரர்க்கு அழகோ? உன் பெருமையையும் பலத்தையும் நினைக்காமல் பிதற்றிவிட்டாயே!' என்று கூறியவுடன், இராவணன் மீண்டும் பழைய நிலையை எய்தினான்; சற்று முன் கூறியவைகளை முற்றிலும் மறந்தான்.

மூவுலகையும் வென்று புகழுடன் அரசாண் டிருந்த இராவணனை, அவனுக்குப் பெண் இன்பத்தில் உள்ள பற்றுதலைப் பற்றுக்கோடாகக் கொண்டு, சூர்ப்பணகை தீநெறியிற் செலுத்தினாள். இப்பொழுது மகோதரன் அவனுடைய தன்னம்பிக்கையைப் பற்றுக் கோடாகக் கொண்டு, அவனை அழிவெய்தும் வழியிற் செலுத்தினான். மகோதரன் கூறியவை உண்மையே அன்றி வேறன்று. போரில் வெற்றியும் தோல்வியும் மாறி வருவது இயற்கையே. தோல்விக்கு மனமழியாமல் தொடர்ந்து போர் செய்வோரே வெற்றி பெறுவர். ஆனால், இவையனைத்தும் சம பலமுள்ள எதிரிகள் போரிடுவதற்கு ஏற்ற உண்மைகளேயொழிய, ஏற்றத் தாழ்வுள்ளவர்கள் செய்யும் போருக்கு இவை பொருத்தமுடையனவல்ல. இராவணன் இவ் வுண்மையை மறந்தான். அவனை இதை மறக்க வைத்தவை "இராமன் மனிதன்தானே!" என்ற அலட்சிய மனோபாவமும், தான் தேவர்களை வென்றவன் என்ற செருக்குமாம். மகோதரன் தன்னைப்பற்றிக் கூறிய புகழுரைகளால் இராவணன் தான் நேரில் உணர்ந்த இராமன் வல்லமையைப் பற்றிய அறிவைப் புறக்கணித்ததோடு, 'சீதை என்னை எப்படி ஏற்றுக்கொள்வாள்?' என்பதையும் விட்டு, 'ஏன் ஏற்றுக் கொள்ள மாட்டாள்?' என்ற எண்ணத்துக்கும் இடம் அளித்தான். இவ் வெண்ணத்தை அவன் மனத்தில் தோற்றுவித்தது, சீதை பெண்ணாசையால் தன்னைப்போல இராகவன் வல்லமையை அறிந்திருக்க முடியாது என்ற எண்ணமே.

முன்னர்க் காம மயக்கம் காரணமாக இராவணன், வீடணன் எச்சரிக்கைகளையும் பொருளுரைகளையும் பொருட்படுத்தாமல், போரை வரவேற்றுக் கொண்டான்; இப்பொழுது தன்னம்பிக்கை காரணமாகத் தான் அனுபவத்தில் உணர்ந்த அறிவையே புறக்கணிக்கத் தலைப்பட்டான். வீடணனை எப்பொழுது பகைவரிடத்து அன்புடையவன் என்று எண்ணினானோ, அதுமுதல் இராவணன் அவன் பேச்சை ஏற்க மறுத்தான். ஆகவே, வீடணனுடைய உண்மையுரைகள்

எடுபடாமற் போனதற்கு நாம் இரங்க வேண்டுமேயொழிய, அதற்காக இராவணனைக் கண்டிப்பதற்கில்லை. மாலியவான் வயது முதிர்ந்தவன், அனுபவம் நிறைந்தவன். அவன் பேச்சைப் பொருட்படுத்த வேண்டுவது அவசியமே. ஆனால், வயது ஏற ஏற அச்ச உணர்ச்சியும் அதிகப்படுவது இயற்கை. ஆகவேதான், இராவணன் அவன் எச்சரிக்கைகளையும் பொருட்படுத்தவில்லை. முற்றிலும் தகுதியுடையவை என உறுதியாகக் கூற முடியாமற் போயினும், இராவணன் வீடணன், மாலியவான் இவ்விருவர் புத்திமதிகளை ஏற்றுக்கொள்ளாமலிருந்ததற்கு அவனை முழுதும் கண்டிப்பதற்கில்லை. ஆகவேதான் அவனுடைய இப்பிழைகளின் விளைவுகள் அழிவைச் செய்வனவாக இல்லை. பகைவன் வல்லமையையும் சீதையின் திறத்தையும் அவன் நன்குணருமாறு அவனுக்கு நல்ல வாய்ப்புக்களைத் தோற்றுவித்ததோடு நின்று விடுகின்றன. முதற்போரின் இறுதியில் இராவணனுக்கோ, இலங்கைக்கோ அழிவு எதுவும் வந்து விடவில்லை என்பது கருதத்தக்கது.

பிறருடைய பொருளுரைகளைத் தள்ளியதால், இராவணன் அழிவை நோக்கி மூன்றாம் படியில் காலை வைத்தானாயினும், அவனுக்கு மீண்டும் திருந்த வாய்ப்பேற்பட்டது. ஆனால், அவ்வாய்ப்பைப் பயன்படுத்திக் கொள்ளாமல், மகோதரன் புகழுரைகளால் மயங்கி, அவன் நேரில் அறிந்த தன் அனுபவமான அறிவையே பொருட்படுத்தாமல், போரைத் தொடர்ந்து நடத்தத் தீர்மானிக்கையில், தன் அழிவை நோக்கி நான்காம் படியில் காலை வைத்து விட்டான். இனி, அவன் அழியாமல் தப்ப, வாய்ப்புக்கள் ஏற்படா என்பது உறுதி. அவ்வாறே ஏற்படினும், காட்சி அளவையால் அறிந்தவற்றையே புறக்கணித்துத், 'தன்னை அறிவறை போகியவனாக' மாற்றிக் கொண்டவன், அவற்றைப் பொருட்படுத்துவான் என்று எதிர்பார்ப்பதற்கில்லை. ஆகவே, தன் அழிவையே நோக்கிச் செல்வான் என்றும், அவ்வழிவும் வெகு அண்மையிலேயே ஏற்பட்டுவிடும் என்றும் உறுதியாக நம்பலாமன்றோ?

# 4. தீமை முற்றுகிறது

முற்றிலும் அறிவில்லாத மூடனால் தனக்கோ பிறர்க்கோ ஒரு துன்பமும் நேராது; தவறி நேர்ந்தாலும், அது தவிர்க்கக் கூடியதாகவே இருக்கும். ஆனால், அறிவு நிறைந்த ஒருவன், செருக்குக் காரணமாய்த் தான் நன்றாக உணர்ந்த ஒன்றை உணராதவனைப் போலவே செயல் புரியத் தொடங்கி, அச்செயலில் பிறரையும் ஈடுபடுத்துவதனால், அவனுக்கேயன்றிப் பிறர்க்கும் தாங்க முடியாத துன்பம் ஏற்படுவது இயற்கையேயன்றோ? இராவணன், அறிவை முற்றிலும் இழந்து போரைத் தொடர்ந்து நடத்தியதால், அவன் அழிவையே தேடிக்கொண்டதோடு. அருமைத் தம்பியையும் மக்களையும் பலி கொடுத்தான்.

மகோதரன் பேச்சை நம்பிக் கும்பகருணனைப் போருக்கு அனுப்பச் சூழ்ந்த இராவணன் அவனைத் தருவித்தான். கும்பகருணன் கூறிய நற்சொற்களுள் எதுவும் இராவணன் செவிகளில் ஏறவில்லை. தனக்குறுதி கூறிய தம்பியை, 'எனக்கு உபதேசிக்க உன்னைக் கூப்பிடவில்லை; மனிதரோடு போர் செய்யவே அழைத்தேன்; போருக்குப் பயந்து நீ இவ்வாறு கூறுவது உன் வீரத்திற்கு ஏற்றதன்று; நீ போய்த் தூங்கு; நானே போர் செய்கிறேன்' என்று கூறிப் பழித்தான். இராவணன் அறிவை இழந்து தவிக்கிறான் என்பதை நன்குணர்ந்த கும்பகருணன், இப்பழிச் சொற்களுக்கு மனம் வருந்தாமல் போருக்குப் புறப்பட்டான்.

என்னைவென்று உளர்எனில் இலங்கை காவல!
உன்னைவென்று உயருதல் உண்மை; ஆதலால்,
பின்னைநின்று எண்ணுதல் பிழை; அப் பெய்வளை
தன்னைநன்கு அளிப்பது தவத்தின் பாலதே. (கம்பன் -7368)

என ஓர் எச்சரிக்கை செய்துவிட்டுக் கும்பகருணன் அண்ணனிடம் இறுதியாக விடை பெற்றுக் கொண்டான்.

கும்பகருணனுக்குத் திண்ணமாகத் தான் வெற்றியுடன் திரும்ப முடியாது என்பது தெரியும். இதைக் கூறிவிட்டு, அவன், 'இதுவரை நான் பிழை ஏதாயினும் செய்திருந்தால், பொறுத்துக்கொள்' என்று வேண்டிக்கொண்டு. 'இனி முகத்தில் விழித்தல் அற்றது' என்று கூறியபடியே சென்றான். அச்சமயத்தில் இராவணனுடைய இருபது கண்களும் நீரைச் சிந்தின. எனினும், என்ன! அவன் மனிதத் தன்மையைப் பெற்றிருந்தவனேயாயின், அப்பொழுதாவது கும்பகருணனை த் திரும்பக் கூவி, அவனோடு மேல் நடக்க வேண்டுவதை ஆராய்ந்திருக்க மாட்டானா? இராவணன் கண்ணீர் வடித்தது அவனுக்குத் தம்பியினிடத்தில் உள்ள அன்பை வெளிப்படுத்துவதேயானாலும், அவன் கொண்டுள்ள அன்பு ஊனைப்பற்றியதேயன்றி, 'கும்பகருணன் எனக்கு உறுதுணையாய் இருப்பவனன்றோ?' என்ற அறிவைப் பற்றியதன்று. ஆகவேதான், கண்ணீர் உகுத்தவன் கும்பகருணனை இறக்காமலிருக்கச் செய்ய வேண்டும் என்ற எண்ணத்துக்கு இடமளிக்கவில்லை.

கும்பகருணன் இறந்தான்; அதிகாயன் மாண்டான்; இந்திரசித்தன் பகைவரைப் பிணித்த நாகபாசம் கருடனால் பயனற்றதாக்கப்பட்டது. பின்னர், பிரமாத்திரத்தால் வருந்திய பகைவர், அனுமனால் காப்பாற்றப்பட்டனர். ஆகவே, இந்திரச் சித்தன் நிகும்பலையில் யாகஞ் செய்யப் புறப்பட்டான்: ஆனால், வீடணனால் அதை அறிந்து கொண்ட பகைவர், அவனை யாகம் செய்து முடிக்க வொட்டாமற் செய்துவிட்டனர். இத்தனை தடைகள் ஏற்பட்ட பின்னரே, இந்திரச் சித்தன் பகைவரை வெல்லுதல் எவர்க்கும் கூடாத காரியம் எனத் தகப்பனுக்குத் தெரிவித்தான். அப்பொழுது கூட அச்சத்தால் அக்கருத்துக்கு அவன் இடமளிக்கவில்லை. உண்மையை ஒப்புக்கொள்வதில் பழியோ அவமானமோ இல்லையன்றோ? தன் தகப்பன் இறந்துபட வேண்டாம் என்ற ஆசை காரணமாகவே, பகைவரை வெல்ல முடியாது என்று எடுத்துக் காட்டி, சீதையை விட்டு விடுமாறு தகப்பனைக் கேட்டுக் கொண்டான். இதனை 'உன் மேல் காதலால் உரைத்தேன்' என்று அவன் வற்புறுத்திக் கூறியும், இராவணன் ஏற்றுக் கொள்ளவில்லை. 'பிறரை நம்பி இப் பகையைத் தேடிக் கொள்ளவில்லை. நீ சிரமம் நீங்கிச் சுகமேயிரு. நான் போருக்குச் செல்கிறேன்' என்று கூறி எழுந்தான் இராவணன்.

இங்கு, இராவணன் புகழை விரும்பிப் போரை நிறுத்த மறுத்தது நம் மதிப்பிற்குரியதேயானாலும், அவன் அதைத் தன் மகனுக்கு அறிவித்த விதம் கண்டிக்கத்தக்கதாகும். 'இனிப் போரை நிறுத்தினாலும் பழியே சேரும்; ஆகவே, உயிரைக் கொடுத்தாவது நான் போருக்கஞ்சவில்லை என்ற புகழைத் தேடிக்கொள்கிறேன். நீ எனக்காகக் கவலையுறாதே' என்று சொல்லியிருந்தால், இராவணன், இந்திரச் சித்தன் தன்னிடத்துக் கொண்டிருந்த அன்புக்குப் பொருந்திய அளவு அவனிடம் செலுத்தியவனாயிருந்திருப்பான். இவ்வாறு கூறுவதையும் அவன் பொறுமையுடன் நிதானமாய்க் கூறியிருக்க வேண்டும். இம்முறையைக் கைவிட்டுவிட்டு, அவன் கோபங் கொண்டவனாய் மகனை நோக்கி, 'உன்னை நம்பி நான் போரில் ஈடுபடவில்லை' என்று சொல்வது, மகனுடைய ஆண்மையைப் பழிப்பதோடு, அவன் தான் எதிர்பார்த்த அளவுக்குத் தனக்கு உதவி செய்ய முன் வரவில்லை என்ற குற்றத்தையும் சுமத்துவதாகும். மேலும் இவற்றைக் கோபாவேசத்தோடு கூறுவது, உண்மையான மனநிலையைக் கூறுவதாகவும் கருதப்படாது; விழுந்தவன் மீசையில் மண் ஒட்டவில்லை என்று மார்தட்டுவதையே ஒக்கும், ஆகவேதான் இந்திரச் சித்தன், தகப்பன் அறியாமைக்கு மிக இரங்கி.

> 'ஒழிந்தருள் சீற்றம்; சொன்ன உறுதியைப் பொறுத்தி; யான்போய்க்
> கழிந்தனன் என்ற பின்னர் நல்லவாக் காண்டி' என்னா மொழிந்தனன்
> (கம்பன்-9128)

இனி வெற்றி எழுத முடியாது என்று உறுதியாக இராவணன் நம்பினானேயானால், அவன் மகன் போருக்குச் சென்றதை ஏன் தடுக்கவில்லை. தன் புகழை நிலைநாட்ட விரும்பியவன், தன்னையன்றோ பலியிட்டுக் கொள்ளல் வேண்டும்? பிள்ளையைப் பலியிடத் துணிந்தது எதற்கு? மகன் தன்னைக் 'கடைக் கணால் நோக்கி இருகணீர் கலுழப் போவதைக்' கண்டும் கொடியோன் கண்கள் நீருகுக்காத காரணம் என்ன? கும்பகருணனிடத்துக் கொண்டிருந்த அன்புகூட இராவணனுக்கு மகனிடத்தில் இல்லையா? இந்திரச்சித்தனுடைய முயற்சிகள் தடைப்பட்டன வாயினும், அவனால் பகைவரைக் கலங்கச் செய்ய முடிந்ததை இராவணன் அறிவான். ஆகவே, தனக்குள்ள ஊக்கத்தோடு அவன் போர் செய்தால், வெற்றி கிடைக்கும் என்றே இராவணன் எண்ணினான். ஆகவேதான், அவனுக்கு, மகனைப் போருக்கு

அனுப்பும் பொழுது அழுகை வரவில்லை. கும்பகருணன் சென்றது, இராவணன் இராமன் வல்லமையை நேரில் உணர்ந்து வந்த அணிமையிலாகையால், அவன் கூறியவை இராவணனுக்கு உண்மையாய் நிகழலாம் எனப்பட்டன. ஆகவே, அழுதான். கும்பகருணனோடு இன்னும் பற்பலர் அழிந்தனரேனும், இராவணன் தன் பலத்தில் கொண்டிருந்த நம்பிக்கையைப் போலவே, தன் மகனுடைய வல்லமையிலும் பெரும் நம்பிக்கை வைத்திருந்தான். மகன் பகைவரை நாகபாசத்தால் கட்டிவிட்டு வந்தது இராவணனுடைய நம்பிக்கையை மிகுதிப்படுத்தியது. ஆகவேதான், இந்திரச்சித்தனை முழு வன்மையுடன் போர் செய்யுமாறு தூண்டுவதற்கு இராவணன் அவனைக் கடிந்து அனுப்பினான்.

கும்பகருணனை நடத்தியது போலவே தன் மகனையும் இராவணன் நடத்தியது, அவனுக்கு மனித உணர்ச்சி அறவே அகன்றுவிட்டது என்பதையே வெளிப்படுத்திக் காட்டுகிறது. தன் அறிவையே பொருட்படுத்தாதவனுக்கு மனிதவுணர்ச்சி எவ்வாறு இருக்கக்கூடும்? சீதை தன்னைக் காதலிக்க வேண்டும் என்று விரும்பிய இராவணன், அவளை அவ்வாறு செய்யத் தூண்ட, பிரமாத்திரத்தால் கட்டுண்டு கிடந்த இலக்குவனையும், அவனைக் கண்டு ஏங்கியிருந்த இராமனையும் காண அழைத்துச் செல்லுமாறு கட்டளையிட்டது, அவனுக்கு மனித உணர்ச்சி முற்றிலும் இல்லை என்பதையே வற்புறுத்துகின்றது.

அனுபவ அறிவையே புறக்கணித்து அழிவை நாடி நாலாம் படியில் காலை வைத்த இராவணன், அதற்குப் பின் ஒருவர் பின் ஒருவராகத் தனக்குத் துணையாயிருந்தவரையெல்லாம் இழந்தான். சீதையைக் காதலித்த பொழுதே இராவணன் நேர்மையை இழந்தான்; அவளை வஞ்சித்துக் கவர்ந்த பொழுது அழிவைத் தேடிக்கொண்டான்; வீடணனை நன்கு அறிந்தும் பகைவரைச் சேரவிட்டதால், அரசியலறிவை இழந்தான்; உற்பாதங்களைப் புறக்கணித்ததால், 'முழு அறிவிலியாய்' மாறினான். கும்பகருணன், சீதை, இந்திரச்சித்தன் முதலியோரிடத்து நடந்து கொண்ட முறையால் அவன் மனிதவுணர்ச்சியையே இழந்துவிட்டிருந்தான் என்பதை அறிகிறோம். இனியும் அவன் இழப்பதற்கு என்ன இருக்கிறது! அவன் ஒருவனே இருக்கிறான்!

# 5. கலைஞன் வீழ்ச்சி

மூவுலகங்களும் புகழ்ந்து போற்றும் உயர்ந்த நிலையினின்றும் வீழ்ந்து அரக்கிமார் பழிக்கும் தாழ்வை இராவணன் எய்தியதற்கு அடிப்படைக் காரணங்களாய் அமைந்தவை அவனுடைய காமமும் செருக்கும் ஆம். கும்பகருணன் அதிகாயன் முதலியோரை இழந்த பின்னரும், இவ்விரண்டில் ஏதேனும் ஒன்றைக்கூட அவனால் விட முடியவில்லை. மேகநாதன் இறந்தது இராவணனுக்கு ஒரு பேரிழவு. இஃது அவனுக்குத் தந்த வருத்தம் அளவிட்டுக் கூறும் தன்மையுடையதன்று. இத்தகைய துன்பத்தை அடைந்த பின்னரே இராவணனுக்குத் தன்னுடைய தவறுகள் தெரியத் தொடங்கின.

'சினத்தொடும் கொற்றம் முற்றி இந்திரன் செல்வம் மேவி
நினைத்தது முடித்து நின்றேன்; நேரிழை ஒருத்தி நீரால்
எனக்குநீ செய்யத் தக்க கடனெலாம் ஏங்கி ஏங்கி
உனக்குநான் செய்வ தானேன், என்னின்யார் உலகத் துன்னார்!

(கம்பன்-8224)

தான் பட்ட துன்பங்களுக்கு உண்மையான காரணம் சீதையின் மாட்டுக் கொண்ட காமமே என்பதை இராவணன் நன்குணர்ந்தான் இதனை மண்டோதரியும் சுட்டிக்காட்டவே, அவன் கோபம் மிகப் பெற்றவளாய்ச் சீதையைக் கொல்ல ஓடினான் மகனைப் பலி தந்து தன் இழிவுகட்கெல்லாம் அடி பபடைக் காரணத்தை அறிந்து கொண்டானேயொழிய, இன்னும் இழந்த தன் அறிவை அவன் முற்றிலும் திரும்பப் பெறவில்லை என்பதையே இச் செயல் தெரிவிக்கிறது. அவன் காம மயக்கத்தால் அல்லன செய்தால் அதற்குச் சீதையா பொறுப்பாளி?

மகனை இழந்ததால் ஏற்பட்ட மிக்க வருத்தங் காரணமாக இராவணன் சீதையைக் கொல்லச் சென்றான் என்று கூறுவதற்கில்லை. மகோதரன் இச்செயலைச் செய்ய வேண்டாம் என்று தடுத்துப் பேசுகையில் மூன்று காரணங்களைக் காட்டுகிறான்: (1) ஒரு பெண்ணைக் கொல்வது இராவணன் வாளுக்கே பழியாகும். (2) சீதை இறந்தொழிந்தால், இராமன் முதலியோர் திரும்பிவிடுவர். (3) இராமனை வென்று திரும்புகையில், இராவணன் யார் பொருட்டு இதுகாறும் போராடினானோ, அச்சீதை இன்மையால் மனமுடைய நேரும். இவற்றைக் கேட்ட பின் இராவணன் சீதையைக் கொல்வதைத் தவிர்த்தான். இவற்றுள் எக்காரணம் பற்றி அவன் கொண்ட கருத்தைக் கைவிட்டான் என்பது திடமாகக் கூறுவதற்கில்லை. முதற்காரணமே அவன் மனத்தில். இந் நிலையில், சிறந்ததாகப் பட்டிருக்கும் என்று கூறலாம்.

இராவணனை இதுகாறும் செயல் புரியத் தூண்டிய காம மயக்கம், செருக்கு என்னும் இரண்டனுள், மேகநாதன் இறந்ததால் முன்னது வலியிழந்தது எனத் தெரிகிறது. ஏனெனில், இராவணன் அதன் பின் அவ்விருப்பத்தையோ, தன் மனத்தில் காமம் இடம் பெற்றிருக்கிறது என்பதையோ வெளிக் காட்டவில்லை. தனக்குக் கேட்டையும் துன்பத்தையும் செய்யவேண்டும் என்ற எண்ணத்தை இராவணன் வெளியிடுகிறான். அவனுக்கு இன்னும் காம மயக்கம் இருந்திருந்தால், அவ்வாறு கூறியிருக்கமாட்டான். ஆனால், அக்காரணம் பற்றி அவன் அம்மயக்கத்தினின்று முற்றிலும் விலகிவிட்டான் என்று கூறுவதற்கில்லை. முன்னரும் அவன் சீதை மனம் துயரடையக் கூடிய பல செயல்களை விரும்பிச் செய்திருக்கிறான்; அவன் மன நிலையை நன்குணரும் மகோதரன் சீதையைக் கொல்லக் கூடாது என்பதற்குக் காட்டிய காரணங்களுள் மூன்றாவது காமத்தைப்பற்றியதே. ஆகவே, இராவணனைப் பிடித்திருந்த காம மயக்கம் முற்றிலும் நீங்காவிட்டாலும், ஓரளவு பெரும்பகுதி இல்லையாகிவிட்டது எனக் கூறலாம். ஆனால், அவனுடைய செருக்கு மேகநாதனை இழந்த பின்னும், இம்மியளவுங் குறையவில்லை. 'நீ ஏன் இதுவரை போருக்குச் செல்லாமல் கும்பகருணன் முதலியோரை இறக்கவிட்டாய்?' என்ற கேள்விக்கு இராவணன், 'நாணத்தால் அவ்வாறிருந்தேன்' என்று கூறியதோடு அமையாமல், 'நானும் அவனும் சம பலமுள்ள எதிரிகள் என்றால், இனி என் முறையை ஏற்றுக்கொள்கிறேன்' என்றான். இப்பொழுதும்

அவன் பகைவரைத் துச்சமாக மதிக்கும் குணத்தை விடவில்லை. இதனால், இராவணன் அழிவுக்குக் காம மயக்கம் மட்டுமே காரணமாகாது; அவன் தன்னம்பிக்கையும் தற்பெருமையும் சேர்ந்து தூண்டிய செருக்கே காரணமாகும் என அறிகிறோம்.

வீடணனும் மாலியவானும், 'பெரும்போர் நிகழும்' எனக் கூறியும், அதை ஏற்றுக் கொள்ள மறுத்த இராவணன், இப்பொழுது மேகநாதனை இழந்ததால், தான் ஈடுபட்டிருப்பது மிகப்பெரிய போரே என்பதை உணர்ந்துகொண்டான்; முன்னர்ப் பெண்களை அழைத்துக் கொண்டு சேனையைக் காணச் சென்றவன், இப்பொழுது, பொழுதுபோக்காகக் கருதாமல், போரில் விருப்பமுள்ளவனாய்ப் படைகளைக் காணச் செல்லுகிறான்; படைத் தலைவரைத் தருவித்து அவர்களுடன் கலந்தாலோசிக்கிறான்; அதுவரை புறக்கணித்திருந்த பூசனை முதலியவற்றை முறைப்படி செய்யுமாறு பணிக்கிறான். இவ்வளவும், வேறெவரும் போருக்குச் செல்ல இல்லையாகையால் செய்கிறானேயொழிய இன்னும் இராவணன் இராமனைத் தனக்கு ஏற்ற பகைவனாகக் கருதிச் செய்யவில்லை.

மூல பலம் அழிந்தது எனத் தூதுவர் வந்து சொல்லினர். இராவணனுக்கு இதை நம்ப முடியவில்லை.

என்னினும் வலிய ரான இராக்கதர் யாண்டும் வீயார்
உன்னினும் உலப்பிலாதார் உவரியின் மணலின் நீள்வார்
பின்னொரு பெயரு மின்றி மாண்டனர் என்று பேசும்
இந்நிலை இதுவோ? பொய்ம்மை விளம்பினர் போலும்! என்றான்
(கம்பன்-9628)

தூதுவர் இந்நிலையில் பொய் சொல்லுவரா? இராவணன் இன்னும் பகைவன் வல்லமையைப் பொருட்படுத்தாததே, அவனை இவ்வாற கருதச் செய்கிறது. மேகநாதன் அழிவு தந்த அதிர்ச்சியினும் இவ்வழிவு இராவணனுக்குப் பேரதிர்ச்சியைத் தந்தது. 'என்னினும் வலியரான் இராக்கதர் அழிவுற்றார் என்றால்' எனத் தொடங்குவது அவன் முதன் முதலாகத் தன் வல்லமையில் ஐயமுறுகின்றான் என்பதைத் தெரிவிக்கின்றது. அவன் கோபுரத்தின் மீதேறி மூல பலம் இறந்த உண்மையைக் காண முற்படுகிறான்.

ஊறின சேனை வெள்ளம் உலந்தபே ருண்மை யெல்லாம்
காறின உள்ளம் நோவக் கண்களால் தெரியக் கண்டான். (கம்பன்-9635)

நகை பிறக்கின்ற வாயன் நாக்கொடு கடைவாய் நக்கப்
புகைபிறக்கின்ற மூக்கன் பொறிபிறக்கின்ற கண்ணன்
மிகை பிறக்கின்ற நெஞ்சன் வெஞ்சினத் தீமேல் வீங்கி
சிகைபிறக் கின்ற சொல்லன் அரசியல் இருக்கை சேர்ந்தான்
(கம்பன்-9641)

எதிர்பாராதது நடந்துவிட்டது, எத்துணைமுறை கண்களைத் துடைத்துக்கொண்டு நோக்கினும் கும்பகருணனும், மேகநாதனும், மூல பலமும் அழிந்த உண்மை நன்றாக விளக்கமடைகின்றது. கும்ப கருணனும் மேகநாதனும் இறப்பதற்கு முன் நாங்கள் இறந்த பிறகாவது உண்மையை உணர்ந்து சீதையை விட்டு விட்டுச் 'சுகமாக இரு' என்று கூறிப் போனார்கள். இதனையே மாலியவான் மீண்டும் வற்புறுத்தினான். ஆனால், அவ்வாறு செய்வதால் பயன் என்ன? சீதையை அனுப்பிவிடுவதால், இறந்த தம்பியையும் மக்களையும் திரும்பப் பெற முடியுமா? முடியாது என்பது தேற்றம். இராவணன் உயிர் வாழ்வதாலேதான் என்ன பயன்? முக்கோடி வாணாளுடன் இன்னும் பலயாண்டு வாழ்தல் பெருமை தரக்கூடியதா? சீதையை அடைய முடியாது என்பது உண்மையேயானாலும், இப்பொழுது தம்பி, மகன், மூல பலம் அனைத்தும் அழிந்த பிறகு அவளைத் திருப்பி அனுப்புதல், பழியையே தருமன்றோ? 'இராவணன் உயிருக்குப் பயந்து சீதையை அனுப்பி விட்டான்' என்றல்லவா உலகம் பேசும்! ஆகவே, போர் செய்வதே தகுதியுடையது. இப்போரின் நோக்கம் சீதையைப் பெறுவதன்று; பழி வாராமற் காத்தலே. இராவணன் இம் மனநிலையுடனேயே போருக்குச் சென்றான் என்பதை, அவன் சிவ பூசை செய்தபின் போருக்குப் புறப்பட்டதும், அவன் செய்த சபதமும் வலியுறுத்துகின்றன.

ஈசனை இமையா முக்கண் இறைவனை இருமைக் கேற்ற
பூசனை முறையின் செய்து திருமறை புகன்ற தானம்
வீசினன் இயற்றி மற்றும் வேட்டன வேட்டோர்க்கு எல்லாம்
ஆசற நல்கி ஒல்காப் போர்த்தொழிற்கு அமைவ தானான். (கம்பன்-9642)

இதுவரை மும்மூர்த்திகளைக் காட்டிலும் தான் வல்லமையுடையவன் என்ற செருக்கிற்பட்டுத் துன்பத்திலேயே உழன்றவன், இப்பொழுது இறுதிப் போருக்குச் செல்லுமுன் சிவனைப் பூசை செய்கிறான். இம்மையில் இதுவரை வந்த தீவினைகளுக்குப் பரிகாரமாகவும், மறுமையில் நற்பயனடையவும் இப் பூசையைச் செய்ததால் இராவணன் பொறுமையோடு

முறை தவறாமல் நடந்து கொள்கிறான். அனைத்தையும் இழந்த பின்னர், பகைவன் மதிற் புறத்தே இருக்கையில், இராவணன் இவ்வளவு பொறுமையுடன், கலக்கம் சிறிதுமின்றிப் பூசை செய்வது அவனது மேம்பட்ட மனத் திண்மையையே காட்டுகிறது. இத்தகைய மனவன்மையையுடையவன் எங்ஙனம் தோல்வியடையக்கூடும்?

தோல்வி நேரலாம் என்ற எண்ணத்துக்கும் இராவணன் இன்னும் இடமளிக்கவில்லை. வெற்றி வேண்டும் என்ற எண்ணத்துடனும் அவன் இப்பொழுது போருக்கெழவில்லை. பகைவனுக்குப் பயப்படவில்லை என்ற புகழை நிலை நாட்ட வேண்டும் என்ற ஓர் எண்ணமே அவன் மனத்தில் ஆழப் பதிந்திருந்தது. வெற்றி எய்தினால், அதனால் அவன் மகிழ்ச்சியடைப் போவதில்லை. தம்பி மகன், சுற்றத்தார் இவ்வனைவரையும் இழந்த பிறகு சாவையும் பெறாமலிருக்கையில் வெற்றிக் களிப்புக்கு இடமேது? ஆகவேதான் இப்பொழுது செய்யும் பூசையை இராவணன் இறுதி பூசையாகக் கருதினான். தோல்வியை நினைத்தும், இராவணன் வருந்தக் காரணமில்லை. பகைவனை எதிர்த்து நின்றே இறப்பானாகையால், தன் கடமையைச் செய்துவிட்டவனாகவே அவன் கருதப்படுவான். தன்னை வெற்றி கொண்ட இராகவனை உலகத்தார் என்றும் பாராட்டுவார்களாகையால், தன்னையும் தாழ்த்திப் பேசார்களல்லவா?

இராவணன் பண்பை முழுதும் உற்று நோக்குபவர்க்கு இவ்வுண்மை விளங்காமற்போகாது. அவனுடைய வாழ்வைப் பொதுவாக நோக்கினால், அவன் ஒரு கலைஞன் என்பதை நன்கு உணர இயலும். அழகு, இன்பம் என்ற இரண்டிற்காக எவற்றையும் தியாகம் செய்யும் பண்பு கலைஞன் ஒருவனிடமே காணப்படும். இவ்வுண்மைக்குச் சான்று தேட அதிக முயற்சி தேவை இல்லை. நந்தித் தொண்டைமான் கலைஞனாய் இருந்த ஒரே காரணத்தாலேதான், கலம்பகத்தைக் கேட்பது தனக்கே அழிவைத் தேடிக் கொள்வதாகும் என்று அறிந்திருந்தும், அதனைக் கேட்டு முடித்து உயிரை விட்டான். இன்பத்திலும் துன்பத்திலும் கலைஞர் சுவையையே விரும்புவர். சுவையின் பொருட்டுத் துன்பத்தையும் விலைக்குப் பெறுவர். வாழ்க்கையில் நடைபெறும் எல்லாச் செயல்களிலும், கலைஞன் தனக்கே உரிய தனி முறையில் ஒரு சுவையைக் காண்கிறான். வாழ்க்கையில் அதிலும் தன்னுடைய வாழ்க்கையில் நடை பெறும்

பேரின்னலிற்கூட ஒரு சுவையைக் காணக் கலைஞனையன்றி வேறுயாருக்குத்தான் இயலும்! இதோ இராவணனாம் கலைஞனைக் காண்போம்.

இராவணன் இராமன் அம்பால் துன்புற்று, வீரமும் களத்தே போட்டு வெறுங்கையோடு இலங்கை புகுந்து விட்டான்; பாட்டனிடம் போரின் தன்மையை விவரிக்கிறான்; இராமனுடைய அம்புகளை நினைவு கூர்கிறான். எவ்வாறு? தன் உயிர் பருக வரும் கூற்றமாகிய அம்பை இராவணன் எவ்வாறு காண்கிறான்?

நல்லியல் கவிஞர் நாவில் பொருள்குறித்து அமர்ந்த நாமச்
சொல்லெனச் செய்யுட் கொண்ட தொடையெனத் தொடையை நீக்கி
எல்லையில் செல்வந் தீரா இசையெனப் பழுதிலாத
பல்லலங் காரப் பண்பே காகுத்தன் பகழி மாதோ. (கம்பன்-7293)

தன் உயிரைப் பருகி வரும் பகைவன் அம்பைக் கவிதையாக உருவகப்படுத்திக் காண யாருக்கு இயலும்? கலைஞன் ஒருவனுக்கே இயலும். சுவையின் பொருட்டு எதனையும் மேற்கொள்ளும் இயல்பை ஈண்டு நன்கு காண்கிறோம். கலைஞனுக்கே ஏற்ற முறையில் இப்பொழுது போரை மேற்கொள்கிறான் இராவணன். பழி ஒன்றுக்கு மட்டும் அஞ்சும் இயல்பு கலைஞனுக்கு உண்டு. சீதையை மறந்துவிட்டாலும், இராவணன் பழி வாராமல் காக்கப் போர்புரியத் தொடங்குகிறான். இக் கருத்தை அவனே கூறுகிறான். மைந்தன் மேகநாதனை நோக்கி அவன் கூறும் வார்த்தைகள் ஆராயத்தக்கன.

வென்றிலேன் என்ற போதும் வேதம்உள் ளளவும் யானும்
நின்றுளேன் அன்றோ மற்றுஅவ் விராமன்பேர் நிற்குமாயின்?
பொன்றுதல் ஒருகா லத்துந் தவிருமோ? பொதுமைத்து அன்றோ?
இன்றுளார் நாளை மாள்வர்; புகழுக்கும் இறுதி உண்டோ?(கம்பன்-9125)

வீட்டனன் சீதை தன்னை என்றலும் விண்ணோர் நண்ணிக்
கட்டுவ தல்லால் பின்னை யான்எனக் கருது வாரோ?
பட்டனன் என்ற போதும் எளிமையிற் படுகி லேன்யான்
எட்டினோடு இரண்டும் ஆய திசைகளை எறிந்து வென்றேன்!(கம்பன்-9126)

இதனாலேயே இறுதி நாட் போருக்கு அவன் புறப்படுகையில் மிக்க அமைதியோடு பூசனை முறையால்

செய்து புறப்படுகிறான். சித்தத்தை அடக்கிய கலைஞன் ஒருவனுக்கே இவ்வமைதி ஒல்லும்.

பூசையைத் தன் மனம் நிறைவடையும் முறையில் நிறைவேற்றிய பின், இராவணன், 'துரகமின்றெனினும் நினைந்துழிச் செல்வதோர்' தேரில் ஏறிப் போர்க் கணத்துக்குச் சென்றான்; பூசை செய்யுங் காலத்தில் இருந்த மனநிலை நீங்கி, களத்துள் புகுந்த பின் மறமும் வீரமும் விளங்க நின்றான்.

மன்ற லம்குழல் சனகிதன் மலர்க்கையான் வயிறு
கொன்று அலந்து அலைக் கொடுநெடுந் துயரிடைக் குளித்தல்
அன்றுஇது என்றிடின் மயன்மகன் அத்தொழில் உறுதல்
இன்றி ரண்டின்ஒன்று ஆக்குவென்!... (கம்பன்-9667)

என்ற வஞ்சினத்தை மேற்கொண்டான்.

மேகநாதனை இழந்த அணிமையில் இருந்த நிலையினின்றும் இன்று இராவணன் பெரிதும் மாறி விட்டிருக்கின்றான். இப்பொழுது அவனுடைய காம மயக்கம் ஓரளவு சிதைந்திருந்ததேயொழிய. செருக்கு எள்ளளவும் குறையவில்லை. வெற்றி நிச்சயம் என்ற உறுதி இருந்தது. மூல பலம் அழித்த பின் அவ்வெண்ணமும் ஓரளவு சிதைந்தது. காமம் அடியோடு அழிந்தது. தன்னால் இதுகாறும் காதலிக்கப்பட்டவள் இன்று "வயிற்றில் அடித்தபடி துன்பக் கடலில் ஆழ வேண்டும்!" என்று சபதம் செய்பவனுக்குக் காமம் எங்கு இருக்கக்கூடும்? தன் வெற்றியை முதலிற்குறிப்பிட்டுவிட்டு, பின்னர் அவ்வாறு நிகழாமற்போனால் தான் அழிந்து விடுவது திண்ணம் என்று குறிப்பிடுபவனுக்கு, வெற்றி தன்னுடையதே என்ற உறுதி எவ்வாறு இருக்கும்? உறுதி இல்லையேயொழிய, தான் வெற்றி பெறுதலுங் கூடும் என்ற எண்ணம் அவன் மனத்தில் இல்லாமல் இல்லை.

கடும்போர் நடந்தது. இராவணன் தன்னிடத்திருந்த வல்லமை மிக்க படைக் கலங்களையெல்லாம் பயன்படுத்தினான். ஆனால், அவற்றால் இராகவனைத் துன்புறுத்த முடியவில்லை. இறுதியாகத் தனக்குத் தேவரனைவரையும் வெற்றி கொள்ள உதவிய சூலத்தை இராவணன் எறிந்தான். அதவும் இராமனை ஒன்றுஞ் செய்ய முடியவில்லை. இதைக் கண்ணுற்ற பிறகே, இராவணனுக்குத் தான் அழிவது நிச்சயம் என்ற எண்ணம் தோன்றிற்று.

சிவனோ அல்லன் நான்முகன் அல்லன்; திருமாலாம்
அவனோ அல்லன்; மெய்வர மெல்லாம் அடுகின்றான்
தவனோ என்னில் செய்து முடிக்கும் தரனல்லன்;
இவனோ தானவ் வேதமு தற்கா ரணன் ?என்பான்! (கம்பன்-9837)

என்ற இவ்வெண்ணம் இராவணனைத் திகைப்படையச் செய்தது. போரைத் தொடர்ந்து நடத்துவதா, வேண்டாவா என்ற எண்ணம் மின்னலைப் போல் அவன் மனத்தில் தோன்றிற்று. ஆனால், அவன் அதைப்பற்றி சிந்திக்க மறுத்து விட்டான்.

யாரே னுந்தா னாகுக யானென் தனியாண்மை
பேரேன்; நின்றே வென்றி முடிப்பன்; புகழ்பெற்றேன்! (கம்பன்-9838)

என்ற உறுதியுடன் போரைத் தொடர்ந்தான். இங்கு இராவணன் கூறுவது போரில் வெற்றியன்று; தன் மனத்தை மனித மனத்தை வெல்லும் வெற்றி. போரில் வெற்றி கிடைக்காது என்பது அவனுக்கு உறுதியாகத் தெரிந்துவிட்டது. ‘முழுமுதற்பொருளோடு மாறுபடக் கூடாது’ என்று உயர்ந்த நோக்கத்துடன் அவன் போரை நிறுத்தியிருந்தாலுங்கூட, உலகம் அவன் உயிருக்குப் பயந்து, பின் வாங்கியதாகவே கூறும். இப்பழியை வெற்றி கொண்டேன்; புகழைப் பெற்றேன்! என்றே இராவணன் எக்களிக்கிறான்.

எண்ணித் துணிக கருமம்; துணிந்தபின்
எண்ணுவம் என்பது இழுக்கு. (குறள்-46)

என்ற பொய்யாமொழியை வேறு யார் இவ்வளவு நன்றாகக் கடைபிடிக்கக்கூடும்? பகைவன் வேத முதற்காரணன் என்று எண்ணாமல் இராவணன் செயலில் இறங்கிவிட்டான். அதற்காகச் செயலை இடையே நிறுத்துவதா?

முடிவு என்னவாக இருக்கும் என்பதைப்பற்றி இராவணனே கவலைப்படாதிருக்கையில், நாம் ஏன் ஏங்க வேண்டும்?

உம்பரும் பிறரும் போற்ற ஒருவனாய் மூவுலகாண்ட இராவணன், மாண்டு தரையில் கிடக்கின்றான். அவனுடைய முகங்கள் பொலிவு பெற்று விளங்குகின்றனவாம். அதிலும் இறந்து போன ஒருவனுடைய முகங்கள் மும்மடங்கு பொலிந்து விளங்குகின்றன என்று புலவன் கூறுகிறான். இஃது இயலுமா? இறந்தவன் முகங்கள் பொலிவுற்றன என்று கூறுதலோடு, மும்மடங்கு பொலிவுற்றன என்று புலவன் கூறுகிறான். ஒரு

சிறிது நின்று ஆராய வேண்டிய இடம் இது. அவனுடைய கருத்தை முழுவதும் வாங்கிக்கொண்டால் ஒழியப் பாடலில் ஒன்ற முடியாது. எனவே, பாடலைப் பார்ப்போம். பாடல் முழுதும் கவிஞன் கூற்று.

> வெம்மடங்கல் வெகுண்டனைய சினமடங்க,
>    மனமடங்க, வினையம் வீயத்
> தெவ்மடங்கப் பொருதடக்கைச் செயலடங்க,
>    மயலடங்க, ஆற்றல் தேயத்
> தம்மடங்கு முனிவரையும் தலையடங்கா
>    நிலையடங்கச் சாய்த்த நாளின்
> மும்மடங்கு பொலிந்தன அம் முறைதுறந்தான்
>    உயிர்துறந்த முகங்கள் அம்மா!           (கம்பன்-9902)

பாடலின் பொருள் எளிதாகவே உள்ளது. இவ்வாறு பாடலினிடத்துப் புலவன் அமைத்த ஓவியத்தைக் காண்போம்.

வீழ்ந்து கிடப்பவன் சாதாரணமானவன் அல்லன்; "முக்கோடி வாணாளும் முயன்றுடைய பெருந்தவமும் முதல்வன் முன்னாள், எக்கோடி யாராலும் வெல்லப்படாய் எனக் கொடுத்த வரமும், ஏனைத் திக்கோடும் உலகனைத்தும் செருக் கடந்த புயவலியும்" (கம்பன்-9899) உடையவன் அல்லனா? இப்பொழுது அவற்றையெல்லாம் இழந்து கிடக்கிறான். கனவினும் நினைத்தற்கரிய ஒரு செயல் நிகழ்ந்திருக்கிறது. கேட்டாரெல்லாரும் முதலில் உறுதியுடன் நம்ப முடியாமல் திகைக்கின்றனர். இறந்ததில் வருத்தம் கொள்ளாதிரார். ஆகவே, அவர்கள் மனத்தில் தோன்றும் அவலத்தையெல்லாம் ஆசிரியன் வெளியிட்டுத் தீரல் வேண்டும்.

அவலத்தை வெளியிடப் பல வழிகள் உண்டு. இங்கே கலைஞன் கையாள்வது ஒருமுறை. 'அடங்க' என்ற ஒவ்வொரு சொல்லினும் இழத்தல் தன்மை பல்குகிறது. முதல் 'அடங்க' என்ற சொல்லிற்கும் இரண்டாவது 'அடங்க' என்ற சொல்லிற்கும் இடையே அவலச்சுவை பெருகுகிறது.

இம்மட்டோ! ஒவ்வொரு சொல்லும் ஒவ்வொரு கருத்தைத் தொடர்ந்து வருதலைக் காணலாம். யாரேனும் ஒருவன் இறந்த பின்னர் அதனைக் கேள்வி யுற்றார் முதலில் அவனிடத்துள்ள சிறந்த இயல்பு ஒன்றைப்பற்றி நினைத்தல் உலகியற்கை. இறந்தவன் தன்னுடைய வாழ்வில் பல்வேறு இயல்புகள் உடையவனாயினும், ஒரு சிறப்பியல்பு அவனுக்கு உரித்தாய்

இருந்திருக்கும். அதேபோல் இராவணனுடைய வாழ்க்கை முழுவதையும் ஆராய்ந்து பார்ப்போமானால், அதில் சிறப்பாகத் தோன்றுவது அவனது சினம். இதனை முன்னர் ஒரு பாடலில் அவன் வாயிலாகவே ஆசிரியன் கூறுகிறான். இந்திரசித்து இறந்த பொழுது தன்னை நொந்து புலம்பும் இராவணன், 'சினத்தொடுங் கொற்றம் முற்றி இந்திரன் செல்வம் மேவி. நினைத்தது முடித்து நின்றேன்!' என வருந்துகிறான். இராவணன் என்று யாராவது நினைத்தால், அவனது சினந்தான் முன்னர் நினைவுக்கு வரும். ஆகவே, இராவணன் வீழ்ந்தான் என்று சொல்ல வந்த ஆசிரியனுடைய மனத்தில் அவனது சினந்தான் தோன்றுகிறது. இராவணன் வீழ்ந்தது வியப்பன்று; அவன் சினமும் வீழ்ந்ததோ? என வினவுவார்க்கு விடை தருவது போல ஆசிரியன் முன்னர் அதனைக் கூறினான்; அதினும் வீழ்தல், ஒழிதல் முதலிய பல சொற்கள் இருக்க, 'அடங்க' என்று சொல்லை ஆள்கிறான். அச் சினம் சிறிது சிறிதாக ஒழிவதற்கு மறுத்து இறுதியில் இறங்கி இறங்கி ஒடுங்கிற்று என்ற கருத்தில் 'அடங்க' என்றான். மேலும், அச் சினத்திற்கு உவமை தருவான் வேண்டி மிருகேந்திரனது சினத்தை உவமித்தான். அதிலும் சினங்கொள்ள வேண்டிய சந்தர்ப்பத்தில் எத்தகைய கோபத்தை மடங்கல் கைக்கொள்ளுமோ, அத்தகைய சினத்தை ஆசிரியன் உவமை கூறியிருக்கின்றான்.

இனி அடுத்து வருவது, 'மனமடங்க' என்பதாகும். சினத்தின் பின்னர் இதனை வைத்த கலைஞனது நுட்பமே நுட்பம்! சினம் என்பது ஓர் உணர்ச்சி. ஆனால், மனமென்பது உணர்ச்சிகளெல்லாம் தோன்றும் நிலைக்களனாயுள்ளது. ஆகவே 'சினந்தான் அடங்கிற்று? அச்சினந் தோன்றற்குரிய நிலைக்களனான மனம் என்னவாயிற்று?' என்பார்க்கு விடையிறுப்பான் போல அம் மனமும் செயலின்றி அடங்கிற்று என்றான். முன்னர்க் கூறிய 'அடங்க' என்ற சொல்லுக்கும் இப்பொழுது கூறும் 'அடங்க' என்ற சொல்லுக்கும் அவலச் சுவையில் மிகுதிப்பாடு காணலாம். இது இருப்பதைக் காணலாம். பின்னர் வருஞ் சொற்களுக்கும் ஒக்கும்.

மூன்றாவது வருவது 'தெம்மடங்கப் பொரு தடக்கைச் செயல் அடங்க' என்பதாகும். பகைவர் அழியும்படி பொருத நீண்ட கைகளும் செயலொடுங்க என்பது இவ்வடியின் பொருள். 'தெவ் மடங்க' என்பது 'தெம்மடங்க' எனப் புணர்ந்தது. இங்குப் 'பகைவர் அழியப் பொருத கை' என்பது பொருள்.

இராவணனது தடக்கையின் ஆற்றலைக் கண்ட தெவ்வர் தாமே அழிந்தனர் என்பதைக் காட்டவே ஆசிரியன், 'மடங்க' என்றான். அத்தகைய 'தடக்கை செயலடங்க' என்றான். இறந்த ஒருவன் கை செயலடங்கிற்று என்று கூறுதல் இன்றியமையாததோ? எனினும், மிக நுட்பமாகக் கலைஞன் வேண்டுமென்றே இங்ஙனம் கூறுகிறான். வாணாள் முழுதும் போரே செய்து வாழ்ந்த இராவணனை ஒத்த பெருவீரனுக்கு வாளோச்சுதல் முதலிய கைச் செயல் பழக்கத்தால் படிந்துவிட்டன *(Reflex action)*. ஆகவே, அவன் தலை அறுபட்ட காலத்திலும் கைகள் தாமே போர் செய்திருத்தல் கூடும். இங்ஙனம் தலை அறுபட்ட முண்டங்கள் போர் செய்வதைப் பரணி நூல்களிற் காணலாம். இற்றைநாட் போரிலுங்கூட இத்தகைய செயல்கள் ஒரே வழி நிகழ்வதைக் கேட்கலாம். ஆகவே, இராவணன் இறந்தான்; 'அவன் கைகள் வெள்ளியங்கிரியினை விடையின் பாகனோடு அள்ளி விண் தொட எடுத்த அந்தக் கைகள் அவைகளுமா தொழிலற்றன!' எனத் தோன்றும் வியப்பின் வினாவிற்கு, 'ஆம்! அவைகளுங்கூடப் போயின' என்பான் போன்று 'கைகளினுடைய செயல்களும் அடங்கின' என்றான்.

இவையெல்லாம் அடங்கினது ஒருபுறம் இருக்க 'மீதெழும் மொக்குளன்ன யாக்கையை விடுவதல்லால் சீதையை விடுவதுண்டோ!' என்று இந்திரசித்தனிடம் கூறினானே. அந்த மையல் என்னவாயிற்று? அங்கதனுங்கூட 'முற்ற ஓதியென்? முடித்தலை அற்ற போதன்றி, ஆசையறான்' என்று கூறினானே! அத்தகைய மையல்! 'அதுவும் வீழ்ந்ததோ?' என்பார்க்கு, 'ஆம், அதுவும் அடங்கிற்று' என்றான் கவிஞன்.

எனவே, சினமும், அச்சினம் தோன்றும் மனமும், தடக்கைச் செயலும், மயலும் அடங்கின என்று ஒன்றன்பின் ஒன்றாய் அடுக்கிக் கூறி அவலச் சுவையை அள்ளிக் கொட்டினான். இத்தகைய அழகைச் கூறுங்கால் ஒன்றைவிட ஒன்று வலிமையுடையனவாக உள்ளவற்றை நிரலே கிளத்தலை மேல் நாட்டார் 'கிளைமாக்ஸ்' *(Climax)* என்று கூறுவர்.

இதுகாறும் கூறியவற்றால், இராவணன் கேவலம் உடல் வீரம் ஒன்றே உடையான் போலும் என்ற எண்ணம் தோன்றுவது இயல்பே. ஆகவே, ஆசிரியன் மூன்றாம் அடியில் அக்கருத்தைப் போக்குகிறான். இராவணனது பலம் உடலோடு நின்று விடவில்லை. ஆன்ம பலத்திலும் அவன்

எல்லையற்றவன் என்பதைக் காட்டவேண்டித் 'தம் அடங்கு முனிவரையும் தலையடங்க நிலையங்கச் சாய்த்த நாள்' என்றான். முனிவர்களையெல்லாம் அடக்கினான். இலங்கை வேந்தன் மனவடக்கம் இல்லாமல் கேவலம் மூக்கைப் பிடித்து மூச்சை நிறுத்தி உயிரைவிடும் அத்தகையோரையா வென்றான்? இல்லை. புலன்கள் தாமாகவே அடங்கின. தலை சிறந்த இருடிகளை முற்கூறிய கூட்டத்தினின்று பிரிப்பதற்காகத் 'தம் அடக்கு முனிவர்' என்று கூறாது 'தம் அடங்கு முனிவர்' என்று கூறினான். அங்ஙனம் அடங்கின முனிவரை உடல் வன்மையால் வெல்லுதல் ஒல்லாதன்றோ? அவரையும் தலை வணங்கித் தருக்குத் தாழ்ந்து நிலை குன்றச் செய்தவன் என்று கூறும் முகத்தால், அவன் ஆன்ம முன்னேற்றத்தையுங் கூறினானென்க.

இறுதியாக உள்ள அடி 'மும்மடங்கு பொலிந்தன் அம்முறை துறந்தான் உயிர் துறந்த முகங்கள் அம்மா' என்பதாகும். 'இஃதென்ன விந்தை' உயிர் துறந்த முகங்கள் பொலிவுறுதல் கூடுமோ? சிறிது சிந்தித்துப் பார்க்கவேண்டிய இடம். கலைஞன் வீழ்ந்து கிடக்கும் இராவணனைக் கற்பனைக் கண்ணால் காண்கிறான்; அவனது பழைமையை நினைந்து மீண்டும் அம்முகத்தை நோக்குகிறான்; இடைக்காலத்து இராவணனது முகத்தை நினைவுகூர்கிறான். உண்மை விளங்குகிறது. மும்மடங்கு பொலிந்திருப்பதாகக் காண்கிறான்; நம்மையும் காணுமாறு செய்கிறான். மனத் தத்துவம் நன்குணர்ந்தவன் கலைஞன். மனத்தின் கண் நிரம்பியுள்ள உணர்ச்சிகள் முகத்தில் வெளிப்படாது போவதற்கில்லை. 'முயன்றுடைய பெருந்தவமும்', 'உலகனைத்தும் செருக்கடந்த புயவலியும்', 'நாரத முனிவர்க்கேற்ப நயம்படப் பாடும் வன்மையும்', 'என்னையே நோக்கி நான் இந் நெடும் பகை தேடிக் கொண்டேன்!' என்று சொல்லும் இமயத்தை ஒத்த தன்னம்பிக்கையும், 'இன்றுளார் நாளை மாள்வர்; புகழுக்கும் இறுதியுண்டோ?' என்று கூறும் மெய்யுணர்வும் பெற்ற ஒருவன் 'முகங்கள் பொலிவு பெற்றிருந்தனவெனக் கூறவும் வேண்டுமோ' இது பழைய இராவணனது தோற்றம்; இதை ஒரு முறை காண்கிறான் கவிஞன்.

இராவணன் இடைக்காலத்தே 'மயிலிளஞ் சாயலாளை வஞ்சியா முன்னம் இதயமாம் சிறையில் வைத்தான்?' அன்றோ? வேறொருவன் மனைவியை நயந்து சிறை வைத்த ஒருவன் களங்கமுடையவன் அல்லனோ? பிறர்மனை நயத்தலாகிய

தவறு செய்த அவன் மனத்தில் மாசு படிதல் இயல்பன்றோ? ஆகவே, அவனது பொலிவையெல்லாம் மறைத்தது இம் மாசு. இனிப் போர் செய்கின்ற காலத்துச் சீதையை அறவே மறக்க நேரிட்டதன்றோ? மேலும், இராமனுடைய அம்பு, 'கள்ளிருக்கும் மலர்க் கூந்தல் சானகியை மனச் சிறையில் கரந்த காதல் உள்ளிருக்கும் எனக்கருதி உட்புகுந்து தடவி' அம்மாசை முற்றும் நீக்கிவிட்ட தல்லவா?

ஆகவே, இப்பொழுது அம்மாசு முற்றும் நீங்கி விட்டது. மேலும், சுத்த வீரனான இராவணன் போர்க் களத்தில் இறுதி வரையில் போரிட்டு மாண்டிருக்கின்றான். எனவே, பழைய பொலிவிற்குக் காரணமாயிருந்த வீரம், தவம் முதலியனவெல்லாம் மீண்டும் அவன் முகத்தில் பொலிவைத் தரலாயின. அது ஒரு மடங்கு பொலிவாயிற்று.

'மும்மடங்கு பொலிந்தன' என்று கூறினமைக்கும் ஆசிரியன் காரணம் காட்டுகிறான். இத்துணைப் பேராற்றலிருந்தும், ஆணவம் என்ற மாயையால் மூடப்பட்ட இராவணன், மெய்யுணர்வு அற்றவனாய் இருந்தான். போரின் இறுதியில் பகைவனைச் சூலமும் ஒன்றும் செய்யவில்லை என்பதுணர்ந்த இராவணனுக்கு மெய்யுணர்வு ஒரு சிறிது தோன்றுகிறது. வாழ்வில் முதல் முறையாக "இவனோதான் அவ் வேத முதற்காரணன்?" என்று நினைக்கின்றான். இம் மெய்யுணர்வு காரணமாக இருமடங்கு பொலிவு ஏற்பட்டது.

போரென்று மூண்ட பின்னர் பகைவன் கடவுளேயாயினும், எண்ணித் துணிந்த கருமத்தை இடையேவிட்டு உயிருக்கஞ்சி மீளல் பேடியர் செயலாகும். எனவே, இராவணன் இவ்வுணர்வு தோன்றிய பின்னரும், "யாரேனுந் தானாகுக; யான் என் தனியாண்மை பேரேன்; நின்றேன்; வென்று முடிப்பேன்: புகழ் பெற்றேன்; என்று இறுதிவரையில் போரிட முயல்கிறான். இனி நடைபெறும் போர் சீதையின் பொருட்டன்று; கடமையின் பொருட்டு. தான் இறப்பது உறுதி என்பது தெரிந்த பின்னரும் புகழ் நிறுத்துவான் வேண்டிச் செய்கின்றதாகலின் கடமை யைச் செலுத்தும் ஒப்பற்ற வீரனுடைய முகத்தில் தோன்றும் ஒரு பொலிவு தோன்றலாயிற்று."

எனவே மும்மடங்கு பொலிந்தனவென்ற ஆசிரியன், அவ்வாறு பொலிவதற்குரிய காரணத்தையும் ஆய்ந்தறிவார் அறியுமாறு கூறினமை கண்டு மகிழ்தற்குரியது.

# 6. முடிவுரை

முக்கோடி வாழ்நாளும் முயன்றுடைய
 பெருந்தவமும் முதல்வன் முன்னாள்
'எக்கோடி யாராலும் வெலப்படாய்'
 எனக்கொடுத்த வரமும் ஏனைத்
திக்கோடும் உலகனைத்தும் செருக்கடந்த
 புயவலியும் தின்று மார்பில்
புக்கோடி உயிர்பருகிப் புறம்போயிற்று
 இராகவன்தன் புனித வாளி? (கம்பன்-9899)

ராவணன் மாண்டதற்காகக் கவிஞன் பெரிதும் வருந்துகிறான். உலகில் எவருக்கும் கிடைத்தற்கரிய பேறுகளை இராவணன் பெற்றிருந்தான். அதனால், மக்களுக்கு முயற்சியால் அடையக்கூடிய மேன்மைக்கு ஓர் எடுத்துக்காட்டாய் அவன் விளங்கினான். இத்தகையவன், மனிதர்களுக்குள்ளே மிக மேம்பட்டவன், தேவர்களும் அஞ்சி ஓடுங்கித் தொழில் புரிந்த பெருமையையுடையவன், அறிவும் கலையுணர்ச்சியும் சிறக்கப் பெற்றவன் இறந்துபடுவது உலகத்தின் இழவே அன்றோ? மனித சமூகம் தன் சிறந்த பிரதிநிதியை இழந்து விட்டதற்காகக் கவிஞன் ஏங்குகிறான்.

கவிஞன் இவ்வாறு தன் மனத்தைத் தெரிவிப்பதிலிருந்தே, இராவணன் அழிவுக்கு அவன் தீய செயல்களே காரணம் என்ற கொள்கையில் அவனுக்குப் பலமான பிடிப்பில்லை என்பது விளங்குகின்றது. நல்வழியில் நாட்டை ஆண்டு இன்பமாய் வாழ்ந்திருந்தவனைச் சூர்ப்பணகை தன் மன வேட்கையை நிறைவேற்றிக்கொள்ளத் தவறான வழியிற் செல்லத் தூண்டினாள். இராவணன் பெண் இன்பத்துக்கு இடமளித்த குற்றச்சாட்டுக்கு முழுப் பொறுப்பாளியாவானேயொழிய, அவன் பிறன் மனையாளை வஞ்சனையாற் கவர்வதற்கு வழி தெரியாதவனாகவே இருந்தான். சூர்ப்பணகையின்

துர்ப்போதனையினாலேதான் சீதையை அவன் வஞ்சித்துக் கொணரச் சூழ்ச்சி செய்தான் என்பதை மறந்துவிடக் கூடாது.

நல்லார் எவரும் முதன் முதலாகப் பிழை செய்யப் புகும்போது நடுநடுங்குவர். ஆனால், ஒருமுறை தவறு செய்தபின் தொடர்ந்து குற்றஞ்செய்ய அவர்களுக்கே தைரியம் ஏற்பட்டுவிடும். மீண்டும், அவர்கள் குற்றத்துக்கு நாண வேண்டுமேயானால், அவர்கள் செய்த பிழையைப் பன்மடங்கு பெருக்கிக் காட்டி, அதனால் சேராத பழி சேர்ந்துவிட்டதை உணர்த்தி, அத்தகைய செயல்களால் பெறக்கூடிய பயன்கள் பெரியனவல்ல என்பதையும் தெரியவைக்க வேண்டும். வீடணன் இம்முறையில் இராவணன் மனநிலையை மாற்ற முயன்றான். ஆனால், அவன் வெற்றி பெறாததன் முழுப் பொறுப்பையும் இராவணனையே ஏற்கச் சொல்வது பொருந்தாது.

கொல்லாத மைத்துனனைக் கொன்றாய்என்று
  அதுகுறித்துக் கொடுமை சூழ்ந்து
பல்லாலே இதழ்அதுக்கும் கொடும்பாவி
  நெடும்பாரப் பழிதீர்ந் தாளே!   (கம்பன்-9926)

சூர்ப்பணகை அண்ணனிடம் தெரிவிப்பதைப்போல, அவன் இன்பமடைவதில் விருப்பம் கொண்டு அவனைச் செயல்புரியத் தூண்டவில்லை என்பது வீடணனுக்கு நன்கு தெரியும் என்பதை இதனால், அறிகிறோம். ஏன் தானறிந்த இவ்வுண்மையை வீடணன் இராவணனுக்கு தெரிவிக்கவேயில்லை? இராவணனுக்குச் சீதையை எடுத்து வந்தது தவறு என்று எடுத்துக் கூறியவர் யாரும், சூர்ப்பணகையைப் போல அவனை இன்பமடையச் செய்ய முயன்றதாக அவனுக்குத் தோன்றவில்லை. ஏனெனில், சூர்ப்பணகை, அண்ணனைக் கேளாமலே, அவன் இன்பத்தை வேண்டித் தன் மூக்கை இழந்ததாக விளம்பரப்படுத்திவிட்டாள். தன் நன்மையை விரும்பி மூக்கையிழந்தவள் முன் இருக்க, இராவணனுக்காக ஒன்றையும் இழக்க முன் வாராதவராய், அவனும் தாமும் ஒன்றையும் இழக்காமலிருக்க உறுதி சொல்லுபவர் பேச்சை அவன் ஏற்றுக் கொள்ளாதது மனித இயற்கைதானே! பின்னர்க் கும்பகருணன், மேகநாதன் முதலியோர் இறந்த பின்பும் இராவணன் அவர்கள் வற்புறுத்தியபடிதான் செய்தது பிழையே என உணராததற்குக் காரணம். அவன் வேண்டிய காலங்களில் அவர்கள் மறுத்துக் கூறாமல் அவன்

கட்டளைகளை நிறைவேற்றியதே. இவற்றால், இவர் அனைவரும் முழுமனத்துடன் தன் நன்மையை நாடவில்லை என்றும், தனக்குப் பயந்தே போருக்குச் சென்றனர் என்றும் இராவணன் எண்ணிக் கொண்டான்.

வீடணன், கும்பகருணன் முதலியவர்களால் செய்ய முடியாததை மகோதரன் செய்து முடிக்கும் ஆற்றல் பெற்றவனாய்க் காண்கிறான். இரு முறை மகோதரன் கூறிய நெறியை இராவணன் ஏற்றுக் கொண்டான். இதனால், பிறர் பேச்சுக்குத் தன் மந்திரக் கிழவர் ஆலோசனைகளுக்கு இராவணன் மதிப்பளித்தான் என்பது நன்றாய் உணர முடிகிறது. முதற்போருக்குப் பின் மனம் தளர்ந்திருந்த இராவணனை, "வெற்றியும் தோல்வியும் போரின் இயற்கை; தோல்வியைக் கண்டு தளர்வடைவது தோல்வியேயொழிய தோல்விகள் உண்மையில் வெற்றியின் சூசனைகளே" என்றும், 'சீதையை அபகரித்து வந்த பின் அதற்காக எழுந்த போரைக் கண்டு சீதையைத் திருப்பியனுப்புதல் இராவணன் பெருமைக்கு ஏலாதது' என்றும் எடுத்துக் காட்டினான் மகோதரன். இராமன் வேத முதற்காரணனாயிருந்ததனாலும், பிறன் மனையாளை நயப்பது பேதைமையாகையாலும், இங்கு மகோதரன் கூறியவை நமக்கு வேண்டாதவைகளாய்ப் படுகின்றன. அவன் காட்டிய வழி வெற்றியைத் தரவில்லை. இதற்காக அவன் கூறிய புத்திமதிகள் பொதுநிலையில் ஆழ்ந்த உண்மைகளை அடிப்படையாகக் கொண்டவை என்பதை நாம் எவ்வாறு மறுக்கக்கூடும்?

வீடணன், கும்பகருணன், மாலியவான் இம்மூவரும் ஒவ்வொரு நிகழ்ச்சியின் தத்துவத்தையும் நன்றாய் அறிந்து கூறும் ஆற்றலும் அறிவும் பெற்றிருந்தனர். ஆனால், இவர்கள் தங்கள் அறிவின் வீக்கங் காரணமாகவே, 'நாம் இராவணனைவிட நன்கு அறிந்து கொண்டிருக்கிறோம்' என்ற செருக்குக் காரணமாகவே, தாங்கள் கூறியவற்றை இராவணனுக்குப் பொருத்த அவன் ஏற்றுக் கொள்ளும் முறையில் எடுத்துக் கூறவில்லை. சொல்லும் திறம் அறிந்திருந்த மகோதரனுக்கு, எல்லாவற்றையும் அலசி ஆராயும் திறமையோ அறிவோ இல்லை. அவன் குறிப்பிட்ட சமயத்தில் மணியடிக்கும் அலாரக் கடிகாரத்தைப் போல், சந்தர்ப்பம் நேர்ந்தபோது அரச முறையின் அடிப்படை உண்மைகளைப் பொருத்தம் அறியாமல் ஒப்பித்துக் கொண்டிருந்தான். இவற்றை

அவன் வெளிப்படுத்திய விதமே, இராவணன் அக் கூற்றுக்களை ஏற்றுக் கொள்ளுமாறு செய்தது.

இவற்றால் இராவணன் அழிவுக்கு அவனே முழுப் பொறுப்பாளி என்றோ அல்லது சூர்ப்பணகை யோ, வீடணனோ, கும்பகருணனோ, மகோதரனோ பொறுப்பேற்றுக் கொள்ள வேண்டும் என்றோ திட்டமாய்க் கூறுவதற்கில்லை. இவ்வனைவரும் ஒன்றாய்ப் பொறுப்பில் பங்கு பெறுகின்றனர்.

இராவணன் இறந்ததற்காக நாம் வருந்துவதில் பயனில்லை; ஏனெனில், அவன் தானாகவோ அல்லது பிறர் யோசனையாலோ செய்த தீமைகளே அவன் அழிவுக்குக் காரணமாயிருந்தன. ஆனால், அவனோடு அளவிட முடியாத நற்பண்புகள் பலவும் அழிந்தொழிந்தமையாலேதான் நாம் தாங்கொணாத துன்பத்தையடைகிறோம். இந் நற்பண்புகள் எல்லாம் இராவணன் முயன்று பெற்றவை; தேவர்களாலும் முதல்வர்களாலும் விரும்பிக் கொடுக்கப்பெற்றவை; இவற்றை நன்மையைப் பயக்க இராவணன் பயன்படுத்தியவரை, அவன் இன்பமாய் இருந்தான். இவற்றால் பிறர்க்குத் துன்பத்தைத் தேட அவன் சூழ்ந்த பின், நன்மை தீமையைத் தோற்றுவிப்பது இயற்கை நெறிக்கு மாறுபடுமாகையால், அவன் தோற்றுவித்த தீமைகளே அவனை அழித்துவிட்டன. ஆனால், அழிவெய்துவதற்கு முன், இராவணன், தான் பல நற்பண்புகளைப் பெற்றிருந்ததையும், அவற்றை நல்ல நெறியிலே பயன்படுத்தாததே தன் அழிவுக்குக் காரணம் என்பதையும் நன்குணர்ந்தான். ஆகவேதான், 'அவன் இறக்காமலிருந்திருந்தால், அவனால் உலகம் நன்மை எய்தியிருக்குமே!' என்று நாம் ஏங்குகிறோம். இதையே கவிஞன், 'அவன் இறந்தும் இறவாதவனே' எனக் கூறுவதால் வற்புறுத்துகிறான்.

~ முற்றும் ~